एक तर मी स्वत:ची कामाची पद्धत तयार करायला हवी, नाहीतर मग दुसऱ्याच्या कार्यपद्धतीचा गुलाम बनावे लागेल. मी तुलना करीत बसणार नाही, कारणे सांगत राहणार नाही, निर्मिती हेच माझे ध्येय आहे.

**– विल्यम ब्लेक**

नव्या कल्पनांचा मारा तुम्ही थोपवू शकत नाही.

**– व्हिक्टर ह्युगो**

*नवा स्टार व्यवसाय कसा सुरू करायचा, त्याच्या यश प्राप्तीमध्ये येणारे*
*अडथळे कसे दूर करायचे याचं मार्गदर्शन*

# द स्टार प्रिन्सिपल

**ते तुम्हाला श्रीमंत बनविणार**

**रिचर्ड कोच**

**'८०/२० प्रिन्सिपल' या पुस्तकाचे लेखक**

अनुवाद
**श्याम भुर्के**

**मेहता पब्लिशिंग हाऊस**

✆ +91 020-24476924 / 24460313 / Mob. No. 9545000513

Email : production@mehtapublishinghouse.com

Website : www.mehtapublishinghouse.com



**THE STAR PRINCIPLE** by RICHARD KOCH



First Published in Great Britain in 2008 by Piatkus Books

Translated into Marathi language by Shyam Bhurke

**द स्टार प्रिन्सिपल / मार्गदर्शनपर**

अनुवाद : श्याम भुर्के

Email : author@mehtapublishinghouse.com

मराठी अनुवादाचे व प्रकाशनाचे हक्क : मेहता पब्लिशिंग हाऊस, पुणे ३०

प्रकाशक : सुनील अनिल मेहता, मेहता पब्लिशिंग हाऊस,
१९४१, सदाशिव पेठ, माडीवाले कॉलनी, पुणे ४११०३०

अक्षरजुळणी : अर्चना कुलकर्णी, रायकर पार्क, सिंहगड रोड, पुणे - ५१

मुद्रक : पार्कसन्स ग्राफिक्स

मुखपृष्ठ : चंद्रमोहन कुलकर्णी

प्रकाशनकाल : जानेवारी, २०११ / पुनर्मुद्रण : जुलै, २०१८

किंमत : ₹ २२०

P Book ISBN 9788184981889

---

मॅथ्यू आणि टॉकर यांना अर्पण
व्होना आणि चार्ल्स यांचे विशेष आभार

# तुमचे जीवन आनंदी होणार

**अँ**ड्र्यू ब्लॅक उर्फ बर्ट याच्या मनात १९९० च्या उत्तरार्धात एक कल्पना आली. तो सराईत गँबलर होता. त्याला रात्रभर पोकर खेळायला आवडे. पोकर खेळणे मोफत होते, त्यामुळे जिंकण्यासाठी खेळणे हे त्याच्या खेळामागचे एकमेव कारण नव्हते. त्याच्या पैशातल्या हिश्श्यावर हक्क सांगणारे बुकमेकर्स तिथे नव्हते. सर्व मित्रांचा एकत्र विचार केला तर या खेळात कोणाचेच नुकसान नव्हते. एक हरला तर दुसरा जिंकत होता. ही सोय अश्व शर्यतीत आणि दुसऱ्या खेळात नव्हती, जिथे एकमेकांमध्ये पैजेची अदलाबदल, म्हणजेच विनिमय करता येत नव्हता अथवा बाहेरच्या बुकीजना टाळता येत नव्हते.

बर्टने या बाबतीत मार्ग काढला. मित्राच्या भावाला बरोबर घेऊन त्यांनी 'बेटफेअर' या नावाखाली बेटिंग विनिमय सुरू केले. जुगार खेळणाऱ्यांमधील कमिशन एजंटच 'बेटिंग विनिमया'चं काम करू लागले. बुकी जे कमिशन आकारत त्या मानाने हे कमिशन नगण्य होते.

बेटफेअरची सुरुवात सप्टेंबर २००० मध्ये झाली. नेहमीचे गुंतवणूकदार अशा व्यवसायाला साहाय्य करण्याची शक्यता नव्हती. मित्र आणि नातेवाइकांच्या मदतीने १ मिलियन पौंड उभे केले. सन २००१ मध्ये बेटफेअर छोटा व्यवसाय होता. पैशाची कमतरता भासत होती. भवितव्य अधांतरी होतं. जुगार व्यवसायात या प्रकाराने फारशी मजल मारलेली नव्हती. तरीही मी आनंदाने त्यात १.५ मिलियन पाऊंड गुंतविले. मला फारशी काळजी वाटत नव्हती. बेटफेअर हा एक वैशिष्ट्यपूर्ण व्यवसाय होता. बोस्टन कन्सल्टिंग ग्रुपने त्याचे नाव 'स्टार व्यवसाय' असे ठेवले होते.

(मी पुढील प्रकरणामध्ये स्टार व्यवसाय म्हणजे काय हे सांगणार आहे. आता माझ्यावर विश्वास ठेवा. तुम्ही एखादा स्टार व्यवसाय सहज शोधू शकता. तुमचं ध्येय निश्चित झालं तर तुम्ही तो सुरूही करू शकता.) तुम्ही त्याची काळजी करू नका. बर्ट ब्लॅक आणि त्याचा सहसंस्थापक एड रे यांचं उदाहरण पाहा. त्यांनी

बेटफेअर कंपनी सुरू करून शेकडो मिलियन पाऊंड कमविले. ते बिलियनर्सही होतील. त्याचं कारण म्हणजे मला या व्यवसायात सुवर्णसंधी दिसत होती. मी त्याचा संस्थापक किंवा सुरुवातीचा गुंतवणूकदारही नव्हतो. कंपनी सुरू झाल्यावर काही महिन्यांतच माझी गुंतवणूक ५३ पटींनी वाढली. आतापर्यंत मी बेटफेअर व्यवसायातून १०० मिलियन पाऊंड कमविले.

बेटफेअर हे एकच उदाहरण नाही. मी चार स्टार व्यवसायांत पैसे गुंतविले. मी मात्र केवळ एकच स्टार व्यवसाय सुरू केला व त्यात कामही केले. मी प्रत्येक व्यवसायातून लक्षावधीची रक्कम कमविली. ती रक्कम माझ्या गुंतवणुकीच्या दहापट होती. (सरळ सरासरीत ती रक्कम १६ पट होती.) संस्थापकांना अधिक नफा झाला. त्यांच्या साध्या कर्मचाऱ्यांनाही प्रचंड नफा झाला. स्टार व्यवसायात सुरुवातीला पडण्यानं आम्हालाही भरपूर फायदा झाला.

तुम्ही काळजी करू नका. तुम्हीही असंच करू शकता. तुम्हाला खूप पैसे मिळतील. तुम्ही आनंदी राहाल. तुम्हाला व्यवसाय करायचा असो वा नसो, तुमच्याजवळ गुंतवणुकीसाठी पैसे नसतील, तरीही स्टार व्यवसायामुळे तुमचं आयुष्य अधिक वैभवशाली, सुखकारक होईल. पुन्हा सांगतो, तुम्ही साधे कर्मचारी असाल तरीही हे घडेल. उद्योजक किंवा गुंतवणूकदार नसलात तरीही हे होईल.

आता वाचणं इथे थांबवा. तुमचं आयुष्य बदलण्याच्या मार्गाकडे चला.

आता अधिक श्रीमंती नको असं वाटत असलं तरी पुढे चला. मी तुम्हाला दोन गोष्टींची खात्री देतो.

१. हे पुस्तक वाचण्यास व समजण्यास सोपं आहे. त्यासाठी व्यवसायाचं ज्ञान असण्याची गरज नाही.

२. मी सांगितल्याप्रमाणे वागा. स्टार जगतातील हा तुमचा विस्मयकारक प्रवास तुमच्यामध्ये आत्मविश्वास निर्माण करेल. तुम्हाला उपयुक्त ठरेल. तुम्हाला धनवान बनवेल.

# अनुक्रमणिका

**भाग १ : कल्पना**


तुम्हाला यश कशामुळे प्राप्त होईल? / २

स्टार व्यवसाय आहे तरी काय? / ७

स्टार कल्पनेचे सामर्थ्य / १७

प्रत्येकासाठी स्टार आहेत / २३


**भाग २ : स्टार शोधा**


स्टार निर्मितीची कला / ३६

जन्मजात स्टार्स / ४०

त्यांना स्टारपण बहाल करण्यात आले / ४६

स्वर्गप्राप्तीसाठी सात पावले / ६४

तुमचा पहिला स्टार कसा निर्माण करायचा?
: स्टार कल्पनांची स्वप्ने पहा / ७७

तुमचा दुसरा स्टार कसा निर्माण करायचा?
: स्टार व्यवसायाचे मूल्यमापन व निवड / ९७

दुसऱ्याच्या स्टार कल्पनेतून लाभ प्राप्त करा / ११०

बनावट स्टार्स / ११५


**भाग : ३ 'स्टार'ला जोपासा**


स्टारचे यशस्वी उड्डाण / १२२

स्टारचा विकास करा / १३७

मोठ्या अपेक्षांचे महत्त्व / १४७

मावळता स्टार / १५६

सारांश : आपण काय पाहिलं? / १६४

# भाग १
# कल्पना

# तुम्हाला यश कशामुळे प्राप्त होईल?

*ज्ञानी माणूस हुशार असतोच असं नाही.*

***युरिपिडिस***

कल्पना करा, तुमचा एक व्यवसाय आहे. तुम्हाला त्या व्यवसायात काम करताना समाधान मिळतंय. तुम्हाला तिथं महत्त्वपूर्ण स्थान आहे. तुमचा त्या व्यवसायावर प्रभाव आहे. तिथं काम करणं म्हणजे एक गंमतच आहे. इतर व्यवसायांच्या मानानं इथं नफाही अधिक होतोय, बोनस मिळतोय, बक्षीस म्हणून अधिक शेअर्स प्राप्त होत आहेत, त्याची किंमत वेगानं वाढणार आहे.

कल्पना करा, तुम्हाला एक खात्रीशीर मार्ग सापडला आहे. ज्याद्वारे तुम्ही तुमच्या पैशाची वाढ वेगाने करू शकता. तुम्ही पैसे गुंतविलेत तर ते दुप्पट होणार! तुमचे पैसे दसपट वाढणार!

अशा व्यवसायात पैसे गुंतवावेत, त्यासाठी नेहमीपेक्षा वेगळ्या गुंतवणुकींच्या वाटेने जावे, असे तुम्हाला नाही का वाटणार?

असंही मनात येईल, हा केवळ कल्पनाविलास आहे. काल्पनिक कथा आहे. आयुष्यात मोठं व्हायला अशा कल्पनाविश्वात रममाण होऊन चालेल का?

हो चालेल! हास्यास्पद वाटेल, पण तरीही मला तुम्हाला एक जादूमय सूत्र सांगायचं आहे. अनेक पटीनं अधिक पैसे प्राप्त करण्याचं तंत्र आणि मंत्र व्यवसायात मजा अनुभवत पैसे कमवायचा एक मार्ग आहे.

तो मार्ग म्हणजे 'स्टार व्हेंचर', तारांकित व्यवसाय शोधणे.

कोणता व्यवसाय तारांकित समजायचा? त्याचे काही विशिष्ट गुणधर्म आहेत का? हो, त्याचे दोन गुणधर्म आहेत. एक – तो फार वेगानं वाढतो. दुसरं म्हणजे त्या प्रकारच्या इतर व्यवसायांचा तो जणू दादा असतो. त्या व्यवसायातलं नेतृत्वच

त्याच्याकडे आलेलं असतं. पुढील प्रकरणात मी स्टार व्हेंचरबद्दल अधिक विस्तारानं सांगणार आहे. स्टार व्हेंचरबद्दल फार थोड्या लोकांना माहिती आहे हे मात्र खरं.

प्रत्यक्ष पुरावेच पाहा ना. प्रत्यक्ष आकडेवारी पाहा. मी केलेल्या पाचही 'स्टार बिझनेस' मधून मला गुंतवलेल्या रकमेच्या दसपट परतावा मिळाला.

त्यातील एकही तारांकित गुंतवणूक तोट्यात गेली नाही. सर्वांत कमी लाभांश देखील माझ्या मूळ गुंतवणुकीच्या दामदुप्पट रक्कम देऊन गेला. तीन व्यवसायांमध्ये मला गुंतवणुकीच्या १५ पट रक्कम मिळाली. एका व्यवसायामध्ये २४ पट अधिक रक्कम मिळाली. सर्वाधिक नफा मूळ गुंतवणुकीच्या ५३ पट होता. ती रक्कम होती २६.४ मिलियन पौंड (त्यात माझा हिस्सा ७.४% होता) एकूण व्यवहार होता १.५४ बिलियन पौंडाचा या कंपनीने मुळात गुंतविलेली रक्कम होती फक्त २.५ मिलियन पौंडाची.

नाही म्हणायला माझ्या हातून चुकाही झाल्या, पण त्या चुका स्टार कंपन्यांमध्ये पैसे न गुंतविण्याच्या होत्या. अशामुळे कधी फटका बसलाही, पण ते सारं धरूनही मी जोखीम पत्करून गुंतविलेल्या रकमेच्या सहापट नफा मिळविलाच.

तारांकित गुंतवणुकीने मला खूप श्रीमंत केले. आता जरा तुमचा विचार करू या.

## तुमच्या यशाची गुरुकिल्ली

यश मिळविण्याचे एक साधेसुधे उत्तर असते; तुम्ही उद्योजक असा वा कर्मचारी, किंवा एखाद्या नव्या धाडसात पैसे गुंतवणारे भांडवलदार असाल, तर तुम्हाला हे उत्तर माहीत नसेल, किंवा ते उत्तर माहिती असलेला प्रत्येकजण त्यांची अंमलबजावणी करेलच असे नाही. मात्र तुम्हाला हे उत्तर ठाऊक असेल आणि जर तुम्ही त्यावर कार्यवाही केली तर तुमचं आयुष्य नक्कीच तारांकित होईल.

'तुमची क्षमता' हे ते उत्तर आहे का?

नाही. मला अशी प्रचंड क्षमतेची माणसं माहिती आहेत. त्यांनी नवा व्यवसाय सुरू केला, परंतु ते यशस्वी झाले नाहीत. काही वेळा दोन, तीन उद्योगांतही ते फसले. माझे काही मित्र खूप हुशार आहेत. त्यांनी छोट्या उद्योगांची सुरुवात केली. परंतु त्यांना यश प्राप्त झालं नाही. माझ्या माहितीत काही अभ्यासू आणि अनुभवी गुंतवणूकदार आहेत. त्यांनाही कधीच चांगलं यश मिळालं नाही.

मला सरासरी क्षमतेचीही माणसं माहिती आहेत. त्यांनी भरघोस यश प्राप्त केलं आहे. नव्या प्रकल्पांमध्ये सहभागी झालेली बहुसंख्य माणसं ही हुशार आणि तळमळीनं काम करणारी होती. तरीही त्यांना यश प्राप्त झालं नाही. जे यशस्वी झाले त्यांच्यापेक्षा ते अधिक चांगले किंवा वाईटही नव्हते.

मग यश कशात आहे? अविश्रांत कष्ट करण्यात आहे का?

नाही. नव्या उद्योगात अनेकजण रोज उशिरापर्यंत काम करतात. तन-मन लावून काम करतात. मोठ्या कंपन्यांच्या तुलनेत कर्मचाऱ्यांना कमी पगार मिळतो. त्यांना कामही अधिक करावे लागते. तरीही ९५% पेक्षा अधिक कर्मचारी यशस्वी होत नाहीत.

गुंतवणूक केलेल्या प्रकल्पातील लोक अहोरात्र काम करताना मी पाहतो. मला माहिती आहे ते अडचणीत आहेत. ते इतक्या तळमळीनं आणि कष्टानं काम करताहेत म्हणून ती कंपनी निदान जिवंत तरी आहे.

मी एखाद्या कंपनीत असं पाहतो की साहेब आरामात बसलेत. कर्मचारीही गप्पा मारत बसलेत. हे पाहून मी अस्वस्थ व्हायला हवं ना? पण नाही. मला त्या कंपनीबद्दल एक प्रकारचा विश्वास निर्माण होतो. ते आराम करीत आहेत, पण चांगला नफा कमवित आहेत. कामाच्या पद्धतीनं थोडी ढिलाई आहे पण धंदा जोरात आहे.

सर्व प्रकारची माणसं योग्य प्रमाणात असण्यामध्ये व्यवसायाचं यश आहे का?

असा एक समज आहे की विविध गुणांच्या लोकांचा समावेश व्यवस्थापनामध्ये नसला तर यश प्राप्त होत नाही. वेगाने जाणारे, दूरदृष्टी असलेले आशावादी हवेत आणि आर्थिक चणचणीच्या काळात ब्रेक लावणारे निराशावादीही हवेत, असाही समज आहे. दूरदृष्टीचा संघटक, तंत्रज्ञानाची जाण असणारा तज्ज्ञ व सर्व घटकांचा व्यवस्थापन करणारा व्यवस्थापक हे सारे हवेत. त्यांच्याशिवाय नवीन उद्योग यशस्वी होणे अशक्य.

तरीही हे हवंच असं नाही. असे काही नवे उद्योग आहेत त्यामध्ये ही सारी माणसं आहेत परंतु हवं तसं यश नाही. ते उद्योग फार मोठे झाले नाहीत. अनेक कंपन्या ही तज्ज्ञ माणसं एकत्र आणण्याच्या सदैव खटपटीत राहिली. त्यांच्यात एकवाक्यता होतीच असे नाही.

संस्थापक आणि कर्मचाऱ्यांमध्ये तंटे असणं हे छोट्या उद्योगांचं वैशिष्ट्य बनलं आहे. शंभर टक्के सुखी, एकवाक्यता असलेला असा उद्योग विरळाच. सुखासमाधानात नांदणाऱ्या लोकांचा असा समूह आहे, असे म्हणणारा स्वतःची फसवणूक करीत असला पाहिजे किंवा तो व्यवसाय तरी नीट चालत नसला पाहिजे!

कंपनीतील अधिकाऱ्यांची शक्ती ही एकमेकांना सांभाळण्यात जात असते. त्यांना क्षणोक्षणी तडजोड करावी लागते. स्पर्धकांशी आणि अवखळ ग्राहकांशी व्यवहार करायला उत्साह शिल्लक राहत नाही.

मग यशाची गुरुकिल्ली काय? सुरुवातीच्या काळात निवडलेले भागीदार

आणि कर्मचारी, तसेच त्यांची गुणवत्ता, यावर यश अवलंबून आहे का?

हा विचार योग्य आहे असं म्हणण्याचा मोह होईल. नव्या उद्योगात येणारे सर्वच त्याला एकमताने दुजोरा देतात. व्यवसायातील यशासाठी तीन घटकांची आवश्यकता आहे. ते म्हणजे लोक, लोक आणि लोक. आणि हे जरी घासून गुळगुळीत झालेले वाक्य आहे, तरी या वाक्यावर अविश्वास दाखवणारा एकही साहसी उद्योजक माझ्या माहितीत नाही.

हे पैसे मिळवणारे लोक सारेच कसे चुकीचं सांगतील? याचं उत्तर 'हो' ही आहे आणि 'नाही' देखील आहे.

नव्या उद्योजकांपैकी बहुसंख्यकांच्या दृष्टीने यश आणि अपयश 'लोक' या घटकावर अवलंबून आहे. बहुतेक उद्योग चुकीच्या मार्गावर सुरू होतात. बहुतेक संस्थापक व कर्मचारी अव्याहत काम करतात. जोवर यशाचं सूत्र सापडत नाही तोवर ते अथक परिश्रम करतात. त्यामुळे असा व्यवसाय जरी चुकीच्या मार्गाने सुरू झाला, तरी अशा व्यावसायिकांना स्वत:च्या व्यवसायासाठी उचित स्थान नक्कीच प्राप्त होते. चुका करणं, त्या दुरुस्त करणं हे त्यांचं चालू असतं. जवळचा पैसा संपत नाही तोवर हे चालू राहतं. धाडसी उद्योजकाचं म्हणणं बरोबर वाटू लागतं. बेताच्या उत्पन्नाच्या व्यवसायात यश आणि अपयश मनुष्यबळावर अवलंबून राहतं.

याशिवाय एक वेगळा मुद्दा आहे. व्यवसायातील लोकांच्या गुणावर अवलंबून न राहता यशप्राप्तीचा मार्ग आहे. हा मार्ग बाहेरून कळणार नाही. त्याला तीक्ष्ण दृष्टी हवी.

नव्या उद्योगामध्ये सरसकट गुंतवणूक करू नका. काही झालं तरी यश प्राप्त होणारच अशा व्यवसायाची निवड करा. फार चांगली हुशार माणसं नसतानाही चालणारा व्यवसाय हवा. सर्व प्रकारची तज्ज्ञ माणसं नसतानाही यश प्राप्त झालं पाहिजे. रक्त आटवायला नको, घाम गाळायला नको. या व्यवसायाला मनुष्यबळ 'लोक, लोक, लोक' हे उत्तर असणार नाही. सातत्यानं खरं ठरणारं उत्तर आहे– नफ्याच्या व्यवसायाची निवड.

असा चांगला व्यवसाय हा स्टार व्यवसाय असल्यास हे शक्य आहे. स्टार व्यवसाय निवडा. त्यात काम करा. गुंतवणूक करा. अडचणीतून तुम्ही वर याल. तुमची भरभराट होईल. यशप्राप्तीसाठी जवळचा मार्ग म्हणजे स्टार व्यवसाय.

व्यवसायात यश प्राप्त झालं तर आपल्या कौशल्यामुळे झालं असं आपण प्रौढीने सांगतो. अपयश आलं तर ते मात्र इतर लोकांमुळे किंवा कमनशिबामुळे असं म्हणतो. कमी नफ्याच्या व्यवसायात यश आलं तर ते तुमच्या अप्रतिम कौशल्यामुळेच होय. पण इतकी धडपड कशाला करायची? अडथळे नसलेला मार्ग स्वीकारला तर? स्टार व्यवसायच निवडा!

कल्पकतेच्या बळावर स्टार व्यवसाय निवडता येतो. व्यवसाय स्टार आहे ना हे तपासून पाहण्यासाठी विचारशक्ती, संशोधन वृत्ती, प्रयोगशीलता या गुणांच्या मिश्रणाची आवश्यकता आहे. इतर व्यवसायांप्रमाणे या व्यवसायासाठी धाडसी वृत्ती आणि दृढनिश्चयही हवा. दुसऱ्याचा स्टार व्यवसाय शोधण्यासाठी योग्य ती काळजी घ्यावी लागते. परंतु यासाठी अतिबुद्धिमान असणं किंवा निर्मितीक्षमता असणं गरजेचं नाही. सर्वसाधारण असलेली कौशल्ये व या पुस्तकातील ज्ञान एवढे पुरेसे आहे. तुम्ही खूप हुशार असाल तर उत्तमच पण ते अत्यावश्यक नाही. हे झाले विवेचन, आता यशाची गुरुकिल्ली कोणती?

स्थानप्राप्तीची इच्छा, स्टार व्यवसायाची इच्छा – अडथळे आपोआप दूर होतील.

# स्टार व्यवसाय आहे तरी काय?

*व्यवसायातील स्टार असणे हे दुर्मिळ आणि विशेष असते. त्याचे मूल्य फार थोड्यांना उमगते. बऱ्याचजणांना ते नीटपणे हाताळता येत नाही.*

***ब्रुस डी. हेंडरसन***

**स्टा**र व्यवसायाकरिता काम करणे ही वेगळीच अनुभूती आहे. त्यात गुंतवणूक करणे हाही आगळाच अनुभव आहे. त्याकरिता स्टार व्यवसाय काय आहे हे जाणून घेणं फार महत्त्वाचं आहे. त्यासाठी या पुस्तकातील ज्ञान पुरेसं आहे. व्यवसायात दहा दहा वर्षे काम करणारी माणसं आहेत. एम.बी.ए. झालेले उद्योजक आहेत. परंतु त्यांच्यापेक्षाही स्टार व्यवसायाचं पूर्ण ज्ञान असणारी माणसं अधिक श्रेष्ठ आहेत. तुम्ही व्यवसायात नवीन असाल किंवा अनुभवी संचालक असाल, तुम्हाला स्टार व्यवसायाची माहिती झाली की तुम्ही यशस्वी झालातच.

ही माहिती घेणं सोपं आहे.

स्टार व्यवसायाचे दोन गुणधर्म आहेत.

★ व्यवसायाच्या बाजारपेठेत स्टार व्यवसाय सर्वांत पुढे असतो.

★ त्याची वाढ दरवर्षी किमान १०% होत असते.

## स्टार व्यवसाय हा इतर साऱ्या व्यवसायांचा नेता आहे

ज्या व्यवसायाची सर्वाधिक विक्री, उलाढाल किंवा उत्पन्न असते, तो व्यवसाय इतर व्यवसायांचा नेता असतो. व्यवसायाची विक्री रु. ४ कोटी असेल व त्या प्रकारचा व्यवसाय करणाऱ्या अन्य कोणाची विक्री तेवढी नसेल, तर तो नेता. एक गोष्ट लक्षात घ्या. नेतृत्व हे विक्रीवरून ठरविले गेले आहे, सर्वांत चांगली कंपनी किंवा ग्राहकांनी केलेली प्रशंसा यावरून नाही. ग्राहकांनी त्यांची

व्यवसायाबद्दलची पसंती खरेदी करून मतदानाने सिद्ध केलेली आहे.

एक प्रश्न आपल्या मनात येण्याची शक्यता आहे. बाजारपेठेतील हिस्सा किंवा वाव किती आहे हे ओळखायचे कसे? खरोखर हा प्रश्न महत्त्वाचा आहे. याचं उत्तर या पुस्तकात विविध उदाहरणं देऊन सांगितलं आहे. बाजारपेठेतील व्यवसायाच्या स्थानाची व्याख्या करणे कदाचित अवघड जाईल. परंतु त्याची मूळ कल्पना फार सोपी आहे. व्यवसायातील खास स्थान असण्यासाठी त्यास स्वतंत्र बाजारपेठ हवी. त्यासाठी खास ग्राहक हवेत. विशेष उत्पादन हवे. विशेष सेवा हवी. व्यवसाय करण्याची पद्धत वेगळी हवी. संपूर्ण बाजारपेठेत व्यवसायाचा क्रमांक वेगळा असणार व त्या व्यवसायाच्या खास बाजारपेठेत वेगळा क्रमांक असणार.

मुख्य बाजारपेठ आणि खास बाजारपेठ यातील स्पर्धकांमध्ये स्पर्धा नसेल, तर खास बाजारपेठ अशी वेगळी असणारच नाही.

सन १९८० पर्यंत सातत्याने ७० वर्षे गाड्यांच्या उत्पादनामध्ये फोर्ड, जनरल मोटर्स, क्रायस्लर या 'बिग थ्री' कंपन्या निर्विवादपणे आघाडीवर होत्या. तरीही त्याच वेळी गाड्यांच्या मुख्य बाजारपेठेशिवाय लहान आणि स्वस्त गाड्यांची बाजारपेठ अस्तित्वात आली. त्यासाठी स्वतंत्र ग्राहकवर्ग होता. युरोपिअन आणि बेताची आर्थिक स्थिती असलेल्या वर्गाकडून त्या उत्पादनाला चांगली मागणी होती. फोक्सवॅगन हे सर्वांत पुढे होते. त्या खालोखाल 'मिनी'चा क्रमांक होता. लहान गाड्यांची स्वतंत्र बाजारपेठ होती. उत्पादन वेगळे होते. बाजारपेठ काबीज करणारे नेतृत्व वेगळे होते.

'स्पोर्ट्स कार' ही एक वेगळी बाजारपेठ आहे. मुख्य बाजारपेठेपेक्षा याचे ग्राहक वेगळे आहेत. आपले कर्तृत्व आणि प्रतिमा याबद्दल जागरूक असणारे ते श्रीमंत तरुण आहेत. स्पोर्ट्स कार हे पूर्णतया वेगळे उत्पादन आहे. कित्येक स्पर्धक या क्षेत्रात उतरले. वर उल्लेखलेल्या 'बिग थ्री'ना पोर्शे आणि माझदा यांनी मागे टाकले.

स्पोर्ट्स कारची बाजारपेठ महागड्या गाड्यांची बाजारपेठ म्हणून नावलौकिकास आली. अधिक कार्यक्षम गाड्यांची ही बाजारपेठ नेहमीच्या गाड्यांच्या बाजारपेठेपेक्षा वेगळी म्हणून ओळखली जाऊ लागली. फेरारी आणि मासेराती या कंपनीच्या गाड्यांचे उदाहरण घ्या. नेहमीच्या गाड्यांच्या ग्राहकांपेक्षा या गाड्यांचे ग्राहक हे श्रीमंत व चोखंदळ असतात.

इथे प्रत्येक गाडी वैयक्तिक लक्ष घालून निर्माण केली जाते. मोठ्या प्रमाणावर घाऊक उत्पादन होत नाही. त्यांचे वेगळे तंत्र आहे. गाडीचा आकार उत्कृष्ट तर इंजीन अति शक्तिमान असते. गाडीचा वेग अतिशय जास्त असतो. तरीही रस्त्यावर गाडीची पकड मजबूत असते. स्वस्तात स्वस्त फेरारी गाडीची किंमत

पोर्शे गाडीपेक्षा कितीतरी अधिक असते. मार्कस या जबरदस्त गाडीलाही खास मागणी आहे. काही काळ या साऱ्या गाड्या 'तारांकित व्यवसाय' करीत होत्या. प्रत्येक कंपनीचं स्वत:चं आगळंवेगळं स्थान होतं.

गाड्यांच्या धंद्यात वेगवेगळ्या शाखा पुढे आल्या आहेत. उदा. मिनीव्हॅन्स या बाबतीत क्रिसलर कंपनी पुढे आहे. आरामदायी गाड्या आणि स्पोर्ट्स गाड्या, यांच्या बाबतीत मर्सिडीझ बेंझ आणि जीप या कंपन्या आघाडीवर आहेत. स्वत:चं स्वतंत्र स्थान करण्याच्या या प्रकाराला किती महत्त्व राहणार आहे? गाड्यांच्या बाबतीत आपण पिवळ्या रंगाच्या गाड्यांची निर्मिती करून बाजारात प्रथम क्रमांक मिळवू शकू का? त्यामुळे आपणास तारांकित व्यवसाय प्राप्त होईल का? याचं उत्तर 'नाही' असं आहे. पिवळ्या रंगाच्या गाड्या हे इतर रंगांच्या गाड्यांच्या उत्पादनापेक्षा वेगळं उत्पन्न होऊ शकत नाही. सर्व गाड्यांना पिवळा रंग देऊन आपण वेगळ्या प्रकारचा व्यवसाय केल्याचं म्हणू शकत नाही. वेगळा प्रकार म्हणजे काय अभिप्रेत आहे? अन्य मोटारगाड्यांचे उत्पादक कशा प्रकारे व्यवसाय करतात, त्याच्याशी तुलना करून वेगळं काही करून दाखवायला हवं. उत्पादन खर्च कमी, स्पर्धकापेक्षा गाडीची किंमत अधिक, असं काही असायला हवं. फोर्ड आणि जनरल मोटर्स या कंपन्यांनी जे केलं यापेक्षा खास वेगळं काही करायला हवं. पिवळ्या रंगाच्या गाड्या हे आपलं वैशिष्ट्य आहे. त्याचं उत्पादन चालू ठेवणारच. ग्राहकांची नवी पिढी आकर्षित करण्यासाठी योजना आखणार. पांढऱ्या आणि लाल रंगांच्या गाड्यांपेक्षा आपल्या पिवळ्या गाड्या अधिक विकायच्या.

डायट कोलाला स्वत:चं असं बाजारात स्थान आहे का? अशी कल्पना करा की, पेप्सी किंवा कोला बाजारात येण्यापूर्वी कमी कॅलरीचा कोला तयार करावा असे तुमच्या मनात आले होते. तुम्ही त्यासाठी स्वतंत्र असे बाजारात स्थान निर्माण केले असते का? कोच लाईट कोला हा बाजारात स्टार बनला असता का?

डायट कोला बऱ्याच जणांना आवडला असण्याची शक्यता आहे. परंतु कोक आणि पेप्सीची जी शक्तिस्थाने आहेत ती डायट कोलाकडे नाहीत. शक्तिमान नाव, वर्षानुवर्षांचे ग्राहक, मालकीची वितरण व्यवस्था, कमी उत्पादन खर्च, मार्केटिंग यंत्रणा हे डायटकडे असण्याची शक्यता कमी. सर्वांत प्रथम कोक आणि पेप्सीने त्यांच्या उत्पादनाला किती वाव आहे हे जाणले. कोच लाईट कोलाने जरी सर्वांत प्रथम उत्पादन बाजारात आणले असते, तरी डायट कोक आणि पेप्सी लाईटने त्याला केव्हाच मागे टाकले असते. लो कॅलरी कोला हा नेहमीच्या कोलासारखाच आहे. सर्वांत शक्तिमान कोलाचे दोन प्रकार जास्त जगन्मान्य आहेत.

चवीला कोलासारखं पण कोला नसलेलं असं वेगळं उत्पादन तयार केलं तर ते 'स्टार' होईल का? होय. ते शक्य आहे. डॉ. पेपर हे उदाहरण पाहा.

दुसऱ्या कोणत्याही पेयाला या पेयाची चव नाही. कोक किंवा पेप्सी हेही त्याच्याशी प्रभावी स्पर्धा करू शकले नाहीत. डॉ. पेपरचे स्वत:चे असे खास १००% मार्केट राहिले. डॉ. पेपरची सुरुवात कोकाकोला कंपनीच्या आधी एक वर्ष, १८८५ मध्ये झाली. ऐंशी वर्षांनी, १९६५ मध्ये डॉ. पेपरला मात द्यायला कोलाने 'चाईम' हे उत्पादन बाजारात आणले, पण अल्पावधीतच ते विस्मरणाच्या पडद्याआड गेले.

स्पर्धकाच्या बाजारपेठेतील हिश्श्यावर कोणाचे उत्पादन शक्तिमान आहे हे सिद्ध होत असते. खास बाजारपेठेत जे उत्पादन प्रथम क्रमांकावर असेल, त्यास स्वत:ची बाजारपेठ आहे हे सिद्ध होते. बाजारपेठेतील उत्पादनांच्या स्पर्धेला तोंड देऊन जो स्वत:चे उत्पादन पहिल्या क्रमांकावर आणतो, त्याचे दीर्घकालीन नेतृत्व राहते.

डॉ. पेपर हे ह्या प्रकारच्या उत्पादनात बाजारात सर्वांत पुढे आहे. त्यांच्या जवळपास कोणीही नाही.

दुसरे उदाहरण 'रेड बुल'चे घेऊ या. रेड बुलने अमेरिका आणि युरोपमध्ये 'एनर्जी ड्रिंक' अथवा उत्साहवर्धक पेय ह्या पेयप्रकाराची एक नवी श्रेणी सुरू केली. कोकाकोला कॉर्पोरेशन व इतर पेयांच्या कंपन्यांचे रेड बुलशी स्पर्धा करण्याचे प्रयत्न निष्फळ ठरले. ह्या उत्साहवर्धक पेयाचे स्वत:चे क्षेत्र आहे व त्यातील मौल्यवान तारा आहे रेड बुल.

खास मार्केट हे किफायतशीर आहे का नाही हे जाणण्याचा एक मार्ग आहे. खास मार्केटचा व्यवसाय खूप नफा मिळविणारा आहे ना हे पाहायचे. केवळ व्यवसायातील नेतृत्व असून भागणार नाही तर या व्यवसायाने भरमसाठ नफाही मिळवून दिला पाहिजे. जर तुमचे उत्पादन उत्कृष्ट आहे तर ते तुम्ही बाहेर देऊ लागल्यानंतर तुम्हाला त्या व्यवसायातील नेतृत्व प्राप्त होईल. उदा. वर्तमानपत्रं मोफत वाटली. इथे पैसे मिळवायला वेगळा काहीतरी मार्ग हवा. वृत्तपत्रात जाहिराती तरी मिळायला हव्यात, म्हणजेच ते काही काळ मोफत वाटता येतील. तसे नसेल तर धंदा आतबट्ट्याचा होईल.

जिथे नफा होत नसेल ते नेतृत्व फक्त कागदोपत्री खास असू शकते. पण व्यावहारिक जगात त्याला काडीचेही स्थान नसेल, असे नेतृत्व आपल्या व्यवसायाला तारांकित स्थान कधीही प्राप्त करून देऊ शकत नाही. आता डॉ. पेपर आणि रेडबुल यांच्या मौल्यवान नेतृत्वाबद्दल तुमच्या मनात शंकाही उरली नसेल ना!

खास नेतृत्वाची कल्पना ध्यानात आली असेल तर तारांकित व्यवसाय ओळखता येईलच. यासाठी अजून एक पात्रता आहे. ती गाठणं अवघड आहे. पण समजायला सोपी आहे.

## बाजारातील स्थान वेगाने वाढणारं हवं

जो व्यवसाय प्रतिवर्षी किमान १०% ची वाढ दर्शवित नाही तो तारांकित व्यवसाय नव्हे. पुढील ५ वर्षे तरी तो दरवर्षी १०% ने वाढायला हवा. खरं तर दशकामागून दशकं असं घडायला हवं.

वाढीस एवढं महत्त्व का? त्याचं कारण चक्रवाढ सूत्राची शक्ती प्रचंड आहे. जो धंदा वेगाने वाढतो त्याची विक्री आणि नफा हे गुणाकारानं वाढू लागतात. अन्य व्यवसाय सावकाशीनं वाढतात व नफा वाढणं अवघड होतं. आपोआप वाढ तर होतच नाही.

समजा, व्यवसायाची विक्री १० मिलियन डॉलर्स आहे. वर्षाला ती ३% ने वाढते आहे. साधारणतः याच दराने आर्थिक क्षेत्राची वाढ होत असते. दहा वर्षांत विक्री ३४% ने वाढेल. ती १३ मिलियन डॉलरवर जाईल. जो व्यवसाय ३०% ने वाढतो त्याची प्रगती याच काळात किती होईल? दर वर्षी ३% च्या दहापट, म्हणजे ३४०% विक्री होईल. चक्रवाढ पद्धतीने ही वाढ ५००% होईल. दहा वर्षांनंतर विक्री ५ कोटी डॉलर्स होईल. पण खरं उत्तर आहे १३८ मिलियन डॉलर्स. ही चक्रवाढ पद्धतीची जादू आहे. अल्बर्ट आईन्स्टाईनने याला 'विश्वातील सर्वाधिक शक्तिमान प्रभाव' म्हटले आहे.

आपण भविष्यातील वाढीचा विचार करीत आहोत हे ध्यानात घ्यावे. दीर्घ काळाचा विचार करता खास बाजार किती वेगाने वाढणार याचा अंदाज बांधणे अवघड आहे. तरीही मागील वाढीचा वेग हा पुढील वाढीसाठी मार्गदर्शक असतो. मी बेटफेअरमध्ये गुंतवणूक केली तेव्हा ती लहान कंपनी होती. परंतु त्यांचे बाजारातील खास स्थान दर महिना ३०% ने वाढत होते. भविष्यात सरासरी १०% ने किमान वाढ होत राहील हे सांगायला कोणतीही जादा बुद्धी लढवावी लागणार नाही.

प्रगतीचा वेग जितका जास्त असेल तितका तो चांगला. बाजारात १०% ने वाढणाऱ्या व्यवसायापेक्षा २०% वाढणारा व्यवसाय हा दुपटीपेक्षा अधिक वाढणारा आहे. हा चक्रवाढ तत्त्वाचा चमत्कार आहे. ५०% वाढणारा व्यवसाय हा पाचपटीपेक्षा अधिक वाढणारा आहे. दहा टक्क्याने १० वर्षांत जी प्रगती होईल त्यापेक्षा ५०% ने १० वर्षांत २२ पट अधिक प्रगती होते. बेटफेअर हा व्यवसाय खूप वेगाने वाढत होता. त्यामध्ये कितीही आपत्ती आल्या तरी तो वाढणारच याची मला खात्री होती. पण मला आश्चर्य याचे वाटते की इतरांना तसे वाटत नव्हते. एखादा छोटासा व्यवसाय नुकसानीत असतो. पैशाची चणचण असते. त्यावेळी त्याचा या स्टार व्यवसायावर जबरदस्त विश्वास हवा. हे छोटसं रोपटं मोठा वटवृक्ष होणार याची खात्री हवी. त्या कल्पनेतील पराभवातच मोठी संधी दडलेली असते.

आपण बाजारपेठेच्या वाढीऐवजी खास व्यवसायाच्या वाढीचा विचार का करतो? नव्या व्यवसायाची वाढ ही बाजार किती वाढतो यावर केवळ अवलंबून नसते. परंतु खास बाजारातील वाढ व घट किती आहे यावरही ती ठरते. स्टार व्यावसायिकाने खास बाजारातील आपल्या स्पर्धकापेक्षा अधिक वाढीचा दर ठेवणे महत्त्वाचे असते. खास बाजारातील वाढीशिवाय हा स्वतंत्र प्रकार आहे. सुरू करावयास तो अधिक सोपा व सरळ आहे.

## स्टार व्यवसाय इतका आकर्षक का असतो?

खास नेतृत्व व खास व्यवसायातील वाढ हे दोन्ही घटक एकत्र येऊन चांगला परिणाम होतो. त्यामुळे स्टार व्यवसाय हा आश्चर्यकारक प्रगती करतो. त्या कंपनीचे उत्पादन खास विभागातील ग्राहकांना हवेहवेसे वाटत असते; म्हणजेच स्टार व्यवसाय हेच एक नेतृत्व बनते. त्यामुळे नेतृत्व नसलेल्या व्यवसायापेक्षा खास व्यवसायाचा धंदा अधिक व्हायला हवा. नेतृत्व करणाऱ्या कंपनीचा उत्पादन खर्च त्यांचे अनुकरण करणाऱ्या कंपनीच्या उत्पादन खर्चापेक्षा कमी असतो. किंमत मात्र जास्त असते. त्याचं कारण म्हणजे ग्राहकांची त्या मालाला जास्त मागणी असते. उत्पादन खर्च कमी होतो, कारण स्थिर खर्च हा जादा उत्पादनामध्ये विभागला जातो. सारांशानं सांगायचं तर नेता असलेला व्यवसाय भरपूर नफा देणारा असावा लागतो. तसेच तो व्यवसाय आपल्या खास विभागातील स्पर्धकाच्या अनेक पावले पुढे असावा लागतो.

भविष्यात आपली कंपनी महत्त्वाची कंपनी व्हावी असं वाटतंय ना? मग त्याचा सध्याचा आकार वा नफा केवढाही असू देत. वेगाने वाढणाऱ्या खास क्षेत्रात नेतृत्व निर्माण केले म्हणजे झाले. कंपनी नीट चालवा. नेतृत्वामुळे ती पैसा देणारी, फायदेशीर होईल. वाढीमुळे ती मोठी होईल. या दोन कल्पना नीट समजावून घेतल्या की मग भविष्याचा तुम्ही योग्य विचार करू शकाल. आपला कष्टाचा पैसा गुंतवायला व तिथे काम करायला मस्त वाटेल.

## स्टार व्यवसायात अडथळे आहेत का?

यात एकच धोका आहे; पण तो फार मोठा आहे. खास विभागातील नेतृत्व हातचं गेलं, स्टार हा स्टार राहिला नाही तर मोठा धोका आहे. तसं झालं तर नशीबवान धंदा एकदम शून्यावर येऊ शकतो. धोका फार गंभीर आहे. स्टार व्यवसाय आपले नेतृत्व गमावण्याची शक्यता असते. बाजारात तेजी असते तेव्हा आपला व्यवसाय वाढत असतो परंतु आपल्या स्पर्धकापेक्षा आपला बाजारातील हिस्सा कमी होऊ शकतो. बाजारातील मागणीचा परीघ एवढा प्रचंड आहे की स्टार

व्यवसायाला असलेला धोका ध्यानातही येत नाही. स्पर्धक अचानक मोठा होतो. मग आधीच्या स्टारला ते धोकादायक ठरते. या धोक्याबद्दल जागरूकता असेल तर प्रतिस्पर्ध्याला तो चांगली लढत देऊ शकेल.

## स्टार दुर्मिळ असतात का?

बाजारात एकच नेता असतो. त्याच्या खालोखाल जास्तीत जास्त दोन उपनेते असू शकतात. बाकीचे सारे खास क्षेत्रातील अनुयायी असतात.

बाजारातील काही खास व्यावसायिक किमान १०% ची वाढ दाखवितात. फार मोठ्या कंपन्या ५% ने वाढतात. त्यांचे थोडेच उत्पादन वेगाने खपते. परंतु लहान, नवीन उद्योगांना तितके अडथळे येत नाहीत. नव्या कंपन्यांपैकी १५ ते २५% तरी वार्षिक १०% ने वाढतात.

साधारणत: नव्या चार व्यवसायातील एकजण खास नेतृत्व व्यावसायिक होतो. पाचपैकी एक जण स्टारसाठी आवश्यक असा वेग राखू शकतो. या दोन्ही शक्यतांचा गुणाकार करा. वेगाने वाढणाऱ्या, म्हणजेच तिमाहीस ५% वाढणाऱ्या कंपन्या स्टार होण्याची शक्यता असते. नव्या २० कंपन्यांपैकी साधारणत: एकजण स्टार होतो.

म्हणून स्टार दुर्मिळ असतात हेच खरं. तरीही काळजीपूर्वक विचार व चिकाटी या गुणांच्या जोरावर तुम्हीही स्टार शोधू शकता. स्वत:चा नवा स्टार निर्माण करू शकता. हुशारीने पाहत राहा. तुम्हाला स्टार सापडेल.

## स्टार व्यवसायाची कल्पना कोठून आली?

या कल्पनेचा इतिहास ऐकून मी विस्मयचकित झालो. ही कल्पना फारशी का रुजली नाही हेही त्यातूनच समजलं. तुम्हाला स्टार कल्पनेचा फक्त लाभ हवा असेल आणि त्याच्या वैभवशाली दोन महत्त्वपूर्ण गोष्टींकडे तुम्ही दुर्लक्ष करणार असलात तर पुढील प्रकरणे तुम्ही नाही वाचलीत तरी चालेल.

व्यवसायाच्या तत्त्वाची 'योजना' नावाची एक शाखा आहे. ही कल्पना बोस्टन कन्सल्टिंग ग्रुपने १९६० मध्ये शोधून काढली. वाढ / भाग तत्त्व हा लोकप्रिय शोध त्यांनी शोधून काढला. या तत्त्वानुसार चार प्रकारचे व्यवसाय आहेत.

★ **स्टार्स :** प्रचंड वाढ असलेल्या बाजारातील नेते.

★ **प्रश्नचिन्ह :** प्रचंड वाढ असलेल्या बाजारातील अनुयायी.

★ **कॅशकाऊज – रोख गाई :** कमी वाढ असलेल्या बाजारातील नेते.

★ **डॉग्ज – कुत्री :** कमी वाढ असलेल्या बाजारातील अनुयायी.

वाढ / भाग तत्त्व पुढील आकृतीत दाखविले आहे. आकृती २.१

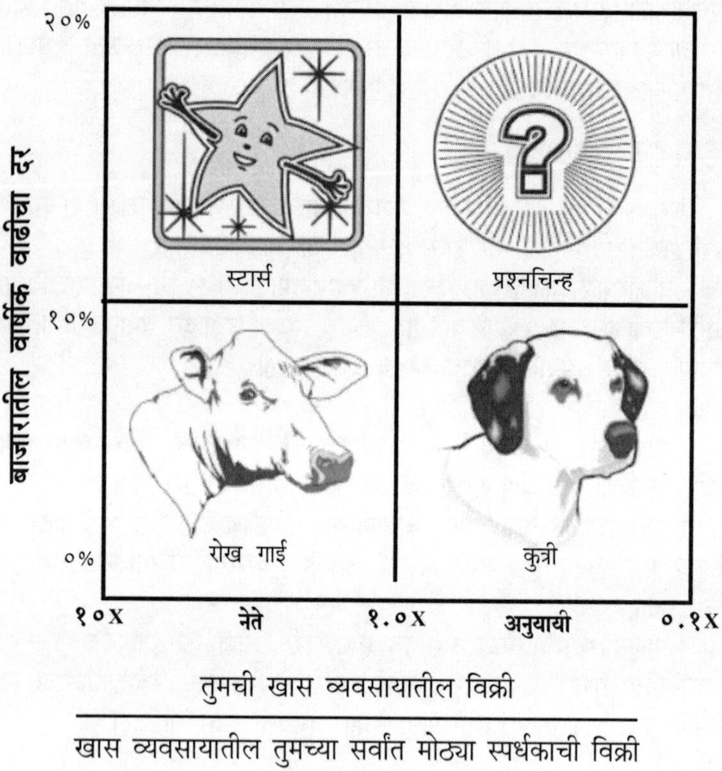


**आकृती २.१ तुलनात्मक बाजारातील हिस्सा.**

प्रत्येक चौकोनातील गटाने व्यवसायासाठी काय करायचे हेही बोस्टन गटाने सांगितले. ते पुढे आकृती क्र. २.२ मध्ये दाखविले आहे. १९७० मध्ये बोस्टन गटात मी काम करताना हेच नियम पाळले होते.

आपण लक्ष केंद्रित करावं असे दोन चौकोन आहेत. पहिला स्टार चौकोन व दुसरा प्रश्नचिन्ह चौकोन. स्टार चौकोनाचा नियम आहे– गुंतवणूक करीत राहा. स्टार राहण्यासाठी जे जे हवं ते करीत राहा. खास विभागातील नेतृत्व स्थान राहायला हवं हे ध्यानात ठेवा. शक्यतो प्रतिस्पर्ध्यांच्या अधिक पुढे राहण्याचा प्रयत्न करा. बोस्टन गटात काम करताना आम्ही ग्राहकांना वचन देत होतो की स्टारमुळे

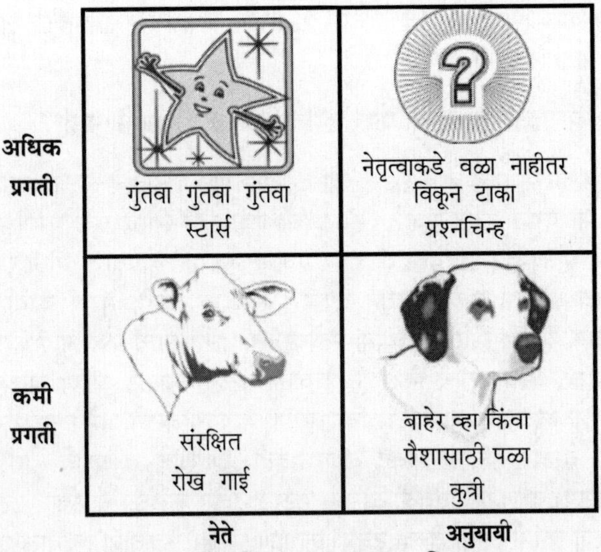


**आकृती २.२ मूलभूत नियम**

त्यांनी जे नेतृत्वस्थान निर्माण केलंय ते राखण्यासाठी ते जो काही खर्च करतील तो कधीही वाया जाणार नाही. नेतृत्वाचं महत्त्व जाणून काम करणं किती महत्त्वाचं आहे याची आम्हाला पूर्ण जाण होती. त्याचबरोबर स्टार व्यवसायाने त्याचा अग्रक्रम गमावल्यास केवढे नुकसान होईल हेही माहीत होते.

स्टारच्या नाण्याची दुसरी बाजू म्हणजे 'प्रश्नचिन्ह'. वेगाने वाढणाऱ्या बाजारात नेतृत्व व्यावसायिकाला अनुयायी असतो. काही वेळा ते संख्येने अनेकही असतात. द्वितीय स्थानावर असलेल्या या अनुयायाला पहिला क्रमांक मिळवायचा असतो. त्याला स्टार आव्हान द्यायचे असते. ते म्हणजे प्रश्नचिन्ह होय.

पहिल्या क्रमांकाच्या नेत्याला मागे टाकण्यासाठी या दुसऱ्या क्रमांकाच्या व्यावसायिकाने सर्व शक्ती पणाला लावावी का? ते करणं साधारणत: अवघड असतं. त्यासाठी पैसाही फार लागतो. शिवाय प्रयत्नांना यश येईलच असे नाही. प्रथम क्रमांकाला मागे टाकून अशा व्यावसायिकाने स्वत: प्रथम क्रमांक मिळविला तर तो स्टार व्यावसायिक झाला म्हणून समजायला हरकत नाही.

परंतु प्रयत्न फसला तर झालेला प्रचंड खर्च आणि श्रम हे वाया जाणार.

प्रश्नचिन्ह गटातील खातेदारांना बोस्टन गटानं अगदी निवडक सल्ला दिला. त्यांना विविध मार्ग सांगितले. काही जणांना प्रभाव वाढवून नेतृत्व प्राप्त करण्यास सुचविले. बऱ्याच जणांना त्यांचा व्यवसाय विकण्याचा सल्ला दिला. पैसा घालवायचाय

तर तो दुसऱ्या कोणाला घालवू दे असे सुचविले. प्रश्नचिन्ह गटातील लोकांनी त्याचं नाव राखण्याचाही प्रश्न होता.

## स्टार व्यवसायाची कल्पना फार लोकप्रिय का झाली नाही?

वाढ / हिस्सा तत्त्व हे १९७० च्या दरम्यान मोठ्या टीकेचे लक्ष्य झाले होते. ते उद्योजकांना पसंत पडत नव्हते. संघटनेचा पूर्वग्रह हे त्याचे एक मुख्य कारण होते. सर्वांनी एकत्र येऊन प्रयत्न केले तर एकाचे नुकसान होण्याची भीती राहणार नाही हे तत्त्व बोस्टन ग्रुपने पटवून देण्यास सुरुवात केली. मुख्य कार्यालयाने आपली योजना राबविण्याऐवजी त्यांनी प्रत्येक विभागाला त्यांचे ध्येय पूर्ण करण्यास सांगितले. मुख्य कार्यालयाचे नियोजन हे काही वेळा किचकट आणि अव्यवहार्य असते. चांगला व्यवसाय करून दाखविणाऱ्यांना या नियोजनाने अनेक वेळा नाराज केले. अशा वेळेस, ज्या साचेबंद व मध्यवर्ती प्रणालीचे ते प्रणेते होते, त्या पद्धतीचा पाठपुरावा करण्याऐवजी बोस्टन गटाने नवीन कल्पना व नवीन उत्पादने सुचवली. जणू त्यांनी आंघोळीच्या टबमधील पाणी बाहेर फेकताना त्यातील आपले मूलही बाहेर फेकले.

खास बाजारातील वैयक्तिक व्यवसायाच्या पातळीवर नव्या कल्पना उपयुक्त ठरल्या. सन १९९५ मध्ये मी विविध मार्ग सुचविणारे पुस्तक लिहिले. त्यावेळी वाढ/हिस्सा या तत्त्वामध्ये बदल करून ते छोट्या व्यावसायिकांना व मोठ्या व्यवसायातील छोट्या विभागांना सांगितले. त्याला चांगला प्रतिसाद मिळाला. ज्यांनी माझ्या सांगण्याचा प्रत्यक्षात उपयोग केला त्यांना तो उपयुक्त व व्यवहारी वाटला.[१] माझं हे, एकतर्फी सांगणं व्यावसायिक जगाच्या अगदी थोड्याच लोकांपर्यंत पोहोचलं आहे. मी गुंतवणुकीच्या ज्या खास जुन्या कल्पनांचा पाठपुरावा करतो आहे त्या समजून घेणारे फार कमी लोक आहेत. वैयक्तिकरित्या अथवा संस्थेच्या माध्यमातून स्टार तत्त्वाला अंगिकारणारे कुणीही आढळत नाही. ही स्थिती अशीच राहू दे व स्टार तत्त्वाचं महत्त्व हे फक्त तुमच्या आणि माझ्यातच राहू दे!

---

**१.** रिचर्ड कोच (२००६) द *फिनान्शियल टाईम्स गाईड टु स्ट्रॅटेजी* (लंडन : पिअर्सन) तृतीय सुधारित आवृत्ती. व्यक्ती आणि संस्थांना विविध मार्गांची माहिती पुरविणारे हे मार्गदर्शक पुस्तक आहे. ज्या उद्योजकांना या मार्गाबद्दल सविस्तर माहिती हवी आहे, त्यांनी रिचर्ड कोच आणि पीटर न्युवेनह्युजन (२००६) यांचं *सिंपली स्ट्रॅटेजी* (लंडन : पिअर्सन) हे पुस्तक वाचावं. त्यासाठी सॉफ्टवेअरही उपलब्ध आहे. त्यावर तुम्ही तुमच्या व्यवसायाची माहिती भरून तुम्हाला हव्या असलेल्या यशासाठीचे मार्ग पाहू शकता.

# स्टार कल्पनेचे सामर्थ्य

*कल्पना इतिहासाच्या मार्गांना आकार देतात.*

***जॉन मेनार्ड किनेस***

**स्टा**र व्यवसायामुळे लाभ झालेला मी एकटाच उद्योजक किंवा गुंतवणूकदार नाही. खाण व्यवसाय सोडला तर बाजारातील प्रत्येक शेअरने लोकांचे भाग्य उजळले आहे. तो शेअर वेगाने वाढणाऱ्या बाजारातील खास नेतृत्व असलेल्या व्यवसायाचा होता.

गुगल हा स्टार व्यवसाय होता आणि आजही आहे. इतर कोणत्याही वाहिनीपेक्षा तो कितीतरी पटीने मोठा आहे. त्याची स्थापना १९९८ मध्ये झाली. आज मितीस रोज ९ कोटी १० लाखाहून विचारणा त्यांच्या साईटवर होत असतात. दरवर्षी त्यांचा व्यवसाय दुपटीने वाढतोय. सध्याची गुगलची १२३ बिलियन डॉलर्स ही किंमत आश्चर्यजनक आहे.

ॲमेझॉन हा स्टार व्यवसाय होता आणि आहे. ऑनलाईन पुस्तके मोठ्या नफ्याने विकणारी ही कंपनी आहे. इतर व्यवसाय धरून २००५ मध्ये ॲमेझॉनचं उत्पन्न ८.५ बिलियन डॉलर्स होतं. सध्या त्याची बाजारातील किंमत १३.५ बिलियन डॉलर्स आहे.

नेटस्केप ही कंपनी १९९४ मध्ये सुरू झाली. वेब ब्राऊजर बाजारात ती स्टार म्हणून उदयास आली. एओएलने नेटस्केप १९९९ ला ४.२ बिलियन डॉलर्सला विकत घेतली. नेटस्केपच्या संस्थापकाला – जिम क्लार्कला – चांगलाच लाभ झाला. परंतु एओएलला तो महागात पडला. कारण मायक्रोसॉफ्ट एक्सप्लोरर ब्राऊजरने नेटस्केपचं स्थान त्या आधीच बळकावलं होतं.

नेटवर व्यक्ती-व्यक्तीमध्ये विक्री करण्यात ई-बे कंपनी स्टार होती. ऑनलाईन

लिलाव करून विक्री करण्यातही ही स्टार होती. १९९५ मध्ये स्थापन झालेल्या ई-बेचे १८० मिलियन खातेदार आहेत. शेअर मार्केटमध्ये त्यांचे मूल्य ३९ बिलियन डॉलर्स आहे. याचा अर्थ प्रत्येक खातेदाराची आर्थिक संपत्ती २१७ डॉलर्स इतकी आहे!

सन १९९५ मध्ये याहूने शोध साईट म्हणून सुरुवात केली. दिवसागणिक ते या साईटमध्ये अधिक उपयुक्त माहितीची भर घालत गेले. त्यांचे बहुतेक व्यवसाय स्टार दर्जाचे आहेत. ३५ बिलियन डॉलर्सच्या या कंपनीचे ४०० मिलियन ग्राहक आहेत.

ई-नेटवर्क क्षेत्रातील तज्ज्ञ व्यवसायासाठी प्रचंड स्टार दर्जाला वाव आहे. न्यूज कॉर्पोरेशनने केवळ दोन वर्षे व्यवसाय केलेली मायस्पेस ही कंपनी २००५ साली ५८० मिलियन डॉलर्सना विकत घेतली. फेसबुकसाठी पैसे लावणाऱ्यांच्या मते फेसबुकची किंमत ८ बिलियन ते १० बिलियन डॉलर्सच्या दरम्यान आहे. इंटरनेटवर मित्रांना ऑनलाईन मोफत बोलू देणारी स्काईप ही कंपनी अचानक उदयाला आलेली स्टार आहे. केवळ २ वर्षांत ती २.६ बिलियन डॉलर्सला ई-बे कंपनीने खरेदी केली. स्काईपला आता ३० वर्षांखालील १०० मिलियन ग्राहक मिळाले आहेत.

वैयक्तिक संगणकाचा व्यवसाय वेगात वाढतोय. आय.बी.एम.शी करार केल्यावर गेल्या २० वर्षांत या क्षेत्रात मायक्रोसॉफ्टकडे नेतृत्व आले. हे खास क्षेत्रातील स्टार नेतृत्व आले, तेव्हा मायक्रोसॉफ्ट अगदी छोटी कंपनी होती. आता ती २७१ बिलियन डॉलर्सची जगातील सर्वांत मोठी सॉफ्टवेअर कंपनी झालीय.

सन १९९० पर्यंत जीव तंत्रज्ञानावर आधारित कंपन्या फायदेशीर ठरत नव्हत्या. त्यानंतर अशा कंपन्यांचं पीकच आलं. ॲमजेन आणि जेनेनटेक या प्रत्येकी ८३ बिलियन डॉलर्स कंपन्यांकडे या खास क्षेत्रातील नेतृत्व आलं.

१९६८ मध्ये सुरू झालेली इंटेल कंपनी वेगाने वाढली, सेमी कंडक्टर बनवणारी ती जगातील सर्वांत मोठी कंपनी झाली. तूर्तास पी.सी. मायक्रोप्रोसेसर मध्ये त्यांचा ८०% हिस्सा आहे. कित्येक दशके हा व्यवसाय वेगाने वाढत होता. त्यांना स्टार स्थान प्राप्त झाले होते. सध्याही इंटेलचा व्यवसाय व नफा दरवर्षी १०% ने वाढत आहे. एक वेळ अशी झाली होती की इंटेल बुडणार होती आणि त्यांच्या समभागाचे दर खूप घसरले होते. परंतु त्यांना प्राप्त झालेल्या स्टार दर्जाने त्यांना सावरले. आता ही कंपनी ११५ बिलियन डॉलर्सची आहे.

जगातील सर्वांत जास्त पोलाद उत्पादन करणारी कार्नेज स्टील ही स्टार कंपनी १९०१ मध्ये युएस स्टील कंपनीने घेतली. अमेरिकेला स्थलांतरित झालेल्या ॲण्ड्र्यू कार्नेजी (१८३५-१९१९) या दरिद्री स्कॉटिश नागरिकाला या वैयक्तिक

पण व्यापारी व्यवहारात ४८० मिलियन डॉलर्सचा निव्वळ नफा झाला. ही किंमत आश्चर्यकारक होती. अमेरिकेच्या एकूण संपत्तीच्या १% पेक्षा ही रक्कम जास्त होती.

त्यानंतर हेन्री फोर्डने नवीन स्टार व्यवसाय सुरू करून वाहन व्यवसायातील खास स्थान प्राप्त केले. १ जानेवारी १९१० रोजी हायलँड पार्क, डेट्रॉईट येथे फोर्डच्या वाहनांचा कारखाना सुरू झाला. वेगाने वाढणाऱ्या या कंपनीला युएस स्टीलनंतरचे दुसरे स्थान प्राप्त झाले. सन १९१० ते १९२० या काळात गाड्या खरेदी करणाऱ्या अमेरिकनांमध्ये ५ कोटीवरून ८ कोटीपर्यंत वाढ झाली. यामध्ये बहुतेक सर्वांकडे फोर्ड गाडी होती.

स्टार व्यवसायाचा तंत्रज्ञानाशी संबंध असला पाहिजे असे नाही. माझ्या पाच स्टार कंपन्यांपैकी फक्त एक कंपनी तंत्रज्ञानावर आधारित आहे. सर्वाधिक काळ चाललेली स्टार कंपनी म्हणजे कोकाकोला. १८८८ मध्ये सुरू होऊन १९९० पर्यंत म्हणजेच एक शतकाहून जास्त काळ ती स्टार राहिली– या कालावधीत जगभर मंदीची लाट पसरली होती. या पार्श्वभूमीवर कोला स्टार कंपनीच राहिली. दरवर्षी १०% ने या कंपनीची वाढ झाली. बाजारातील महत्त्वाचे स्थान अबाधित ठेवले.

या कालावधीत जरी मंदीची लाट होती, तरी १९२९ ते १९४५ या दरम्यान कंपनीचे मूल्य वाढते राहिले. दुसऱ्या महायुद्धाचा कंपनीने चांगला फायदा करून घेतला. पर्ल हार्बरनंतर कोकचे प्रमुख रॉबर्ट वुडरफ यांनी शपथ घेतली– "कंपनीला कितीही खर्च आलेला असला तरी, प्रत्येक गणवेशधारकाला कुठेही कोकाकोलाची बाटली ५ सेंटला मिळाली पाहिजे." साखर रेशन कपातीतून अमेरिकन सरकारने कोकाकोलाला मुक्त केले. अमेरिकन सैन्य दल विभागाने कोक कंपनीच्या अधिकाऱ्यांना तांत्रिक निरीक्षक दर्जा बहाल करून सैन्याजवळील प्लँट पाहण्यास सांगितले. हे कोकचे अधिकारी सैन्याचा गणवेश परिधान करीत. त्यांना कोक कर्नल्स म्हणून ओळखले जाई. जनरल आयझेनहॉवर, जनरल हे कोकचे शौकिन होते. त्यांनी उत्तर आफ्रिकेतून २९ जून, १९४३ मध्ये तार केली होती– '३ मिलियन कोकाकोलाच्या भरलेल्या बाटल्या बोटीने पाठवा. तसेच बाटल्या भरणे, धुणे, बंद करणे यांची तितकीच उपकरणेही, दर पंधरा दिवसाला पाठवा...'[२]

युद्धकाळात संपूर्ण युरोपमध्ये कोक लोकप्रिय झाला. युद्धानंतर अमेरिकन सैन्यदलाला जर्मनी आणि जपानमध्ये कोक पुरविण्याचे काम चालू राहिले. १९५०

---

**२.** मार्क पेंडरग्रास्ट (१९९३) संदर्भ – *देव, देश आणि कोकाकोला. ग्रेट अमेरिकन सॉफ्ट ड्रिंक व ते बनविणाऱ्या कंपनीचा अधिकृत इतिहास.* (लंडन : जॉर्ज विडनफिल्ड आणि निकोल्सन), पृष्ठ २०३. कोकाकोलाचे अधिकांश संदर्भ यातून घेतले आहेत.

पासून कोक आंतरराष्ट्रीय स्तरावर पोहोचला. १९८० ते १९९७ या काळात कार्यरत असलेले मुख्य कार्यकारी अधिकारी रोबेर्टो गोईझुटा, यांनी इतर मुख्य कार्य अधिकाऱ्यांपेक्षा अत्याधिक नफा कमविला व भागधारकांना श्रीमंत बनविले, ती एक ऐतिहासिक घटना ठरली. स्वत: संस्थापक नसूनही तो बिलिनिअर झाला. सध्या या कंपनीचे मूल्य १०४ बिलियन डॉलर्स आहे.

स्टार व्यवसायात मॅकडोनाल्डही आहे. १९४० मध्ये कॅलिफोर्नियामधील सॅन बर्नार्डिनो येथे मॅक व डिक या मॅकडोनाल्ड बंधूंनी एक कॉफी शॉप सुरू केले. १९४८ मध्ये त्यांनी जलद सेवा देणारी, एक नवीनच व्यवस्था सुरू केली. सगळ्या जगामध्ये फास्ट फूड हॅम्बर्गर ही संकल्पना पहिल्यांदाच राबवली जात होती. व्यवसाय वेगाने वाढू लागला. १९४८ ला सुरुवात केल्यावर १९५४ पर्यंत मॅकडोनाल्ड ब्रदर्सनी आठ नवी उपहारगृहे यशस्वीरित्या सुरू केली. मोजकेच पदार्थ ठेवले. सर्व वस्तू स्वयंचलित यंत्रावर तयार होत होत्या. कोणताही खंड न पडता सातत्याने पुरवठा करण्याचं तंत्र अवलंबलं. हेच त्यांच्या यशाचं गमक म्हणून आजतागायत ओळखलं जातंय. वेगानं वाढणारा स्टार व्यवसाय त्यांनी निर्माण केला. त्यांनी चांगला व्यवसाय केला; परंतु त्या व्यवसायाला असलेला प्रचंड वाव त्यांना ओळखता आला नाही. रे क्रॉकने मॅकडोनाल्डला या पृथ्वीतलावरील स्टार बनविले. त्यांनी १९५५ मध्ये मॅकडोनाल्डकडून अन्य प्रतिनिधी नेमण्याचे अधिकार मिळविले. एकूण व्यवसायाला आलेली प्रचंड मागणी ओळखून क्रॉकने १९६१ मध्ये २.७ मिलियन डॉलर्सना मॅकडोनाल्ड कंपनी विकत घेतली. आज मॅकडोनाल्ड कंपनी जगातील फास्ट फूड देणारी साखळी पद्धतीची सर्वांत मोठी कंपनी आहे. त्यात ४,४७,००० कर्मचारी आहेत. दररोज ५० मिलियन ग्राहकांना ते सेवा देतात. त्यांची विक्री २० बिलियन डॉलर्सची आहे. गेल्या २० वर्षांत व्यवसायातील वाढ मंदावली आहे. स्टार व्यवसायावरून ते 'रोख गाई' या दर्जावर येऊन बसले आहेत. तरीही आज ४८ बिलियन डॉलर्स किमतीची ही कंपनी आहे. ही किंमत क्रॉकने खरेदी केलेल्या किमतीच्या १७,७७८ पट आहे.

मॅकडोनाल्डच्या चौपट वॉल मार्ट आहे. ही जगातील मोठी किरकोळ विक्री व्यवस्था आहे. ६० वर्षांपूर्वी सॅम वॉल्टन या कर्तृत्ववान उद्योजकाने तिला स्टार बनविले. १९६० च्या पूर्वार्धात, स्वत:च्या वयाच्या अवघ्या ४० व्या वर्षी, सॅम वॉल्टनचे स्वत:चे सगळ्यात मोठे, स्वतंत्र विविध वस्तू भांडार होते. त्याचा हा पहिलावहिला स्टार व्यवसाय होता. नंतर अमेरिकेतील छोट्या गावांतून त्यांनी डिस्काऊंट स्टोअर सुरू करण्याचा निर्णय घेतला. सेंट रॉबर्ट, मिसोरी येथे १९६२ मध्ये त्यांनी पहिले दुकान थाटले. सुमारे ४० वर्षे, १९९० पर्यंत वॉल मार्ट स्टार राहिले. सध्या ती २०५ बिलियन डॉलर्स किमतीची रोख गाय आहे. तिने या

पृथ्वीतलावरील श्रीमंतांच्या पंक्तीत वॉल्टनना नेऊन बसविले आहे.

एनसायक्लोपीडिया ब्रिटानिका ही कंपनी अनेक दशके स्टार राहिली. पुढे अचानक ती मायक्रोसॉफ्टच्या एनकार्टा यांच्या मागे पडली. सध्या ऑनलाईन असलेल्या विकीपिडिया यांच्याही ती मागे पडली आहे. विकीपिडिया आता स्टार होत आहेत. विकीपिडियाचा वापर दररोज ५० मिलियन ग्राहक करीत आहेत. वर्षाला १००% वाढ होत आहे. कित्येक बिलियन डॉलर्सची ही कंपनी आहे.

अशी अनेक उदाहरणे आहेत. आयकेआ फर्निचर, साऊथ वेस्ट, रेनेअर व इझीजेट यासारख्या बजेट एअरलाईन्स, सोनी वॉकमन, यामाहा, होंडा मोटरसायकल्स, क्लब मेड, अमेरिकन एक्स्प्रेस, फेडरल एक्स्प्रेस, द अॅपल मॅक, अॅपल आयपॉड, थ्री एम, टॉईज आर यस, श्वाब ब्रोकरेज, इंट्यटुस क्वीकेन फिनान्शिअल सॉफ्टवेअर ऑफिस डेपो, नाईके, डेल कॉम्प्युटर कॉर्पोरेशन, ऑटो ट्रेडर, ज्युटर्स अशा अनेक कंपन्या एके काळी स्टार व्यावसायिक होत्या. प्रचंड नफा कमावत होत्या. स्पर्धेत न टिकल्यामुळे काहींचे स्टार स्थान गेले. बाजारात मंदी आली तेव्हा काही जणांकडे नेतृत्व राहिले आणि ते मौल्यवान 'रोख गाय' झाले.

प्रत्येक महत्त्वाचा शोध, नवे उत्पादन, नवी सेवा स्टार व्यवसायामध्ये रूपांतरित झालीच असं खात्रीने म्हणता येत नाही. तसं म्हणणं म्हणजे अतिशयोक्ती होईल. परंतु प्रत्येक स्टार व्यवसायानं मालकाला मोठी संपत्ती मिळवून दिली आहे.

शहरे आणि राज्येसुद्धा मौल्यवान स्टार बनून इतर कुणी आव्हान देऊ शकणार नाहीत इतकी पुढे जाऊ शकतात. शेख महंमदने १९९० मध्ये दुबई हे वेगाने वाढणारे, पर्यटनयोग्य असे मध्यपूर्वेकडील शहर बनविण्याचे ठरविले. आता दुबई शहर वाळवंट आणि समुद्रात वाढत असून ते तिप्पट मोठे झाले आहे. २००२ पर्यंत केवळ अरबी लोक घर खरेदी करू शकत. आता युरोपिअन, अमेरिकन, रशियन, चिनी, भारतीय आणि जपानी गुंतवणूकदार फ्लॅट, बंगले खरेदी करीत आहेत. नव्याने तयार झालेले बिजो आयर्लंड ब्रॅन्सन, बेकहम, परदेशी लोक यांनी व्यापून टाकले आहे. दुबईमध्ये मोनोरेल, सहा पदरी विमानतळ सुरू होत आहे. अशी गुंतवणूक होत असताना बाहरिन किंवा ओमान या शेजारी शहरांना दुबईला गाठणं कठीण आहे. सुखसुविधा, परदेशी गुंतवणूक या सर्वच क्षेत्रांत दुबई १० वर्षे पुढे आहे, एवढंच नाही, तर दुबईने ग्राहकांच्या मनात स्वत:चे खास असे स्थान निर्माण केले आहे. ग्राहकांच्या मनामध्ये दुबईबद्दल एक खास स्थान निर्माण झाले आहे. दुबईच्या नावानं एक सुरक्षित स्टार निर्माण झाला आहे. १९९५ पर्यंत दुबईचे स्वत:चे असे बाजार स्थान निर्माण झाले नव्हते. अनेक देशांना दुबईसारखी स्वत:ची जागा निर्माण करता आली असती.

मी गेली ३० वर्षे स्टार कल्पनेचा पुरस्कर्ता आहे. त्यांनी मला कधीही पराभूत

केले नाही. ज्यांना मी या कल्पनेकडे वळविले, त्यांनाही कधी अपयश आले नाही.

मला ही बाब विशेष वाटते. एक कल्पना एवढी मोठी संपत्ती प्राप्त करून देते. स्टार स्थान असलेल्या भाग्यवान कंपन्यांच्या नफ्यातला मोठा भाग, काही वेळा तर १००% भाग हा स्टार स्थितीमुळे प्राप्त होतो. संख्येने कमी असलेले स्टार व्यवसाय खात्रीशीररित्या एवढी प्रचंड संपत्ती कशी जमा करू शकतात? या उलट काही कंपन्यांची शक्ती उत्पादन व व्यवसाय करण्यात जात असते. त्यांनी गाळलेला घाम, ढाळलेले अश्रू, श्रम, पैसा हे पाहता त्यांना फारच थोडा नफा झालेला असतो. काही अतीव कष्ट करतात आणि त्यांच्या पदरी फारसे काही पडत नाही. पण काही सुपरस्टार व्यावसायिक कमी श्रमात भरपूर कमावतात.

हे विश्व ज्या जागी चांगलं भाग्य, भविष्य निर्माण करतं, त्या जागी 'स्टार' असतात. संपत्तीचा स्रोत स्टार आहे. काम करण्याची जागा म्हणजे स्टार.

तुम्हाला एक गोष्ट माहीत असेल तर बस आहे. ती म्हणजे स्टारची शक्ती. त्यावर विश्वास ठेवा आणि कामाला लागा.

ही एक गोष्ट माहीत झाल्यावर मग युक्तीने व्यावसायिक जीवन जगणे ही एकच मेख राहते. दुसऱ्यांनी जाणण्यापूर्वी तुमचा स्टार शोधा. स्टारचं स्थान अबाधित ठेवा. स्टार कल्पनेचे प्रणेते म्हणून काम करीत राहा. स्टारमधून अधिकाधिक नफा मिळवा. हे कसं करायचं हे पुढील भागात सांगितलंय. पण लक्षात ठेवा, स्टारवर विश्वास हवा. विश्वास ठेवा कारण ते सत्य आहे. उद्योगव्यवसाय विश्वातील ते एकमेव महत्त्वाचं सत्य आहे. ते तुमची भरभराट करेल.

# प्रत्येकासाठी स्टार आहेत

*पृथ्वी नामक जहाजामध्ये प्रवासी नाहीत.*
*आपण सारेच अधिकारी व खलाशी आहोत.*

***मार्शल मॅक्लुहान***

तुम्हाला स्टार व्यवसायाची कल्पना नीट समजली तर तुमचं संपूर्ण आयुष्य तुम्ही बदलू शकाल, हेच माझं सांगणं आहे.

यावर काहीजण म्हणतात, "हे मला लागू नाही. माझ्याकडे गुंतवायला शिल्लक पैसे नाहीत. उद्योजक बनण्यासाठी आवश्यक गुण माझ्यामध्ये नाहीत."

मी त्यांना सांगतो, "काही हरकत नाही. जगण्यासाठी तुम्ही काम तर करता ना?"

"हो."

"मग ते तुम्हाला लागू पडतं. तुम्ही स्टार व्यवसायात काम करून तुमचं आयुष्य बदलू शकता."

"मी ते का करावं? त्यामुळे माझ्यामध्ये कोणता फरक पडणार आहे?"

"स्टार व्यवसायात काम करणं खूप आनंदाचं असतं. त्यातूनच खूप पैसा मिळतो."

"ते कसं?"

"पहिली गोष्ट म्हणजे स्टार व्यवसाय हाती पैसे देऊ लागतो. तो तुमच्या उदारपणाला वाव देतो. तुमच्या एकनिष्ठतेला आणि कौशल्याला तो इतर व्यवसायांच्या तुलनेत अधिक मोबदला देतो. तो यशस्वी होतो. माझ्या आतापर्यंतच्या अनुभवावरून मी सांगतो, छोट्या, वाढत्या, यशस्वी धंद्यामध्ये काम करण्यासारखी गंमत नाही. स्टारमधील स्टार बनणं आपल्याला सोपं जातं. बढती मिळते, जादा बोनस घेता

येतो, समभाग मिळाले तर त्याची किंमत कल्पनेपलीकडे वाढलेली असते. आपण काही करू शकल्याचा आनंद मिळतो. बाजारात बदल करू शकलो, ग्राहकांना जिंकताना आलेले रोमांचकारी प्रसंग, यशप्राप्तीच्या संघामध्ये समाविष्ट होणं हे सारं घडू शकतं.''

इतकंच नाही तर काही रक्कम अन्य स्टार व्यवसायांत गुंतवा. तुमचा पैसा गुणाकाराने वाढेल. तुम्ही श्रीमंत व्हाल.

स्टार नसलेल्या कंपनीपेक्षा स्टार व्यवसायात काम करणे खूपच चांगले. साधारणत: ९५ ते ९९% व्यवसाय स्टार नसतात. त्यामुळे आता तुम्ही स्टार नसलेल्या कंपनीत काम करीत असण्याची शक्यता आहे. तुम्हाला स्टार व्यवसायात काम करायला मिळालं तर तुमचं जीवन किती चांगलं जाईल याची कल्पना करा.

स्टार व्यवसायातील कर्मचाऱ्यांपैकी तुम्ही असाल तर अधिकच चांगलं. पहिल्या २० कर्मचाऱ्यांपैकी असणं यात खूप समाधान व महत्त्व आहे. तो खरा उद्योजक मानला जातो.

## अनेक डोक्यांचा उद्योजक

उद्योजक म्हणजे काय याचा नुकताच अभ्यास करण्यात आला. मायकेल गेर्बरसारख्या लेखकाने आपल्या लेखात म्हटलंय, 'व्यवसाय यशस्वी करणारे हे उद्योजक असतात.' हे खरंच आहे, परंतु हे लेखक त्या पलीकडे पोहोचत नाहीत.

प्रत्येक नव्या व्यवसायामध्ये एक महत्त्वाची व्यक्ती असते. काही वेळा नवा व्यवसाय यशस्वी करण्यात एकापेक्षा अधिक व्यक्ती असतात. एका संस्थापकाची कल्पना त्याच्या सहकाऱ्यांसह पुढे जात असते. संस्थापकाचं ते वाहन असतं. अशा सहकाऱ्यांच्या विचारविनिमयातून व्यवसाय यशस्वी होतो. यात सुरुवातीच्या २० जणांचा समावेश होतो.

व्यवसायाच्या यशस्वितेमध्ये दोन जणांच्या भूमिका महत्त्वाच्या असतात. पहिला म्हणजे संस्थापक. काही वेळा संस्थापकांचा ३/४ जणांचा गट असतो. दुसरा गट असतो सुरुवातीच्या १२ ते २० कर्मचाऱ्यांचा. संस्थापक आणि कर्मचाऱ्यांमधील विचारविनिमयावरून व्यवसायाचा दर्जा ठरत असतो. माझ्या दृष्टीने संस्थापक आणि सुरुवातीचे कर्मचारी हे उद्योजक होत. त्यांची वैयक्तिक आणि सामूहिक ऊर्जा ही व्यवसाय किफायतशीर आणि अद्वितीय बनवत असते. खरं पाहिलं तर ग्राहकांशी व संभाव्य ग्राहकांशी अधिक संपर्क येतो तो कर्मचाऱ्यांचा, ते व्यवसायाची तत्त्वे सांगून त्यास आकार देत असतात.

उद्योजकतेला महत्त्व देणाऱ्या कंपन्या मला आवडतात. अमेरिका, युरोप, आशिया येथे कामे व संपत्ती त्यांनी निर्माण केली. या उलट बलाढ्य कंपन्यांनी

जळवांप्रमाणे आर्थिक जगताचे शोषण केले. परंतु एका व्यक्तीमुळे नवीन व्यवसाय चालतो हे मला पटत नाही. हा विचार आत्तापर्यंतच्या माझ्या अनुभवाशी सुसंगत नाही. मी आत्तापर्यंत ज्या व्यवसायात काम केले आहे, जिथे गुंतवणूक केली आहे तिथे यशस्वी माणूस म्हणून एकच व्यक्ती ठरविणे अवघड झाले आहे.[३] उद्योजकाबद्दल बोलण्याऐवजी आपण अनेक उद्योजक किंवा सामूहिक उद्योजक या अर्थाने बोलले पाहिजे.

उद्योजकता म्हणजे लोक, हा शब्द अनेकवचनी घ्यायचा. यामध्ये पहिल्या चार कर्मचाऱ्यांचा नव्हे तर प्रथम आलेल्या २० कर्मचाऱ्यांचा समावेश करावयाचा. हा संघ आहे. या संघाला भावना आहेत. तोल आहे. कंपनीला एक डीएनए असतो. तो संस्थापकाचा नसतो, संस्थापक कितीही मोठा असला तरी. किंबहुना संस्थापक जितका प्रभावशील तितके प्रश्न अधिक उद्‌भवतात. अन्य लोक अधिक परावलंबी होतात. नव्या व्यवसायात ज्याने काम केले आहे त्याला ते पटेल. ज्याने क्वचितच एखादे धाडसी काम स्वीकारले आहे आणि जो पत्रकार व विचारवंतांचा लाडका आहे, असा एखादा नवीन उद्योजक काही दंतकथांवर विश्वास ठेवू शकतो आणि अशा या दंतकथा आपल्याला निखालस सत्य जाणण्यापासून परावृत्त करतात.

नव्या व्यवसायात अडचणी या असतातच. खास व्यवसायात केलेल्या खास क्षेत्रात स्टार व्यवसाय सुरू होतो. नव्या व्यवसायाच्या केवळ कल्पनेने तो व्यवसाय नावारूपाला येत नाही. कोणीतरी या कल्पनेला मूर्त रूप देत असतं. चौकस ग्राहकाकडून व्यवसाय मिळविण्याचे काम कोणीतरी करीत असते. स्पर्धक वर डोके काढणार नाहीत हे कोणाला तरी पाहावे लागते. सुरुवातीच्या ग्राहकाला चांगला माल व सेवा देऊन ते पुन्हा आपल्याकडे येतील हे कोणाला तरी करावे लागते. उत्पादनामध्ये सुधारणा करून स्पर्धक जवळपास येणार नाहीत हेही काम कोणाला तरी करावे लागते. दुकानाकडे पाहावे लागते. नवी नोकरभरती करावी लागते.

---

**३.** ते काही वेळा इझीजेट असतात. ते स्टेलीओस हाजी ओ ॲनॉ, साऊथवेस्ट एअरलाईन्स ऑफ हर्ब केलेहर, डिस्ने ऑफ वॉल्ट डिस्ने, फर्निचर ग्रुप डीएफएस ऑफ ग्रॅहॅम किरखाम, अशांपैकी असतात. पण यात एक गंमत आहे. अशा व्यवसायामध्ये जितकी अधिक अंदर की बात लक्षात येईल तितके संस्थापकांचे महत्त्व फारसे नसल्याचे आढळून येईल. संस्थापक मोठी कामे करतात; पण त्यांच्या चुकाही मोठ्या असतात. त्यांना दुरुस्त करणारे लोक जवळपास लागतात. पालकांप्रमाणे संस्थापकांची गरज असते. परंतु ते पुरेसे नसतात. रिचर्ड ब्रॅन्सनला सारेजण यशस्वी संस्थापक मानतात. परंतु त्याच्याभोवती सुरुवातीला असणारे मित्र, सहकारी यांच्यामुळेच तो यशस्वी झाला.

त्यांना व्यवसायाचे स्वरूप समजावून सांगावे लागते. इतरांपेक्षा आपण वेगळे आणि चांगले कसे हे शिकवावे लागते.

ही कामे कोण करते? यात संस्थापकांपैकी एक-दोनजण असतील, पण बहुतेक कामे सुरुवातीच्या कर्मचाऱ्यांना करावी लागतात. त्यामुळे व्यवसायाची भरभराट होऊ लागते; व्यवसायाचे मूल्य वाढते. अनेक वेळा ते संस्थापकांसाठी नव्हे तर स्वत:हून काम करीत असतात. हे कोणीतरी म्हणजे खरे उद्योजक व मूल्य निर्माण करणारे असतात.

अजून एक व्यवसाय आहे. तो अद्याप मी स्टार यादीत समाविष्ट केलेला नाही. तो आहे – ग्रेट लिटल ट्रेडिंग कंपनी. ही कंपनी श्रीमंत आयांच्या लहान मुलांसाठी लागणाऱ्या सर्व वस्तू, कॅटलॉग व वेबसाईटवरून पुरविते. त्याचा प्रमुख जेमी रिव्हे याचा अनेक डोक्यांच्या उद्योजकतेवर विश्वास आहे. त्याच्या अठरा कर्मचाऱ्यांना त्याने एकच हुद्दा दिलाय. सहकार्यातून यशप्राप्ती होते हे सांगत त्याने अठराही जणांना 'ऑफिस ज्युनिअर' हा हुद्दा दिला. तो चमत्कारिक वागणारा नाही. त्याने या हुद्द्याबरोबरच भागभांडवलही सहकाऱ्यांना दिले. अनेक डोक्यांचा उद्योजक असताना सहकाऱ्यांना भरपूर लाभांश दिल्याचं एक उदाहरण सांगतो. बेन अँड कं.ने काढलेली बेन कॅपिटल ही कंपनी सल्लागार सेवा देत होती. त्यामध्ये मी एकेकाळी भागीदार होतो. त्यांच्या व माझ्यात तीन सामायिक सवयी आहेत.

★ आपण गुंतवणूक करण्यामध्ये फार मर्यादित क्षेत्रे निवडतो. सध्याच्या गुंतवणुकीत वाढ करतो. त्या दीर्घ मुदतीत करण्याकडे कल असतो. विकून नव्या गुंतवणुकी करण्यास उत्सुक नसतो.
★ ज्या व्यवसायात गुंतवणूक करतो त्या व्यवसायाच्या कार्यपद्धतीत लक्ष घालतो. मुख्य अधिकाऱ्याला मार्गदर्शन करीत राहतो.
★ आपल्या गुंतवणुकीच्या परताव्याबद्दल आपल्या फार मोठ्या अपेक्षा असतात. शेअर विक्रीच्या वेळी किती किंमत येईल इकडे लक्ष असते.

बेन कॅपिटलच्या जवळजवळ सर्व गुंतवणुकी स्टार आहेत. बेन कॅपिटलकडून परतावा किती मिळतो?

खूपच चांगला. त्या क्षेत्रात जगात सर्वोत्कृष्ट. पहिल्या दहा वर्षांत, दरवर्षी त्यांच्या गुंतवणुकीची किंमत दुप्पट होत गेली. त्याला जोखीम भांडवलदार १००% अंतर्गत लाभ दर म्हणतात. यात चक्रवाढ दराने दरवर्षी मूल्य वाढत जाते. हा दर १०% ते २०% असतो. सर्वोत्कृष्ट दर म्हणजे ३०%, आश्चर्यकारक दर म्हणजे १००%. जर तुम्ही १०,००० डॉलर्स गुंतवणुकीने सुरुवात केलीत व दरवर्षी ती दुप्पट झाली तर १० वर्षांनी ती १० मिलियन डॉलर्सपेक्षा अधिक होते.

**तुम्ही कर्मचारी असाल तर...**

★ नवीन सुरू झालेली लहान स्टार व्हेंचर कंपनी पहा. त्यात सध्या थोडेच कर्मचारी आहेत. वेगाने वाढणाऱ्या खास बाजार क्षेत्रातील हा व्यवसाय आहे याची खात्री करा (यासाठी प्रकरण ११ व १२ पाहा).

★ पहिल्या २० कर्मचाऱ्यांपैकी एक व्हा.

★ कंपनीतील शेअर्स विकत घेऊ देणारी अथवा पुढे शेअर मिळवू देण्याचा पर्याय देणारी कंपनी असावी. पुढे तुमच्या शेअरची किंमत चांगली होईल. तुम्हाला चांगला लाभ होईल.

★ गुंतवणुकीसाठी स्टार दिसताच ती संधी घ्या. शक्य आहे तितके पैसे गुंतवा. जागरूकतेने संधी शोधा.

★ स्वतः मालक असल्याप्रमाणे विचार करा. ही तुमची कंपनी आहे. त्यात महत्त्वाची भूमिका बजवा. तुम्ही कोणीतरी होऊ शकता. तुम्ही सही करताक्षणी कोणीतरी झालेले असता.

★ व्यवसाय यशस्वी होणार याची खात्री बाळगा. त्याबरोबर तुम्हालाही यशप्राप्ती होणार आहे. स्टार किती उच्च पातळीवर आहेत हे जाणून काम करावे. महत्त्वाकांक्षा बाळगा. विस्ताराकडे कल ठेवा, कल्पक राहा, भविष्याकडे पाहा, द्रष्टेपणा ठेवा. बाकीचे लोक कंपनी किती मोठी होईल म्हणतात ते पाहा. त्यावर एक किंवा दोन शून्ये वाढवून ते तुमचे ध्येय ठेवा.

★ खालील चार बाबींचा विचार करून योजनेची कृतीमध्ये अंमलबजावणी होते आहे का हे ठरवा.

  - बहुतांश ग्राहकांपर्यंत पोहोचेल अशी व्यवस्था झाली आहे का?
  - ग्राहकांच्या अपेक्षा ध्यानात घेतल्या आहेत का?
  - ग्राहक समाधानी आहे का?
  - कंपनीला नियमितपणे चालवण्यासाठी विश्वासपूर्ण काम करण्याची पद्धती राबवली जात आहे का? दरवर्षी खर्चात कपात करून उत्कृष्ट निकाल दिला जात आहे का? तसे होत नसेल तर कोणती बाजू कमी पडते ते पाहा. त्यात तुम्ही मदत करा.

जर तुम्ही स्टार कंपनीमध्ये नोकरी करीत नसाल तर लवकर तशी कंपनी शोधून काढा. त्याची कारणे–

★ आनंद – वेगानं वाढणाऱ्या कंपनीत काम करणं आनंददायी असतं. तुमचे

पाय तिथे जमिनीवर असतात.

★ वैयक्तिक प्रगती – पाहिजे त्या क्षेत्रात प्रगती करा. तिथे अनेक विभाग उपलब्ध असतात.

★ तुम्ही कोणीतरी व्हाल – कंपनीमध्ये लवकर आल्याने तुमच्या इच्छा-आकांक्षा कामात प्रतिबिंबित होऊ लागतील. मोठ्या जुन्या कंपनीत तुमच्या मनाला पाहिजे तितकी किंमत असणार नाही, छोट्या प्रमाणावर सुरू झालेल्या कंपनीत तुम्ही कोणीतरी असणार आहात.

★ तुम्हाला लवकर, खात्रीने, सहज बढती मिळेल. वेगाने वाढणारी कंपनी ही हळू वाढणाऱ्या कंपनीपेक्षा वेगळी असते. वेगाने वाढणाऱ्या कंपनीत हुशार माणसांची नेहमीच कमतरता असते. गळती बुजवायला लागणाऱ्या माणसांपेक्षा भोकेच जास्त असतात. काम करणाऱ्याला तिथे भरपूर वाव असतो. साहेब सेवानिवृत्त होण्याची वाट पाहावी लागत नाही. तुम्ही जबाबदारी उचलायला तयार असाल तर ते काम तुम्हाला करायला मिळते.

(मी बीसीजी ही १०% ने वाढणारी कंपनी सोडली आणि बेन अँड कं. जी ४०-५०% ने वाढत होती, त्यामध्ये प्रवेश केला. तेव्हा मला वरील मुद्दा ध्यानात आला. दोन्हीकडे कामाचं स्वरूप तेच होतं. परंतु बीसीजीमध्ये बढती मिळविण्यासाठी मोठी रांग होती, तर बेनमध्ये माझ्यापुढे कोणीच नव्हतं. माझं बीसीजीमध्ये जमलं नाही. त्यांची बोलणी ऐकूण घेण्यापेक्षा मीच राजीनामा दिला. बेनमध्ये मी स्टार बनलो. दोन वर्षांत दोन बढत्या मिळाल्या. वयाच्या ३० व्या वर्षी भागीदार झालो. माझ्या कामात बदल झाला नव्हता. मीही तोच रिचर्ड कोच होतो, प्राप्त झालेली संधी मात्र मोठी होती.)

★ दीर्घ काळाचा विचार करता अशा ठिकाणी चांगले पैसे मिळतात. भरपूर बोनस मिळतो. एकदा का स्टार व्यवसायात एक विशिष्ट पातळी गाठली की भरपूर फायदा व्हायला लागतो. त्याचा भाग कर्मचाऱ्यांकडे वळू लागतो. बढती प्राप्त होण्यापूर्वीही चांगले पैसे मिळतात. बेन येथे मी ३० महिन्यांत कमविलेले पैसे हे बीसीजीमधील माझ्या उत्पनाच्या तिप्पट होते.

★ तुम्ही भरपूर पैसे कमवू शकता. पगाराशिवाय शेअर्स व त्याचे पर्याय वापरून नफा होतो. तुम्ही शेअर्स किती आधी खरेदी करता आणि त्याच्या खरेदी विक्रीतील लाभ कसे पकडता यावर ते अवलंबून आहे.

## नवीन व्यवसाय सुरू करण्याची तुमची पात्रता आहे का?

नवीन व्यवसाय सुरू करताना कोणती गोष्ट सर्वांत महत्त्वाची आहे हे ठरवा. पुढील प्रत्येक गटातील विधान निवडा.

**गट १ :** अ – कष्ट व जादा वेळ काम, ब – यश मिळविणार ही इच्छा, क – वाढत्या बाजाराची निवड, ड – योग्य माणसांची माहिती.

**गट २ :** अ – बरोबरची माणसं, ब – काय व्यवसाय करायचा याची नीट कल्पना, क – आपल्या बाजारक्षेत्रातील नेता असणं, ड – व्यवस्थित संघटना बांधलेली असणं.

**गट ३ :** अ – भरपूर पैसा असणं, ब – ग्राहकांना काही नवे व आकर्षक असे देणं, क – विशेष पद्धतीची कंपनी उभी करणं, ड – जो सर्वांशी संवाद साधून स्वयंप्रेरित नेतृत्व सिद्ध करेल असा उत्कृष्ट संस्थापक असणं.

**गट ४ :** अ – सर्वानुमते निर्णय घेणं, ब – नफा मिळवित असतानाच ग्राहक खूश राहील अशा योजना आखणं, क – कंपनीचं नाव-ब्रँड तयार करणं, ड – सर्वांनी करावयाची कामं व त्यांच्या जबाबदाऱ्या याची नियमावली असणं.

**गट ५ :** अ – पैशाच्या जमाखर्चावर बारीक लक्ष ठेवणे, ब – उच्च वाढीच्या खास क्षेत्रातील नेतृत्व असणं, क – चांगलं उत्पादन असणं आणि त्याबाबतीत उत्साही असणं, ड – सर्व कर्मचारी सुखाने आणि एकीने राहतील असं पाहणं.

**गट ६ :** अ – प्रत्येकाच्या कौशल्याचा वापर होईल असं काम निर्माण करणं, ब – बाजारामधील मागणी आणि पुरवठा यातील अंतर शोधून काढणं आणि तिचा संधी म्हणून वापर करणं, क – स्पर्धकाच्या नेहमी पुढे राहणं, ड – व्यवसायाचा आराखडा तयार करणे आणि त्याप्रमाणे काम करणं.

**आता तुमच्या उत्तरांना पुढीलप्रमाणे गुण द्या.**

प्रत्येक अ ला ३ गुण,
ब ला ५ गुण,
क ला ४ गुण,
ड ला ० गुण
तुमच्या गुणांची बेरीज करा (किमान ० कमाल ३०).

**तुमच्या गुणांचा अन्वयार्थ :**

**२५-३० गुण** – उद्योजक म्हणून पैसे कमवायची तुमची मनापासून इच्छा आहे ना, मग ते तुम्हाला जमणार आहे.

**१८-२५ गुण** – तुम्ही योग्य मार्गावर आहात. चांगली संधी आहे. तुम्ही जिथे अ किंवा ड ची निवड केली आहे त्याकडे पुन्हा पाहा. या पुस्तकाचा पुढील भाग काळजीपूर्वक वाचा.

**१०-१७ गुण** – पुस्तक वाचा आणि मग पुन्हा प्रश्नपत्रिका सोडवा. तुम्हाला जोपर्यंत योग्य कल्पना सुचताहेत तोपर्यंत नवीन चांगला व्यवसाय करणं शक्य आहे.

**० - ९ गुण** – तुम्ही उद्योजक होण्यापेक्षा कर्मचारी होणेच उत्तम, पण नोकरी ही स्टार कंपनीत मिळवा. तुमची चांगली प्रगती होईल.

## संस्थापक किंवा होऊ घातलेले उद्योजक असाल तर...

तुम्ही व्यवसाय सुरू करणार असाल तर स्टार व्यवसायाची निवड करा. तुम्ही स्टार नसलेल्या व असलेल्या अशा दोन उद्योगांमध्ये समान प्रयत्न केलेत तरी त्यांचे निकाल वेगळेच प्राप्त होतील. स्टार व्यवसाय उभे करणे सोपे आणि फायदेशीर ठरेल. तुम्ही हे कसे साध्य कराल?

★ स्टार कल्पना शोधा – प्रकरण ८-१० मध्ये माहिती मिळेल. किंवा तुमच्या सध्याच्या व्यवसायाला स्टार बनवा. (उदा. तुमच्या व्यवसायातील छोट्या भागाला विकसित करा. त्याला स्टार करा.) तुम्हाला हवी असलेली माहिती प्रकरण ७ आणि १४ मध्ये प्राप्त होईल.

★ नवी कंपनी काढताना त्या व्यवसायाबद्दल जितका विचार करता तेवढाच पहिली २० माणसे निवडताना करा. ही माणसे किती महत्त्वाची आहेत हे जाणा.

★ अनेक डोक्यांचा उद्योजक ही कल्पना मनात रुजवा. कंपनीचे शेअर पहिल्या २० कर्मचाऱ्यांना उदार हस्ते द्या.[४] हे तुमच्या हिताचे नाही असे वाटत असेल तरी ते तुमच्याच हिताचेच आहे. छोट्या बीजाचे मोठे फळ होईल. स्टार व्यवसायात तर ते फार मोठे होईल. कर्मचाऱ्यांना खरंच मालक केले नाही तर त्यांच्यात आत्मीयता कशी निर्माण होईल?

★ स्टार व्यवसाय असूनही तो वेगाने वाढत नसेल तर त्याचे एक कारण म्हणजे, तुमच्याजवळ योग्य माणसे नाहीत. वाढीमध्ये येणारा अडथळा ओळखा व चांगली माणसं भरती करा.

---

**४.** मला नेहमी विचारलं जातं, 'किती?' खरोखरच याला कुठलंही चपखल उत्तर नाही. पण सर्वसाधारण नियमाचा विचार केला, तर क्रमांक २० च्या कर्मचाऱ्यांच्या साधारण दहापट भाग संस्थापक किंवा सर्वांत वरच्या व्यक्तींना देण्यात यावा. इतके दातृत्व फार कमी संस्थापक दाखवतात. मात्र ज्यांनी केवळ दहापट भाग स्वत:ला घेतले आहेत त्यांच्यावर पश्चात्तापाची पाळी कधीच येत नाही. दर्जा आणि मोबदला याचे प्रमाण १०:१ असेल तर, छोटा समूह चांगला बांधला गेला आहे, असे समजा. हे जमत नसेल तर, गट अजून लहान करा; पण प्रमाण तेच करा. छोटा गट म्हणजे  खर्च मात्र अधिक येणार.

★ स्वत: मागे राहण्याची तयारी ठेवा. जे एक-दोन प्रकल्प आवडत असतील, चांगले असतील त्यात काम करा. कामाचा आनंद घ्या.

## उद्योजक जन्माला येतो की तयार होतो?

याबाबतीत आम्हाला माहीत नाही हे खरं सत्य आहे. याबाबतीत कुठलेही संशोधन उपलब्ध नाही.

आपल्या प्रत्येकाचे काही लाडके सिद्धांत असतात. मी अनेक यशस्वी आणि अयशस्वी उद्योजक पाहिले आहेत. (त्यांची शास्त्रीय तपासणी केलेली नाही) नवे उद्योग सुरू करणाऱ्यांचे अनेक प्रकार पाहिले. एकसारखं व्यक्तिमत्त्व असणारे यशस्वी झाले तसेच अयशस्वीही झाले. काहीजण यश प्राप्त होण्यापूर्वी अनेक वेळा अयशस्वी झाले. काहींना मोठा फटका बसला आणि त्यांनी पुन्हा प्रयत्नच केला नाही.

यशप्राप्तीसाठी व्यक्तिमत्त्व कसं असावं या दृष्टीने सारासार बुद्धी व निरीक्षण केलं तर पुढील गुण असावेत. इच्छाशक्ती, आत्मविश्वास, स्वत:वरील श्रद्धा, निर्मितीक्षमता, वेगळ्या वाटेनं जाण्याचा विचार करण्याची शक्ती, जिथे बाकीचे वरवरचे पाहतात त्यात बारकाईने पाहण्याची क्षमता. नामवंत मानसशास्त्रज्ञांनी सांगितलेल्या (उदा. मेरेडिथ बेलबीन) गुणाशी हे गुण जुळतात असे वरकरणी वाटेल. परंतु त्यामध्ये घट्ट नात्याची वीण नाही.

यशस्वीतेसाठी नेहमी सांगितला जाणारा गुण म्हणजे परमेश्वरानं दिलेले सर्व तास काम करणे. मात्र हे सिद्ध होण्यास पुरेसा पुरावा उपलब्ध नाही. ही कथित गोष्ट आहे किंवा तो भास आहे.

यशस्वी उद्योजकतेसाठी अत्यावश्यक गुण सांगितले जातात. एक म्हणजे अविरत कष्ट घेणे. यशस्वी व अयशस्वी कार्यपालक, कंपन्यांचे प्रमुख यापैकी ९५% लोक हेच सांगतात. इच्छाशक्ती, दूरदृष्टी, नव्या कल्पना सुचण्याची क्षमता हे गुण कष्टापेक्षाही महत्त्वाचे आहेत. यात कष्टाला अधिक महत्त्व आहे सांगणारा पुरावा उपलब्ध नाही. एक मात्र खरं आहे. खूप कष्ट करणारे उद्योजक अयशस्वी झाल्याचं आढळतं. काही श्रीमंत उद्योजक, डोनाल्ड ट्रम्प, वॉरेन बफेट, रिचर्ड ब्रान्सन आणि बिल गेट्स हे मात्र कामाशिवाय इतर गोष्टी करताना आढळतात. (खेळ, प्रचारमाध्यमे, देणग्या देणे यात ते रममाण होताना दिसतात.) माझाही अनुभव असाच

आहे. मी कमी काम करून जादा पैसा कमवलाय. नवे यशस्वी उद्योग सुरू केले आहेत. कष्ट हा गुण अगदी गृहीत धरण्याची प्रथा आहे. तो यशाशी नकारार्थाने जोडला जात आहे. जणू काही काम केले नाही म्हणजे यश नाही.

या विषयाकडे वेगळ्या दृष्टिकोनातून पाहा. मोठे यश प्राप्त केलेले व्यवसाय हे स्टार, वेगाने वाढणारे असतात. काही लोक इतरांपेक्षा अधिक चांगल्या रितीने स्टार व्यवसाय निर्माण करतात.

त्याचं कारण, त्यांच्यामध्ये निर्मितीक्षमता, रूढीबाह्य विचार करण्याची पद्धती रुळलेली असते. त्यांना एखाद्या क्षेत्रातील पूर्ण माहिती असते. बाजाराची पूर्ण जाणीव असते. कोठे वाव आहे याचा अंदाज असतो.

माझा असा विश्वास आहे की आपण लोकांना पुढील गोष्टी शिकवू शकतो १) बहुतेक व्यवसाय स्टार नसतात. ते सोडून स्टार व्यवसाय सुरू करणे.

२) स्टार कल्पनांनी स्वप्ने कशी पाहावयाची. ३) ते चालतील याची परीक्षा कशी घ्यावयाची. ४) त्यांना प्रत्यक्षात कसे आणावयाचे. नवीन व्यवसाय सुरू करण्यासाठी सांघिक प्रयत्नांची जरूरी आहे याची मला कल्पना आहे. तिथे विविध प्रकारच्या व्यक्तींचं योगदान महत्त्वाचं असतं.

आवश्यक ज्ञान, प्रबळ इच्छाशक्ती, आत्मविश्वास, सर्वसामान्य बुद्धिमत्ता असणारा कुणीही नवीन मोठा स्टार व्यवसाय सुरू करू शकतो.

आवश्यक ज्ञानात पुढील गोष्टींचा समावेश होतो. १) व्यवसाय स्टार आहे हे जाणा. २) या पुस्तकात सांगितल्याप्रमाणे व्यवसाय उभारा.

## जर तुम्ही गुंतवणूकदार असाल वा होणार असाल तर...

★ केवळ स्टार व्यवसायात गुंतवणूक करा. तो व्यवसाय स्टार आहे ना हे तपासून पाहा. त्यासाठी पैसे गुंतवण्यापूर्वी प्रकरण ८ आणि १२ वाचा.
★ अनेक व्यक्तींची उद्योगशीलता एकत्र आणण्याचा विशाल दृष्टिकोन ठेवण्यासाठी संस्थापकांना प्रोत्साहन द्या.
★ मोठ्या अपेक्षा ठेवा. अपेक्षापूर्ती होत नसेल तर मोठ्या बदलांची तयारी ठेवा. त्यासाठी प्रकरण १५ वाचा. व्यवसाय वृद्धी होण्याचा कोणताच मार्ग शिल्लक नसेल व बाजारातील व्यवसायाचा हिस्सा आहे तिथेच राहत असेल, तर मुख्य अधिकारी बदला.

## सारांश

आपल्या उपजीविकेसाठी काम करीत असाल तर स्टार कंपनीमध्ये प्रथम २० कर्मचाऱ्यांपैकी एक व्हा. तुम्ही कोणीतरी बनाल. तो तुमच्या जीवनातील संस्मरणीय काल असेल.

तुम्हाला नव्या व्यवसायाचे संस्थापक व्हावयाचे असेल तर तुमचा स्टार प्रकल्प कसा उभा करायचा ते मी सांगतो.

सर्वांत महत्त्वाचं गुपित कोणतं? तुम्हाला वाटतं तितकं ते जाणणं कठीण नाही. कसं जाणायचं हे जाणा. आयुष्य ही एक कठीण परीक्षा आहे असं म्हणतात. पण नशीब काढणं, बदलणं सोपं असतं. कसं हे जाणण्याची आता वेळ आली आहे.

# भाग २

# स्टार शोधा

# स्टार निर्मितीची कला

*दुसऱ्यांना माहिती नसणारी एखादी गोष्ट आपणास माहिती असणं हे यशाचं गमक आहे.*

***ॲरिस्टॉटल ओनॅसिस***

**'मो**ठे स्टार शोधणं कसं सोप्पं आहे!' या विषयावर मी व्याख्यान देतो तेव्हा मला एक प्रश्न विचारला जातो, "आम्ही मोठे चांगले उद्योग शोधावेत असं आपण सुचविता. ते कसे शोधायचे हे जोवर तुम्ही सांगत नाही तोपर्यंत याचा काही उपयोग होणार नाही. आम्ही शोधलेला स्टार आहे की काजवा हे जाणून घेण्याची मेख तुम्ही सांगितली पाहिजे. स्टार शोधणं सोपं असतं तर आम्ही सर्व कोट्यधीश झालो असतो. स्टार शोधणं नक्कीच इतकं साधं सोपं नाही."

आपल्याही मनात असाच विचार येत असेल.

मला हा प्रश्न आवडतो. विशेष म्हणजे हा प्रश्न विचारणारा अधिक आवडतो. हा बुद्धिमान प्रश्न आहे. परंतु स्टार कल्पनेचं सामर्थ्य प्रश्नकर्त्याला पुरेसं कळलं नसावं. स्टार हा व्यवसायाकडे नेणारा सिद्ध झालेला मार्ग आहे. हे माझं विधान तुम्हाला आश्चर्यकारक वाटेल. हा मार्ग पुढे दिलेल्या प्रकरणामध्ये सांगितलाय. विशेषत: तो ८, ९ आणि १० या प्रकरणांमध्ये आहे.

मोठा व्यवसाय शोधण्यापेक्षा स्टार व्यवसायासाठी प्रयत्नशील राहणं उत्तम.

## स्टार कल्पना ही खास आहे. ती तुमचा वेळ वाया घालवत नाही

'भरपूर नफा कमाविणारा एक धंदा सुचवा' असं कोणी सांगितलं तर त्याचा फारसा उपयोग नाही. तो धंदा कसा आणि कोठे पाहावयाचा हे समजले पाहिजे. जर सल्ला असा असेल, 'स्टार व्यवसाय शोधा' तर तो खरा आणि उपयुक्त

ठरेल. त्यातून बऱ्याच मोठ्या व्यवसायांच्या कल्पना वगळलेल्या असतात. जेमतेम जगण्याला साहाय्य करणाऱ्या बहुतांश नव्या व्यवसायांचा त्यात समावेश नसतो.

पुन्हा एकदा स्टार व्यवसाय म्हणजे काय ते आठवा. खास विभागातील ती सर्वांत मोठी कंपनी असते. ती वेगाने वाढते. दीर्घ काळचा विचार करता ती दरवर्षी १०% ने वाढते. या दोन्ही अटी पूर्ण करेल तीच खरी स्टार कंपनी.

बरेच व्यवसाय त्यांच्या क्षेत्रातील सर्वांत मोठे नसतात. त्यांच्याकडे नेतृत्व नसते. थोडेच व्यवसाय दरवर्षी १०% वाढ करू शकतात. सध्याच्या व्यवसायातील ५% आणि नव्याने सुरू होणाऱ्या व्यवसायापैकी फारच कमी व्यवसाय या दोन्ही अटी पूर्ण करू शकतात.

याचाच अर्थ असा की तुमच्या मनातील ९५% कल्पना या विसरून जा. तुमच्या प्रत्येकी २० कल्पनांपैकी १९ कल्पना सोडून द्यायला हव्यात. त्यामुळे खूप वेळ वाचेल. परंतु या १९ कल्पनांपैकी एखादी अमलात आणून जर एखादा व्यवसाय सुरू केला तर ना तुमच्या वर्षानुवर्षांच्या मेहनतीचा योग्य मोबदला मिळेल, ना तुम्ही गुंतवलेल्या पैशांचा. त्याचप्रमाणे ज्या कोणी या व्यवसायात पैसे गुंतविले असतील त्यांनाही मोबदला मिळणार नाही. आज ना उद्या तुम्हाला चांगलाच फटका बसेल.

घाम गाळून, कष्ट करून अगदी कमी नफा देणाऱ्या व्यवसायात तुमचा पैसा, श्रम वाया जाऊ नये हा पहिला धडा स्टार कल्पना देते. स्टार कल्पना सोडून बहुतेक कल्पना याच श्रेणीत मोडतात.

इथेच स्टार व्यवसायाची कल्पना जबरदस्त व्यवसायाच्या कल्पनेपेक्षा श्रेष्ठ ठरते. कोणताही व्यवसाय 'जबरदस्त व्यवसाय' असू शकतो. जर तुम्ही स्वत:शी खरोखरच प्रामाणिक असाल, तर तुम्ही स्वत:ला सहजच समजवू शकाल की तुमची जबरदस्त व्यवसायाची कल्पना ही केवळ ५% स्टार व्यवसायाच्या आसपास फिरकू शकते. तुम्ही स्वत:शी प्रामाणिक नसाल तर स्वत:ला हे समजावणं तुम्हाला कठीण जाईल. स्टार व्यवसायाची व्याख्या ही अतिशय वस्तुनिष्ठ आहे. ती व्यक्तिनिष्ठ नाही. आणि दोन अतिशय महत्त्वाच्या व अत्यावश्यक अटींची पूर्तता होणे गरजेचे असते.

तुम्ही निवडत असलेला व्यवसाय का आणि कसा नेतृत्व व्यवसाय होणार हे तुम्हाला सांगता आले पाहिजे. जर आधीच खास क्षेत्र निर्माण झाले असेल तर नेतृत्वही असणारच. प्रस्थापित नेत्यास तुम्ही बाजूला सारू शकता. पण ते सोपेही नाही. त्यासाठी तुमच्याकडे स्पर्धेत टिकावयास आवश्यक असे तुलनात्मक फायदे अधिक प्रमाणात हवेत.

स्टार व्यवसाय स्वत:चे क्षेत्र निर्माण करते. क्षेत्र लाभदायक ठरलं की मग ते आश्चर्यकारक प्रगती करून 'जन्मजात नेता' हे पद सिद्ध करते.

नवीन लाभदायी क्षेत्र निर्माण करणं हे अवघड काम आहे. नवं क्षेत्र निर्माण करण्याचे बहुतांश प्रयत्न निष्फळ ठरले आहेत. का? दोन अटी पूर्ण व्हायला हव्यात.

★ बाजारात वाव हवा. सध्याच्या सर्व व्यावसायिकांच्या नजरेतून सुटलेला किंवा त्यांनी फार कमी लेखलेला अथवा जो अजिबात किफायतशीर नाही असं या व्यावसायिकांना वाटतं, असा वाव आपल्याला टिपता आला पाहिजे. हे होणं नक्कीच शक्य आहे, परंतु हे असं असण्याची शक्यता कमी आहे.

★ वाव इतका असावा की त्यामध्ये नवा व्यवसाय सुरू करता यावा व यामुळे तुमच्या नवीन व्यवसायात फायदा व्हावा. पण ही शक्यता कमीच वाटते.

स्टार तत्त्व अमलात आणायचं म्हणजे व्यवसायाचं खास क्षेत्र निर्माण करावयाचं आणि त्या क्षेत्रातलं नेतृत्व प्राप्त करायचं. शिवाय दरवर्षी हे क्षेत्र किमान १०% ने वाढले पाहिजे. या क्षेत्राला मर्यादा नाही. पण नव्यानंच सुरू होणाऱ्या व्यवसायाची वाढ आधीच कशी सांगणार अशी शंका घेत बसू नका. जोरदार प्रस्ताव मांडा.

स्टार व्यवसाय दुर्मीळ असतात. त्यांच्या उभारणीसाठी बऱ्याच गोष्टींची गरज असते. तरीही नवा स्टार व्यवसाय काढणे शक्य आहे असे मी का म्हणतो? त्याचं एक कारण आहे. तुम्हाला काय करायचंय, काय करायचं नाही, तुमच्या व्यवसायाच्या चांगल्या कल्पना याबाबत तुम्ही विचार सुरू केलेला आहे.

तुम्हाला एक गुपित सांगतो. बहुतेक हुशार व्यवस्थापक आणि सुपरस्टार व्यावसायिक खूप यश संपादन करतात. हे यश त्यांच्या बुद्धिमत्तेमुळे प्राप्त होत नाही, परंतु कोणत्या वेळी, कोठे काय करायचे हे माहीत असल्यामुळे ते प्राप्त होते. बऱ्यापैकी क्षमता असणारे लोक अनेक असतात. ते जेथे काम करीत आहेत तेथे त्यांनी हे तत्त्व अमलात आणले असते तर ते खूप मोठे झाले असते. जेव्हा यशस्वी माणसं मागे पडू लागतात, तेव्हा त्यांच्याबाबतीत वरील तत्त्व अमलात न आणण्यामुळे हे घडतं. उलटा प्रवास सुरू होतो. हा प्रवास रोखू न शकलेले जगातले अनेक कर्तबगार कार्यपालक आहेत.

आयएमडी बिझीनेस स्कूल, स्वित्झर्लंड येथील प्राध्यापक फिल रोझेन्सवेग यांनी असं दाखवून दिलं आहे की व्यवस्थापकाच्या वैयक्तिक गुणामुळे व्यवसाय

यशस्वी होतो हे विधान बरोबर नाही. या विधानात अतिशययोक्ती आहे.[५] जेव्हा कंपनी चांगली चालते तेव्हा आपण नेतृत्व आणि त्यांची संस्कृती यांचे गोडवे गातो. मात्र कंपनीच्या व्यवसायाला ओहोटी लागताच नेता व संस्कृती यांच्या नाकर्तेपणाबद्दल आपण मुक्ताफळं उधळू लागतो. खरंतर आपण यश वा अपयश याबद्दल चर्चा करीत नाही. ते का घडलं याची कारणमीमांसा करत बसतो.

व्यवसायातील स्थान एकदा ठरले की मग अधिकाऱ्यांना स्वत: करण्यासारखे फारसे शिल्लक राहत नाही; परंतु यावर आपला लगेच विश्वास बसणार नाही. आपण वृत्तपत्रातून वाचतो ते वैयक्तिक गुणांना महत्त्व देणारे असते. कंपनीमध्ये एका कार्यपालकाविरुद्ध दुसरा कार्यपालक ही परिस्थिती अतिशय चुकीची आहे. ते कंपनीचं स्थान ठरविणार असतील तर त्यास महत्त्व आहे. पण असं क्वचितच घडतं. असे अनेक प्रयत्न झाले, तरी ते अधिकतर अयशस्वी ठरतात.

★ नव्या व्यवसायाचं स्थान कसं असावं याची निवड करणारी.

★ स्टार व्यवसायाने यश प्राप्त होते याची जाणीव असणारी.
व्यवसायाच्या यशस्वितेचं कारण सांगण्यासाठी हेच सर्वसामान्य कारण आहे. याचे कारण म्हणजे सर्व स्टार व्यवसाय ते स्टार असेपर्यंत यशस्वी असतात. तसेच बहुतेक यशस्वी व्यवसाय हे स्टार असतात.

★ जेव्हा ते स्टार व्यवसाय सुरू करण्याचा निर्णय घेतात.

इथे आशावादाला एक जागा आहे. स्टार व्यवसाय सुरू करायला एक खात्रीचा मार्ग आहे. मी या मार्गाने अनेक वेळा गेलोय. मला प्रत्येक वेळी यश आलंच असं नाही. परंतु अधिकांश वेळा मी यशस्वी झालो.

यशप्राप्तीमध्ये येणारे अडथळे दूर कसे करावयाचे हे मी या प्रवासात शिकलो. काय चालतं व काय चालत नाही हे आता मला माहीत झालंय. ते का चालतं व का चालू शकत नाही यावरही मी प्रकाश टाकलाय. ते सांगणारं हे पुस्तक आहे. ते तुमच्या हातात आहे. नवा स्टार व्यवसाय कसा सुरू करायचा याचं मार्गदर्शन करणारं हे एकमेव पुस्तक आहे.

---

५. फिल रोझेन्झवेग (२००७) द *हॅलो इफेक्ट... अँड द एट अदर बिझिनेस डिल्युजन्स दॅट डिसीव्ह मॅनेजर्स* (न्यूयॉर्क : फ्री प्रेस)

# जन्मजात स्टार्स

*काहीजण जन्मजात मोठे असतात. काही मोठेपण प्राप्त करतात तर काहींवर मोठेपण लादलेले असते.*

***विल्यम शेक्सपिअर***

**मा**झ्या पाच स्टार कंपन्यांपैकी दोन या नि:संशय जन्मजात स्टार होत्या. त्यांनी सुरुवातीपासून स्वत:चं वैशिष्ट्यपूर्ण स्थान निर्माण केलं होतं.

**बेल्गो : मठसदृश हॉटेलची साखळी**

एखादं हॉटेल इतर हॉटेलपेक्षा किती वेगळं असू शकेल? कल्पना करा. लांबलचक, काळोख्या बोगद्यातून तुम्ही जाता. नंतर तळघरात प्रवेश करता. पायघोळ कफन्या परिधान केलेले डझनभर साधू तिथे वावरताना दिसतात. लांब लाकडी टेबलं आहेत. तिथं बरीच माणसं बसली आहेत. बेल्जिअमच्या मठामध्ये आणलेली बिअर लोक पीत आहेत. ओव्हनमधून काढलेल्या भांड्यातून गरम वाफा बाहेर पडत आहेत. या वाफेतून बाहेर काढलेले पदार्थ ते खात आहेत. फक्त मेयोनिज सॉससमवेत तळलेल्या पदार्थांच्या प्लेट भरभरून येत आहेत. टोमॅटो केचपचा कुठे पत्ता नाही. तेथील दगडाच्या भिंतीवर आवाज आदळून मोठा होत होत ऐकू येतोय.

कॅमडेन लॉक, लंडन येथे १९९२ मध्ये सुरू झालेल्या पहिल्या बेल्गो हॉलमध्ये आपलं स्वागत आहे. ग्राहक आत येण्यासाठी रांगा लावत आहेत. रात्रभराच्या उत्साहामध्ये आपलं स्वागत आहे. माझ्या माहितीतील हा प्रथम स्टार व्यवसाय आहे, ज्याचं भवितव्य एका आठवड्यातच ध्यानात आलं. यांच्या भरारीत

गगनाला गवसणी घालण्याची ताकद आहे.

जगावेगळं वागणाऱ्या दोन युवकांनी हा व्यवसाय सुरू केला. त्यात त्यांना यश आलं नाही. बरेच वर्षं धडपड केली, पण जमलं नाही. दोघांमध्ये काहीही साम्य नव्हतं. एक जण होता अॅन्ड्रे प्लीसनिअर. उंच. तिशीमध्ये मरगळलेला वाटणारा, थोडाफार बेल्जिअन, पण अतिशय सफाईदार इंग्रजी बोलणारा असा तो होता. हेरक्युल पॉयरॉटसारखा दिसत होता. तो या हॉटेलचा मॅनेजर होता. दुसरा होता उंच असा डेनिस ब्लेस. वीस-बावीस वर्षांचा, फ्रेंच-कॅनेडियन, पूर्वीच्या पद्धतीचा पूर्ण काळा पोषाख केलेला आणि व्यावसायिकापेक्षा चित्रपट अभिनेत्यासारखा दिसणारा असा तो होता. एक खास विषय घेऊन हॉटेल काढण्याच्या त्यांच्या या प्रयत्नांमध्ये ते मला सामील करून घेऊ इच्छित होते. त्यांच्याकडे प्रत्येक देशातील ग्राहकांसाठी वेगळ्या आकाराच्या सभागृहांच्या व त्याला साजेसे असे खास भोजन देणाऱ्या सहा कल्पना होत्या.

आम्ही त्यांच्या प्रस्तावावर चर्चा करीत होतो. ''वेगळ्या पद्धतीचं हॉटेल काढण्याची कल्पना चांगली आहे.'' मी म्हणालो, ''आणि साधूंच्या पोषाखातील वेटर्सनी बेल्जिअन बिअर व खाद्यपदार्थ वाढायचे ही तर कल्पना अफलातून आहे, पण याला मागणी येईल असे तुम्हाला कशावरून वाटते? सध्या अशा पद्धतीचे हॉटेल आहे का?''

''इंग्लंडमध्ये तरी नाही,'' अॅन्ड्रे म्हणाला. ''परंतु पॅरिसमध्ये बेल्जियन हॉटेल्सची साखळी आहे, त्याला लिऑन म्हणतात आणि ती सतत जोरात चालतात. आम्ही त्यांच्यातून काही कल्पना घेतल्या व त्यात आमच्या काही मिसळल्या. वेटरना साधूंचा पोषाख दिल्यावर बेल्जिअम आणि मठातील बिअरचा संबंध प्रस्थापित होईल.

''हॉटेलमध्ये मोठी, छप्पर नसलेली खोली ठेवायची. लाकडी बाके आणि दगडाच्या भिंतींमुळे ते मठातले दालन वाटेल.'' डेनिस बोलत राहिला. ''गावातलं असं ते एकमेव हॉटेल होईल. आम्ही सर्व अंतर्गत योजनेवर विशेष लक्ष केंद्रित करीत आहोत.''

''तुम्ही सादर केलेल्या खर्चाच्या अंदाजावरून मला हे लक्षात येतंय.'' मी म्हणालो, ''एवढं छोटं हॉटेल सुरू करण्यासाठी ३५० हजार पौंड गुंतविणं हे हास्यास्पद आहे. फर्निचर व इतर सजावटीचा खर्च कमी का करीत नाही?''

''आम्हाला हे ठिकाण अगदी हुबेहूब आणि आकर्षक बनवायचंय.'' डेनिसनं उत्तर दिलं. ''आपल्या ग्राहकांना ४० पौंड किमतीचं जेवण २० पौंडात मिळालं असं वाटायला हवं, या किमतीत इतकं चांगलं भोजन आणि तत्पर सेवा अन्यत्र कुठेही मिळणार नाही असं त्यांच्या लक्षात यायला हवं.''

"आपण एवढी मूळ रक्कम भांडवली खर्चात गुंतवली, अनेक वेटर्सवर खर्च केला तर मग आपणाला नफा कोठून होणार?" मी म्हणालो.

"आम्ही त्याचा विचार केलाय." ॲन्ड्रे म्हणाला. "मेनूची निवड आम्ही फार काळजीपूर्वक केली आहे. आपला ढोबळ नफा ७३% राहणार आहे. आपण बेल्जिअन शेतकऱ्याचे अन्न खूप जास्त किमतीला विकणार असल्याने हे शक्य आहे. लोकांना वाटतं कालवं खूप महाग आहेत; पण ती महाग नाहीत. आपण एक किलो कालवं सॉसबरोबर १० पौंडाला विकू शकतो. ते आपल्याला २.५ पौंडाला मिळालेले असतील. फ्राईटच्या विक्रीत सर्वाधिक नफा आहे. बहुतेक डिशेसमध्ये फ्राईटचा समावेश असणार. बेल्जिअन बिअर खूप महाग असते; पण ते त्या किमतीची दुसरीकडे चौकशी करू शकणार नाहीत. कारण ती विकणारी अन्य फारशी दुकाने नाहीत. भोजन कक्षातील आवाज ग्राहकांना प्रोत्साहित करेल. ते अधिक बिअर पितील."

"मी अन्न विभागाचा प्रमुख म्हणून काम पाहणार आहे." डेनिस म्हणाला. "फास्ट फूड फॅक्टरी असं स्वरूप देण्याची माझी योजना आहे. ऑर्डर मिळताच वेटर स्वयंपाकघरात सांगतील व पदार्थ दहा मिनिटांत तयार होईल. उत्कृष्ट प्रतीचा माल हा मॅकडोनाल्ड पद्धतीत त्वरेनं देण्याचं माझं स्वप्न आहे."

"ग्राहकांना शक्य तितकी तत्परतेने सेवा देऊन त्यांना त्वरेनं मोकळं करणार," ॲन्ड्रे म्हणाला. "कोणी जागेवर बसताच ड्रिंकची ऑर्डर घेणार. शेवटी बिल देऊन दोन मिनिटात पैसे घेणार. ग्राहकाचा येथील वेळ ४५ मिनिटे ते १ तास एवढाच राहील अशी योजना आहे."

"हे चांगलं आहे." मी प्रतिसाद दिला. "ग्राहकांची संख्या वाढवायला एवढाच मार्ग आहे. हॉटेलवर तुम्ही एवढा खर्च करीत आहात की तो वसूल होण्यासाठी मोठ्या संख्येने ग्राहकांची गरज आहे. मला गुणवत्तापूर्वक फास्ट फूड रेस्टॉरंटची कल्पना आवडली. प्रत्येक टेबलवर दिवसातून तीन ते चार वेळा ग्राहक खाऊन गेले पाहिजेत तर पुरेसा नफा होईल. यामध्ये एक अडचण आहे. जेवण जरी त्वरेनं झालं, तरी जेवणानंतर ते गप्पा मारत बसले तर काय करणार?"

"आम्ही त्यांना तसं करू देणार नाही." डेनिसनं उत्तर दिलं. "ते बुकिंग करतील तेव्हाच त्यांना आम्ही त्यांच्यासाठी उपलब्ध किती वेळ आहे हे सांगू. विमानतळावर विमानाला उडण्यासाठी ठरावीक वेळ दिला जातो, तसं हे असेल. त्यांनी ७ वाजताचं बुकिंग केलं असेल तर साडेआठला त्यांना टेबल मोकळं करावं लागेल. ग्राहक बुकिंगसाठी येतील तेव्हा आम्ही त्यांना तशी कल्पना देऊ."

"आपण हे करू शकू का?"

"हो. आपण त्या बाबतीत ठाम राहायचं."

"बरं! नाव काय द्यायचं?" मी विचारलं. "सर्व तज्ज्ञ म्हणतात नावाला फार महत्त्व आहे. व्यवसाय आणि अनुभव यांची सांगड घालणारं नाव असावं."

"बेल्गो नाव असावं. उच्चारताना बेल गो." त्यांनी एकाच आवाजात सांगितलं. "बेल्जियन मठ रेस्टॉरंट काढणारे आपणच प्रथम असणार. बेल्गोमुळे ही कल्पना सारखी बिंबविली जाईल. असा अनुभव घ्यायला एकच जागा असणार. त्या जागेचे नाव असणार – बेलगो."

"तुम्ही ही कल्पना राबवायला उत्सुक दिसता." मी म्हणालो. "तुम्ही माझ्या प्रश्नांना उत्तरंही नीट दिलीत. तुम्ही ही योजना काही वर्षे आखीत आहात. हे काम यापूर्वीच का केलं नाहीत?"

"आम्हाला भांडवल देणारे कोणी भेटत नव्हते."

हा व्यवसाय चालेल का नाही याची मला खात्री नव्हती. बेल्गोच्या बाबतीत यशाची संधी ५०-५० वाटत होती. हा खरंच स्टार व्यवसाय होईल का? तो स्वत:चे खास स्थान निर्माण करेल का? खास स्थानाची प्रगती वेगाने होईल का? कल्पना एकदम आगळीवेगळी असून व्यवसाय चालला तर बेल्गो हा दीर्घ काळपर्यंत या व्यवसायाचे नेतृत्व करेल. कळीचा मुद्दा असा होता की खरंच ग्राहक येतील का? ते आले तरच हा व्यवसाय स्टार होणार.

कोणताही किरकोळ विक्री व्यवसाय मग ते रेस्टॉरंट, दुकान, बार काहीही असो– सुरुवातीला पहिलं चाललं तर दुसरं चालतं, मग तिसरं. मग वेगात वाढ होण्याची शक्यता बळावते. अधिक नफा, भांडवलावर अधिक परतावा हे गणित जमेल तर छोट्या गुंतवणुकीपासून सुरूवात करून तेच पैसे पुढे गुंतवत जाता येतात.

मग मी त्यांना माझा निर्णय सांगितला. 'मी गुंतवणूक करणार.' इतक्या वेळा त्यांना नकार मिळाले असल्याने त्यांचा प्रथम विश्वासच बसेना. मोठ्या आनंदाने ते बारकडे धावले.

ग्राहक येत राहिले. बेल्गोचा गल्ला चांगला भरू लागला. आमची दोन रेस्टॉरंट झाली असताना आम्ही ल्युक जॉन्सन या ब्रिटिश उद्योगपतींना आमचा व्यवसाय विकला. माझ्या तीन लाख पौंडाच्या गुंतवणुकीने मला सहा मिलियन पौंड मिळवून दिले. ॲन्ड्रे आणि डेनिस यांना याहून अधिक लाभ झाला.

## बेटफेअर : दोन बिलियन डॉलर्सचा स्टार

सुरुवातीला वर्णन केलेला अँड्र्यू (बर्ट) ब्लॅक तुम्हाला आठवत असेल. बर्ट हा नशिबावर पैसे लावणारा होता. एक मोठी बुकिंग कंपनी त्याची शत्रू होती. ती उडवून देण्याची त्याची इच्छा होती. जागतिक पातळीवरील संगणकावर आधारित,

इंटरनेटप्रणित, क्रांतिकारक जुगार सुरू करण्याची त्याची कल्पना होती. जुगाराच्या बोली एकमेकांत बदलून देण्याची पद्धती त्याला सुरू करायची होती.

मी २००१ मध्ये जुगारजत्रा पाहिली. त्या आधी काही महिने ती सुरू झाली होती. तरुण, अपरिपक्व, अननुभवी कार्यपालक, कमी उत्पन्न असणारे, भरपूर तोटा होत असलेले, भांडवल कमी झालेले, स्वत:ची रक्कम जवळजवळ संपलेले असेच व्यवसायाचे चित्र या नव्या कल्पनेची सवय नसलेल्यांना दिसत होते. थंडीचे दिवस असूनही हौसेने आखूड चड्डी घातलेला अँड्र्यू ब्लॅक कार्यालयात फिरायचा. तो यातील गुंतवणूकदार होता.

मी या जुगारजत्रेबद्दल ऐकलं. त्याच्या संस्थापकाशी बोललो. हा व्यवसाय मला आवडला. स्टार व्यवसायाचं हे उत्कृष्ट उदाहरण होतं. हा व्यवसाय मोठा आणि मौल्यवान होता. बेटफेअर या व्यवसायातला तो नेता झाला होता.

जुगारासाठी फार मोठा बाजार होता. परंतु तो वेगानं वाढणारा नव्हता. बेटफेअरचं तंत्र जरा वेगळं होतं. जुगारात भाग घेणाऱ्यांना तो आकर्षक प्रस्ताव देई. बेटिंग एक्स्चेंज – जुगार अदलाबदल बाजार – हा नावीन्यपूर्ण प्रकार त्याने प्रचलित केला. त्यामध्ये पारंपरिक नोंदी घेणारे नव्हते. ते जुगाराची अदलाबदल करून देऊ शकत नव्हते. त्यामुळे जुगाराच्या प्रचंड बाजारातील छोटासा हिस्सा देखील बेटफेअरकडे येऊ शकत नव्हता. छोट्या बाजारातील थोडी रक्कम विनिमयामध्ये घेतल्याने थोडा हिस्सा त्यांच्याकडे होता. हा छोटा बाजार वेगाने वाढू लागला. बेटफेअर दरमहा ३०% हून अधिक वाढू लागला. हे प्रमाण लक्षणीय होते. दरमहा रक्कम तिप्पट करणारे होते.

बेटफेअरला कोणी विचारत नव्हतं. ती कंपनी दिवाळखोरीच्या उंबरठ्यावर होती. तरीही ती स्टार व्यवसायात मोडणारी होती. मी त्यातील मोठा हिस्सा पडत्या भावाने विकत घेतला. अन्य पैसेवाल्या लोकांना व मला त्या कंपनीबद्दल सारखीच माहिती होती. मला त्यांच्यापेक्षा अधिक माहिती होती, ती म्हणजे तो स्टार व्यवसाय होता. धाडसीपणाने गुंतवणूक करणारे भांडवलदार हे कोणताही व्यवसाय विकत घेताना प्रथम सर्व माहिती गोळा करतात. तंत्रज्ञान, व्यवस्थापन व बाजारातील मागणी याची पाहणी करतात. सर्व प्रकारची, अगदी गुंतागुंतीची माहिती घेतात. व्यवसायास असलेला वाव आणि वापरात असलेले तंत्रज्ञान याबाबत सल्ला मिळवण्यासाठी विशेष सल्लागार नेमतात. लेखापाल हिशोब वह्यांची छाननी करतात. वकील कायदेशीर बाबी तपासतात. वकिली पेशाला साजेसा असा कायद्यांचा कीस काढतात. मी यातील काहीही केलं नाही. बेटफेअर हा स्टार व्यवसाय आहे याची मला जाणीव होती आणि ते मला पुरेसं होतं.

जुगार म्हणून बेटफेअरची कल्पना मला आवडली होती. त्याचं कारण

म्हणजे त्यात अनेक अडथळे होते. जो ही अडथळ्याची शर्यत पार करेल त्याच्या शिरावर मुकुट चढविण्यात येणार होता. प्रत्येक जुगारी हा जुगाराची रक्कम जाहीर करणाऱ्याचा द्वेष करीत असतो. तरीही मी काही व्हिक्टर किमसारखा नाही. त्याला रेमिंग्टन कंपनीच्या ब्लेडने दाढी करायला आवडायची, त्यामुळे त्याने रेमिंग्टन कंपनी खरेदी केली. मला एखाद्या कंपनीचे उत्पादन आवडले तर त्या कारणामुळे मी ती कंपनी खरेदी करीत नाही. बेटफेअर कंपनीचा मी संचालक असताना पहिली दोन वर्षे मी त्या कंपनीचा ग्राहक नव्हतो. खरं सांगायचं तर मला यंत्रातलं फारसं कळत नाही. ऑनलाईन जुगार कसा खेळायचा हेही मला ठाऊक नाही. मी संचालक झाल्यावर तीन वर्षांनी कंपनीचे संकेतस्थळ पाहिले व ते पाहून प्रभावित झालो. एवढा काळ मी हे पाहिले नव्हते हे कळताच कंपनीतील सहकारी संचालक माझी चेष्टामस्करी करू लागले. कंपनीच्या सेवेची पूर्ण माहिती न घेता, त्याचा अनुभव न घेता कोणी कंपनीमध्ये गुंतवणूक करेल यावर त्यांचा विश्वास बसत नव्हता.

जाणीवपूर्वक अज्ञान बाळगणे हा माझ्या उत्कृष्ट गुंतवणुकीचा मार्ग होता. निर्णय घेताना मला प्रश्नांची गर्दी नको होती. निर्णय घेणं मला कठीण करायचं नव्हतं. गुंतवणुकीमध्ये कोणत्या जोखमी आहेत हेही जाणायचं नव्हतं. मला समजावून घ्यायचं होतं, ते म्हणजे तो बऱ्यापैकी स्टार व्यवसाय आहे ना!

त्यामुळे आयुष्य सोपं आणि गमतीशीर होतं, फायदेशीर होतं. बेटफेअरची गाथा कुठपर्यंत आली ते पाहा. ३ एप्रिल २००६ रोजी बेटफेअर कंपनीतील २३% भाग हा सॉफ्टबँक ऑफ जपान यांना १.५४ बिलियन पौंडांना विकण्यात आला. पहिले ५० लाख भाग मी घेतलेले होते त्याचे आता २६.४ मिलियन पौंड झाले. माझी एकूण मालकी ११३ मिलियन पौंड झाली. बर्ट ब्लॅक आणि त्याचे सहकारी संस्थापक सदस्य यांची संपत्ती प्रत्येकी २०० मिलियन पौंड झाली. तेव्हापासून बेटफेअर सातत्याने वेगानं वाढत आहे. स्टॉक एक्स्चेंजवर त्याचे दर येत नसल्याने त्याची सध्याची किंमत माहिती नाही. तरीही सॉफ्ट बँकेने खरेदी केलेल्या किमतीपेक्षा ती जास्त आहे. आमच्याकडील शेअर्सपैकी १/४ शेअर्सच आम्ही विकले होते. बर्ट आणि मला खात्री आहे, आमची संपत्ती वेगाने वाढत राहणार आहे.

# त्यांना स्टारपद बहाल करण्यात आले

*चांगल्या नशिबाच्या शोधात राहा. ते तिथं असतंच.*

***जोहान वोल्फगँग वोन गोएथ***

**मा**झे अन्य तीन स्टार व्यवसाय अशा प्रकारे जन्मास आले नव्हते. ते स्टार बनले होते. त्यांनी हे स्टारपद प्राप्त केले किंवा स्टारपद त्यांच्याकडे चालून गेले.

## फिलोफॅक्स : दोनदा स्टार

कॅनडा येथील इंजिनिअर जी.एफ. पार्कर यांनी १९१० मध्ये वैयक्तिक मार्गदर्शिका व्यवसाय हे खास स्थान फिलाडेल्फियामध्ये निर्माण केले.[६] त्याचे नाव लेफॅक्स इनकॉर्पोरेशन होय. लेफॅक्सची पूर्वी दैनंदिनी, पत्ता वही, दिनदर्शिका, नोंदवही अशी उत्पादने होती. पार्करने नवे उत्पादन निर्माण केले. व्यावसायिक माहिती लिहिण्यासाठी सुट्या पानांची सहा गोलात बसविलेली वही तयार केली. दैनंदिनीच्या प्रत्येक पानावर शास्त्रीय, तांत्रिक, वैद्यकीय व अन्य माहिती छापून ती सुटी पाने त्यात ठेवण्याची त्याची कल्पना होती. तसेच प्रत्येक पानावर आठवड्याची माहितीही असणार होती. त्यांनी ५००० विविध प्रकारची पाने तयार केली. तरीही

---

**६.** डेव्हिड कॉलिश्वॉन याने आधुनिक फिलोफॅक्स पद्धतीचा शोध लावला. त्याच्या अप्रकाशित साहित्याचा या विभागात उपयोग केला आहे. त्याच्या लेखनाचे नाव आहे – डेव्हिड कॉलिश्वॉन (२००७) *नो फ्लॅश इन द पॅन : द स्टोरी ऑफ फिलोफॅक्स १९७५ ते १९९०.* स्वत:च्या सुरुवातीच्या व्यवसायातील काळाबद्दल त्याने मोकळेपणाने सांगितले आहे. त्याच्या तत्त्वांचा अर्थ मी माझ्या परीनं लावलाय. त्यात काही चुका असतील तर त्या माझ्या आहेत.

ती अद्ययावत राहतील असे त्याला वाटले नाही. त्यांनी त्यासाठी मधून कोऱ्या पानांची व्यवस्था केली. ग्राहकाने त्यावर त्यांची स्वत:ला हवी ती माहिती लिहिण्यासाठी ही सुविधा दिली होती. लवकरच पार्करला या प्रयत्नामुळे हाताशी एक स्टार व्यवसाय गवसला.

कर्नल डिस्ने या ब्रिटिश सैन्यदलातील अधिकाऱ्याने अमेरिकेत ही लेफॅक्स पद्धती पाहिली व तिचे कौतुक केले. त्याचे काही मित्र इंग्लंडमध्ये मुद्रण व्यवसायात होते. त्यांना त्याने लेफॅक्स पद्धतीचा परवाना घेऊन ती सुरू करण्यास सांगितले. नॉर्मन अँड हिल लि. या नावाने १९२१ मध्ये नवीन व्यवसाय उदयास आला. मूळचा तात्पुरता सचिवपदावर काम करणारा ग्रेस स्कूर हा या वैयक्तिक मार्गदर्शिकेमुळे डिस्नेसारखाच प्रभावित झाला. आधी फिलोफॅक्सचे काम बघणारी नॉर्मन आणि हिल त्याने चालवायला घेतली.

सैन्य दलामध्ये ही मार्गदर्शिका पद्धती सर्वांना पसंत पडली. वैद्यकीय व्यावसायिक, आर्किटेक्ट्स, विक्रेते हेही हीच मार्गदर्शिका वापरू लागले. वाढत्या मागणीसाठी अधिक भांडवलाची गरज होती. व्यवसाय हळूहळू वाढत होता. तो छोट्या रोख गाईसारखा होता. स्टार नव्हता, सन १९२८ मध्ये ग्रेसने फिलोफॅक्स स्टेशनरी हा ट्रेडमार्क बनविण्याचे स्वप्न बघितले.

नॉर्मन अँड हिल यांची विक्री १९७५ पर्यंत फक्त २२,६०० पाऊंड्स एवढीच झाली होती. मुद्रण व्यवसायातील डेव्हिड कॉलिश्चॉन हे या व्यवसायात उतरले. ते या एन अँड एच पद्धतीचा वापर १९५९ पासून करीत होते. त्यांना ही कल्पना खूप आवडली होती. या कल्पनेचा प्रचार हवा तेवढा झालेला नसून त्यास भरपूर वाव आहे अशी त्यांची धारणा होती. त्यांनी १९७५ मध्ये फिलोफॅक्सचे उत्पादन म्हणून पॉकेटफॅक्स तयार केलं. पूर्वी सुट्या पानांतून कागद निवडावे लागत. ते ठेवायला पाकीट विकत घ्यावे लागे. आता त्यांनी तयार डायरी बाजारात आणली. त्यात वाहतुकीचे मार्ग, नकाशा, विविध रंगातील कोरी पाने, पैसे ठेवण्यासाठी पाकीट, क्रेडिट कार्ड ठेवण्याचा विभाग अशा सुविधा पुरविल्या. क्रेडिट कार्डसाठी जागा हे तर कॉलिश्चॉनचं डोकं होतं.

केवळ ५०० पाऊंड्स भांडवलावर सुरू झालेला डेव्हिडचा स्टार उद्योग केवळ चार वर्षांत १९७५ मधील एन अँड एचच्या दुप्पट झाला. एन अँड एचला हा व्यवसायाचा टप्पा गाठायलासुद्धा ५४ वर्षे लागली होती. पॉकेट फॅक्समधील नफ्यातून डेव्हिडने १९८० मध्ये नॉर्मन अँड हिल ९००० पाऊंड्सला विकत घेतली.

स्टेशनरी ते फॅशन वस्तू असा बदल डेव्हिडने केला. तो मला म्हणाला, "१९८० मध्ये लेट्स दैनंदिनी १.५० डॉलर्सला विकली जात होती. आम्ही ती

२५ पाऊंड्सला विकली. दोघांच्या दैनंदिनी एकाच वेळी विकणं अवघड होतं. परंतु फिलोफॅक्स एक प्रकारची दैनंदिनी म्हणून जुन्या स्टेशनरी दुकानातून विकली जात होती. मला फिलोफॅक्स वरच्या वर्गात न्यायची होती. फॅशनशी संबंधित दुकानात ती नेली. विक्री दुकानाच्या संख्येत वाढ केली. १०० पाऊंड्सच्या कातडी बॅगा विकत घेताना ही दैनंदिनी घेणं ग्राहकाला स्वस्त वाटे. सुप्रसिद्ध उच्च प्रतीच्या हॅरोड्स, लिबर्टी, ब्राऊन्स, हार्वे निकोल्स, फॉर्टनूम अँड मॅसन, पॉल स्मिथ, सेल्फ्रीजेस, जॉन लेव्हिस अशा दुकानांतून फिलोफॅक्सची विक्री व्यवस्था केली. या उत्पादनाची खासियत जनमानसावर बिंबवली गेली. फॅशन दुकानातून त्याची मागणी होईल याची व्यवस्था केली. वृत्तपत्रांतून जाहिरात केली. या सर्वांचा परिणाम म्हणून आम्ही उच्च प्रतीच्या ग्राहकाची पसंती हे वैशिष्ट्य राखूनही सर्वसामान्य दुकानांतूनही सर्वांसाठी उत्पादन विकू लागलो.''

फिलोफॅक्सच्या वाढीमध्ये फॅशन डिझायनर पॉल स्मिथ यांनी महत्त्वाची भूमिका बजावली. डेव्हिडप्रमाणे तोही फिलोफॅक्सचा वापर करीत होता. त्याच वेळी डेव्हिडने पॉकेटफॅक्सचे उत्पादन सुरू केले होते. त्याने त्याच्या लंडन्स कोव्हेंट गार्डन या दुकानात फिलोफॅक्स उत्पादन दर्शनी भागात मांडले होते. (दुकानातील सर्व गोष्टी कृष्णधवल होत्या. मॉंट ब्लॅक पेनने काळ्या फिलोफॅक्सवर लिहिले जातेय असे दृश्य होते.) १९७० च्या दरम्यान पॉलचा व्यवसाय आंतरराष्ट्रीय स्तरावर पोहोचला. युरोपभर विविध फॅशन प्रदर्शनात त्याने स्वत:च्या उत्पादनाबरोबर फिलोफॅक्सचीही मांडणी केली.

युरोप, जपान आणि कॅलिफोर्निया येथे फॅशन वस्तूंमध्ये फिलोफॅक्सचा समावेश करण्यात पॉलचा सहभाग महत्त्वाचा होता. आंतरराष्ट्रीय व व्यापारी प्रतिनिधींमध्ये फिनोफॅक्सची मागणी वाढली. फ्रान्स, जर्मनी, बेल्जियम, स्वित्झर्लंड, हॉलंड, इटली, ऑस्ट्रेलिया या वस्त्रांसाठी प्रसिद्ध असलेल्या देशात फिलोफॅक्स पोहोचला. इंग्लंडबाहेर महत्त्वाच्या बाजारपेठेत फिलोफॅक्सचे नाव झाले. त्यामुळे सॅक्स, ब्लूमिंगडेल्स, नेमन मॅर्क्युस अशा अमेरिकेतील प्रख्यात दालनांतून फिनोफॅक्सचे नाव झाले.

सर्वत्र अग्रेसर असलेले उत्पादन म्हणून १९८० मध्ये फिलोफॅक्सचे नाव झाले. आश्चर्यकारक नफा मिळवून फिलोफॅक्स स्टार व्यवसाय झाला. १९७५ ते १९८७ या कालावधीत या उत्पादनाची विक्री दरसाल ४०% ने वाढून ५८९ पट झाली. डेव्हिडने सुरुवातीस गुंतविलेल्या ५०० पाऊंड्सची कागदावरील किंमत १७.२ मिलियन पाऊंड्स झाली. ही वाढ ३४,००० पट होती. कंपनी सुरू केल्यावर फिलोफॅक्सचे मूल्य पुन्हा दुपटीहून अधिक वाढले. अमेरिकेबाहेर वैयक्तिक आयोजक या खास दर्जाच्या व वेगाने वाढणाऱ्या उत्पादनाचा पुरवठा करणारे

म्हणून फिलोफॅक्स ओळखले जाऊ लागले. मागणीप्रमाणे पुरवठा करणे एवढाच प्रश्न होता.

कालांतराने मागणी कमी झाली. ती माझी संधी होती. सन १९८८ पासून फिलोफॅक्सची विक्री कमी होऊ लागली. भव्य नफा कमविणारी कंपनी तोट्यात गेली. १९९० मध्ये तर वर्षाला २ मिलियन पाऊंड्सचा तोटा झाला. मी त्यांच्याशी चर्चा केली. १९८७ च्या शेअर बाजार कोसळण्याचा हा परिणाम झाल्याचे त्यांनी सांगितले. मी बाजारातून स्वतंत्रपणे माहिती काढली. फिलोफॅक्सने बाजारातील हिस्सा व स्टार पद गमावले होते. 'वैयक्तिक आयोजक' या उत्पादनाला अजूनही मोठी मागणी होती. परंतु मायक्रोफाईल या कंपनीने फिलोफॅक्सला मागे टाकले होते. त्यांनी तसेच उत्पादन बनवून फिलोफॅक्सच्या किमतीपेक्षा अर्ध्या दराने विकायला सुरुवात केली होती. इंग्लंडमध्ये फिलोफॅक्सचे स्टार पद मायक्रोफाईलने बळकावले होते. ते फिलोफॅक्सपेक्षा बलाढ्य झाले होते. त्यांच्याकडे विक्री व्यवस्थेसाठी सर्वाधिक दुकाने होती.

ब्रायटनच्या उंच इमारतीत खुर्चीत बसून मी विचार करीत होतो– फिलोफॅक्सला पुन्हा आपले स्थान प्राप्त करता येईल का? माझ्या ध्यानात आले– होय. हे शक्य आहे.

विक्रीवर १०% नफा घेऊन मायक्रोफाईल नफा कमवित होती. त्या तुलनेत फिलोफॅक्सची किंमत खूपच जास्त होती. किरकोळ व्यापाऱ्यांच्या दुकानातून 'वैयक्तिक आयोजक' या उत्पादनाच्या किमतीतील या तफावतीबद्दल चर्चा होई. मी दुकानदारांशी याबाबतीत बोललो. ते म्हणत फिलोफॅक्सच्या नावासाठी त्यांना थोडी जास्त किंमत मिळेल. मायक्रोफाईलपेक्षा १५% अधिक दर मिळेल.

सर्व प्रश्न माझ्या ध्यानात आला. फिलोफॅक्सच्या बाबतीत दर हाच खरा प्रश्न होता. परंतु तीच संधी होती. फिलोफॅक्सच्या किमतीपेक्षा मायक्रोफाईल निम्म्या दरात माल विकत होती. ते १५% नफा कमवीत होते. फिलोफॅक्सच्या किमतीत मात्र १००% नफा अंतर्भूत होता. फिलोफॅक्सने १००% ऐवजी २५% नफा घेऊन माल विकल्यास, म्हणजेच स्पर्धकापेक्षा केवळ १०% नफा अधिक घेतला तर फिलोफॅक्स पुन्हा स्टार व्यवसाय होऊ शकत होती.

फिलोफॅक्समध्ये गुंतवणूक करण्यास वा ती खरेदी करण्यास १९९०मध्ये कोणीही तयार नव्हते. प्रत्येकाला ते बुडणारे जहाज आहे, ते फुटणार आहे असे वाटले. मला मात्र तो खूप पैसे मिळवून देणारा स्टार व्यवसाय वाटला. माझा स्टार तत्त्वावर विश्वास होता. फिलोफॅक्सचे पुनर्जीवन कसे करावे हे माझ्या ध्यानात येत नव्हते. ते शक्य आहे एवढेच मला माहीत होते. मी कंपनीचे पडत्या किमतीचे शेअर्स खरेदी करण्यास सुरुवात केली. डेव्हिड कॉलिश्नॉनने स्वतःचे शेअर्स मला

विकून मोठे सहकार्य केले. मुख्य अधिकारी पदही सोडण्याची तयारी दर्शविली.

मी धाडसी भांडवलात जायचे ठरवले. लेक कंपनीचे माजी सल्लागार रॉबिन फिल्ड यांना मुख्य अधिकारी म्हणून नेमले. त्यांना फिलोफॅक्स कंपनीचा अनुभव नव्हता. लेक सल्लागार हे त्यांच्यापेक्षा कमी मानले जात. मालाची किंमत कमी करणे आणि पुन्हा स्टार दर्जा प्राप्त करणे हे त्यांचे काम असल्याचे मी त्यांना सांगितले. यासाठी काय करायचे हे मला माहीत नाही हेही मी त्यांना सांगितले. रॉबिन कामाला लागला. त्याच्या लक्षात आले की उत्पादन विभागावर नियंत्रण नाही.

एकच नोंदवही अनेक प्रकारात, आकारात निर्माण केली जात होती. वेष्टनेही विविध प्रकारची होती. १९९० पासून ही वेष्टने मी पाहिली होती. कोणताही विषय असो. ब्रिज, बुद्धिबळ, छायाचित्रण, पक्षीनिरीक्षण, वायुक्रीडा या सर्वांमध्ये त्यांनी स्वत:चे हे नोंदवहीचे, वैयक्तिक आयोजक उत्पादन खुबीने सामावलेले होते. अशी १०,००० च्या वर उत्पादने होती. ती गोदामात पडली होती. त्यामुळे न खपणारा माल वाढला होता. व्यवसायाचा खर्च वाढला होता. शिवाय विक्रेत्यांमध्ये गोंधळ उडाला होता.

रॉबिनने वेष्टनांच्या प्रकारांची संख्या २०० वरून ते ७५ पर्यंत खाली आणली. स्वस्त अशा फिलोफॅक्सचे नवीन उत्पादन बाजारात आणले. वर्षभरात नवीन प्रकारात ८५% वैयक्तिक आयोजक नोंदवह्या बाजारात आणल्या. फिलोफॅक्सचे गेलेले स्टारपद पुन्हा मायक्रोफाईलकडून परत मिळाले. खूप नफा होऊ लागला. १९९८ मध्ये आम्ही घेतलेल्या किमतीच्या ७ पट किमतीला फिलोफॅक्स विकली.

दोन वेळा स्टार पद प्राप्त केल्यामुळे फिलोफॅक्सची कथा महत्त्वाची आहे. डेव्हिड कॉलिश्चनने आणि नंतर रॉबिन फिल्ड व मी ती स्टार कंपनी केली. डेव्हिडने ती साधी 'रोख गाय' कंपनी स्वरूपात घेतली व चांगली स्टार बनविली. १९८० मध्ये फिनोफॅक्सने बाजारातील स्थान वेगाने गमावले. तरीही वैयक्तिक आयोजक नोंद वहीची मागणी मात्र दरवर्षी १०% ने वाढत होती. कंपनी मात्र जवळजवळ मृतप्राय होऊ लागली होती. नंतर पुन्हा सुधारली हे आपण वर पाहिलेच आहे. इथे तीन गोष्टी प्रामुख्याने आढळतात.

★ **'रोख गाय' ही 'स्टार'मध्ये परिवर्तित होऊ शकते** जर उत्पादनामध्ये बदल केला गेला तर. डेव्हिडने फॅशन वस्तूबरोबर विकण्याची वस्तू म्हणून त्यात बदल केला. त्यामुळे विक्रीमध्ये चांगलीच सुधारणा झाली.

★ **उत्पादन कल्पनेला महत्त्व.** फॅशन वस्तूबरोबर महाग नोंदवही घेण्याची कल्पना एक दशक चालली. उत्पादनाची कल्पना बदलताच बाजारात

स्पर्धा निर्माण होणारच. फिलोफॅक्सप्रमाणे उत्पादन इतरांनी सुरू केलं. फिलोफॅक्सच्या किमतीच्या निम्म्या दराने स्पर्धकांनी माल विकण्यास सुरुवात केली. फिलोफॅक्सची विक्री ढासळली. यातून बाहेर पडण्याचा मार्ग होता तो उत्पादनात बदल करायचा आणि स्पर्धकांची चाल त्यांच्यावरच उलटवायची. फिलोफॅक्स ही अनन्यसाधारण आहे हे डेव्हिडचे म्हणणे रॉबिन आणि मला उमजले नव्हते. वैयक्तिक आयोजक नोंदवही हा फॅशनचा भाग नसून एक स्टेशनरीचा भाग आहे असं आम्हाला वाटलं होतं. आम्ही जर डेव्हिडच्या विचारांना धरून बसलो असतो तर आम्ही कंपनी पुन्हा नफ्यात आणू शकलो नसतो. आम्ही बाजारातील स्थान पुन्हा प्राप्त करण्यावर भर देण्याचे ठरविले.

★ **बाजारातील स्थान गमावणारा स्टार व्यवसाय किंवा पूर्वीचा स्टार व्यवसाय हा भविष्यात पुन्हा स्टार होऊ शकतो.** स्टार व्यवसाय ढासळताना पाहायला कोणालाच आवडत नाही. योग्य मार्ग आखल्यास पूर्वीचे स्टार व्यवसाय आपले वैभव पुन्हा प्राप्त करू शकतात. ते खूप स्वस्तात माल विकतील. 'पूर्वीचे स्टार' हे त्यांचे बलस्थान असते.

## प्लायमाऊथ जीन : स्टारपद कसे प्राप्त करावे

इंग्लंडमधील सर्वांत जुनी डिस्टीलरी म्हणून प्लायमाऊथ जीन ओळखली जाते. सन १४३१ मध्ये बांधलेल्या डॉमिनिकन ऐतिहासिक वास्तूमध्ये ही डिस्टीलरी आहे. ती १७९३ पासून कार्यरत आहे. प्लायमाऊथ जीनची बाटली पाहा. त्यातील मागच्या लेबलच्या आतल्या बाजूला एक संन्याशाचे चित्र दिसते. पुढच्या लेबलवर मे फ्लॉवर दिसते. १६ सप्टेंबर १६२० मध्ये अमेरिकेस जाताना यात्रेकरू दोन आठवडे या वास्तूत वास्तव्यास होते. प्लायमाऊथ गावाची ही बैठकीची जागा होती.

प्लायमाऊथ जीन ही एके काळी स्टार होती. प्लायमाऊथ जीन ही प्लायमाऊथमध्येच तयार होई. लंडन जीन ही कोठेही तयार होई. प्लायमाऊथमधील एकमेव डिस्टीलरी असल्याने तिला स्पर्धा नव्हती. शिवाय ह्या जीनला फुलांचा वास आणि फळांची चव होती. सन १९२० पर्यंत प्लायमाऊथ ही सर्वांत मोठी व महत्त्वाची इंग्लिश जीन होती. सर्वोत्कृष्ट म्हणून तिचा नावलौकिक होता. १९९६ पर्यंत ती जवळजवळ बंद पडली होती. अलाईड डोमेक या मालकाने मुद्दाम तिची गती संथ केली होती. त्याला त्याच्याच बीफिटर या अग्रगण्य जीनशी स्पर्धा नको होती. मी व दोन भागीदारांनी प्लायमाऊथ डिस्टीलरी तिच्या नावासह

१.५ मिलियन पौंडांना खरेदी केली. तिचे पुनरुज्जीवन करण्याचे ठरविले. मूळची जीनची बाजारातील मागणी दरवर्षी १०% ने वाढत होती. अद्वितीय चव, पूर्वीचे वैभवशाली नाव यामुळे किमान इंग्लंडमध्ये तरी ही जीन खपणारच असा आमचा कयास होता.

अन्य कोणी पुढे येत नसल्याने आम्ही जीन व्यवसायात पाऊल टाकण्याचे ठरविले. वोडका प्रकारामध्ये नवोगतांचा शिरकाव व नाविन्याची आवड यामुळे त्याचे पुनरुज्जीवन होत होते. १९९० च्या दरम्यान सुमारे १०० नव्या प्रकारच्या वोडका बाजारात आल्या होता. त्यामध्ये करोडो डॉलर्सची गुंतवणूक होत होती. जीनला मोठा वाव असूनही त्याकडे दुर्लक्ष झाले असल्याने आम्ही कमी किमतीत प्लायमाऊथ खरेदी केली. त्यामध्ये नावीन्य आणण्याचे ठरविले. प्लायमाऊथचे खास स्थान निर्माण केल्यास आम्हाला एक आघाडीची कंपनी करता येणार होती. ती चांगल्या किमतीला विकता येणार होती. त्यावेळी जगात जीनचे फक्त चार अग्रेसर ब्रँड होते– गोर्डोन्स, बीफिटर, टँक्वेरी आणि बाँबे सफायर. बाँबे सफायर वगळता इतर तीन फारच सटरफटर होते असे आमचे मत होते.

आम्ही संथ गतीने सुरुवात केली. आम्हाला जाहिरात खर्च परवडणारा नव्हता. आम्ही जनसंपर्काचा मार्ग वापरायचा सल्ला व्यवस्थापनास दिला. विक्रीचे उद्दिष्ट पुरे होऊ शकले नाही. दोन प्रमुख अधिकाऱ्यांना आम्हाला सेवेतून दूर करावे लागले. ग्राहकप्रिय कसे व्हावे याचा सल्ला देणाऱ्या इंटर ब्रँड या कंपनीचे माजी अध्यक्ष जॉन मर्फी माझे एक भागीदार होते. आमच्या पडत्या काळात ते आमचे सन्माननीय अध्यक्ष झाले. प्लायमाऊथ पुन्हा अग्रेसर होणार असे त्यांचे ठाम मत होते. मी स्टार मंत्राला धरून होतो. पूर्वी हा स्टार व्यवसाय होता व तो पुन्हा स्टार होणार. तरीही विक्री वाढत नव्हती. पहिल्या वर्षात निराशाजनक, अगदी नगण्य अशी केवळ ४,५०० खोक्यांची विक्री झाली. भांडवल १,५०,००० पौंड इतके खाली आले. कंपनी चालू ठेवण्यास दोन भागीदारांना वैयक्तिक जामीन द्यावे लागले.

माझ्या मित्राचा मित्र चार्ल्स रोल्स याला मी मुख्य अधिकारी म्हणून नेमले व प्लायमाऊथ नफ्यात आली. त्याला नेमताना आम्ही साहसी भांडवल व्यवसायातील चार नियम मोडले– ज्याला मद्य व्यवसायातील अनुभव नाही, ज्याने कधीही प्रमुख अधिकारी म्हणून काम केले नव्हते, जो आमचा मित्र होता व जो माजी सल्लागार (बेन अँड कंपनीत) होता. चार्ल्सकडे निश्चित योजना होती. तो जनसंपर्कात चांगला होता. प्लायमाऊथ जीनला स्टार बनविण्याची त्याची प्रबळ इच्छा होती. आमच्या तिघांप्रमाणे मी त्याला चौथा समान भागीदार केले.

हा मुख्य अधिकारी शुभ ठरला. जॉन मर्फीसह चार्ल्सने उत्पादनाला भरपूर प्रसिद्धी दिली. हळूहळू विक्री वाढती राहिली. बाजारातील हिस्सा वाढवायला

आपल्या जीनची इतर जीनपेक्षा खास वैशिष्ट्ये असावयास हवी याची आम्हाला जाणीव होती. आम्ही प्लायमाऊथचा इतिहास, परंपरा याची माहिती शोधून काढली. ती पत्रकारांना पुरविली. गुणवत्तेबाबत इतरांपेक्षा वेगळेपण दाखविण्यास आम्ही कमी पडू लागलो. एका सुपरमार्केटची दुकाने आणि असदा येथील बाजारात आमच्या जीनचे नाव पोहोचले.

सीन हॅरिसन, प्लायमाऊथचा मुख्य डिस्टीलर, यांच्याशी अनेक वेळा चर्चा केल्यावर चार्ल्सला पटले की, प्लायमाऊथमधील मद्यार्काचे प्रमाण वाढविल्यास त्याची वेगळी ओळख पटेल. सीनने खुलासा केल्याप्रमाणे जीनमधील विशिष्ट तेलामुळे जीनला वास आणि चव प्राप्त होते. मद्यार्कात हे तेल असते. उच्च दर्जाच्या जीनची चव चांगली असते. अनेक प्रांतांत फिरणाऱ्या उच्चवर्णीयांना उच्च दर्जाच्या या जीनमधील व नेहमीच्या जीनमधील फरक आवडला. फक्त प्रश्न होता तो मद्यार्काचे प्रमाण वाढविल्यावर वाढणाऱ्या खर्चाचा. याउलट गॉर्डन्सने वेगळा प्रयोग केला. त्यानी मद्यार्काचे प्रमाण ४०% वरून ३७.५% वर आणून भरपूर नफा कमविला होता.

चार्ल्सला डिस्टीलरीमध्ये जुने कागद सापडले. त्यामध्ये १९०० मध्ये प्लायमाऊथमध्ये ४२.५% मद्यार्क वापरत असल्याचे आढळले. त्या पातळीवर जाणे फारच खर्चिक होणार होते. काहीही असो चार्ल्सला ४२.५% हा आकडा सापडला होता हे खरे. आपण प्लायमाऊथमध्ये हे प्रमाण ४०% वरून ४१.२ पर्यंत वाढविले तर चव ग्राहकांना आवडेल व आपण आपल्या तीनही स्पर्धकांना मागे टाकू शकू[७] हे नक्की होते. आमच्या या जादा मद्यार्काच्या प्रमाणाची मोठ्या प्रमाणात जाहिरात करण्याचे आम्ही ठरविले. ब्रिटन आणि प्लायमाऊथच्या जुन्या जमान्यात चला, अशी मनोभूमिका तयार करत आम्ही या सुधारित जीनला 'व्हिक्टोरियन स्ट्रेंथ' हे नाव दिले. चार्ल्स आणि जॉनने बाटलीचा आकार बदलला. तो व्हिक्टोरियन काळातल्या बाटलीप्रमाणे केला. त्यावर रबरी बूच, कॉर्क लावले. 'साधूचे पाय कोरडे पडू लागले, आता प्लायमाऊथची नवी बाटली खरेदी करण्याची वेळ झाली' – अशी कल्पना प्रसृत केली. योजना सफल होऊ लागली. आमचं भाग्य उजळलं. आमच्या योजनेमुळे का केवळ नशिबाने हे भाग्य प्राप्त झाले हे काही सांगता येत नाही. सन १९९७ मध्ये एका दुपारी बीबीसी टीव्हीमधून फोन

---

७. जादा खर्च येणार याची कल्पना असूनही टँनक्वेरी यांनी धडाडीने ४७% मद्यार्काचे प्रमाण ठेवले होते. हे प्रमाण किमानपक्षी इंग्लंडमध्ये तरी ठेवले होते. परंतु महाग असल्याने तिथे त्याचा खप नगण्य होता. उच्च मद्यार्काचे लाभ सांगण्यातही टँनक्वेरीचे प्रयत्न अपुरे होते.

आला. त्यादिवशी संध्याकाळचा 'फूड अँड ड्रिंक' कार्यक्रम पाहण्यास त्यांनी सांगितले. आम्ही पाहिला. जिनी गोल्डन तिच्या लाखो प्रेक्षकांना जीन पिणाऱ्या लोकांच्या पाहणीचे काढलेले निष्कर्ष सांगत होती. तिने जाहीर केले की बाजारातील सर्वोत्कृष्ट जीन प्लायमाऊथ आहे. गोर्डनची बाजारातील पकड ढिली पडत असल्याचेही तिने सांगितले.

तात्काळ प्रतिसाद मिळाला. काही दिवसांतच इंग्लंडच्या मुख्य सुपरमार्केटमध्ये आमचा प्रवेश झाला. चार वर्षांत १७ पटीने विक्री वाढली. किरकोळ विक्रीच्या बाजारातील नेतृत्व आमच्याकडे आले. आंतरराष्ट्रीय स्तरावर नाव व्हावे यासाठी आम्ही अर्धा हिस्सा सन २००० मध्ये अॅबसोल्यूट व्होडकाचे मालक वीन अँड स्पिरीट यांना ३० मिलियन पौंडला विकला. व्ही अँड एसनी अमेरिका आणि सर्व जगभर प्लायमाऊथला समारंभपूर्वक बाजारात आणली. बाकीचे शेअर्स मी २००२ मध्ये १२ पट फायदा मिळवून विकले. या कथेतून तीन गोष्टी ध्यानात येतात.

१ **सत्याइतकेच जनसंपर्काला महत्त्व आहे.** उत्पादनाचे वेगळेपण व उत्कृष्ट दर्जा ग्राहकाच्या ध्यानात आला तर बाजारातले आपले नेतृत्व पुन्हा प्राप्त होते. आम्ही अधिक चांगले आहोत असे म्हणण्याला फारसे महत्त्व नाही. तुम्ही वेगळे आहात हे सिद्ध व्हायला हवे. हे वेगळेपण ग्राहकाला भावले पाहिजे. हे समजायला आम्हाला वेळ लागला. फार वेळ लागला असता तर आम्ही बुडलो असतो.

२. **बाजारात चंचूप्रवेश करण्यास जागा लागते.** जीनचा बाजार मोठा व नफ्याचा आहे. त्यामध्ये प्रवेशासाठी छोटी का होईना जागा पाहा. ती तुम्हाला सापडेलच. जॉन मर्फी अन्य क्षेत्रात कुठे वाव आहे हे शोधू लागला. या वेळी त्याने बिअरचे क्षेत्र निवडले. बिअरची जगातील चौथी मोठी बाजारपेठ इंग्लंडमध्ये आहे. तिथे बिअरच्या प्रकारात वैविध्य आहे. एल्स, पोर्टर्स, स्टाऊटस, फ्रूट बिअर्स ही जनसमान्य आहेत. ब्रिटिशांनी कालपरवापर्यंत फारच थोडी निर्यात केली. जॉनने ब्रिटिश बिअरचे आंतरराष्ट्रीय नाव वापरून सेंट पीटर्स ब्रेवरी सुरू केली. त्याचे हे नवे धाडसी उद्योग वर्षाला ४०% वाढ दाखवू लागले. बाजारात प्रवेशासाठी आणखी एक जागा त्याला सापडली.

प्लायमाऊथ जीननंतर चार्ल्स रोल्सला बाजार प्रवेशासाठी किंचितशी वाट सापडली, ती त्याच्या उत्कृष्ट चवीमुळेच. शीत पेयाच्या बाजारात त्यांनी बेताच्या चवीच्या स्क्विप्स पेयावर मात करणारे 'फिवर ट्री' हे शीत पेय आणले, त्यापूर्वी स्क्विप्स यांचा बाजारावर प्रभाव होता. फिवर ट्रीमध्ये उत्कृष्ट दर्जाचे नैसर्गिक घटक समाविष्ट आहेत. त्यामुळे लोकप्रिय अशा

साऱ्याच ब्रँडबरोबर हे पेय पूर्णतया मिसळून जाते. फिवर ट्रीमध्ये नैसर्गिक घटकांचा समावेश आहे. त्यामुळे सर्वोत्कृष्ट असा दर्जा त्यास प्राप्त झाला. किंमत जास्त असूनही चोखंदळ ग्राहक त्यास पसंती देतात. चवीतील चांगल्या फरकामुळे चोखंदळ ग्राहक अधिक किंमत सहजच देतो.

३. **वेळ साधणे महत्त्वाचे.** समकालीन अग्रगण्य कंपन्यांना टक्कर देणारे आणि जीनची शक्ती ग्राहकांना देणारे आम्हीच प्रथम होतो. काही वर्षांतच जीनची नवीन उत्पादने बाजारात आली. काही अधिक मद्यार्काची होती. एकदा का सर्वचजण तोच खेळ खेळू लागले तर लाभ नाहीसे होतात. स्टार होण्याचा फायदा प्राप्त होण्यासाठी 'खास क्षेत्रात' प्रथम प्रवेश करण्याबरोबरच ग्राहकाला हवा असणारा लाभ देण्यातही पहिले असावे लागते.

## लेक कन्सल्टिंग : अनुकरणाने खासियत कमी होते

बेटफेअर कंपनी सुरू होताच मी २००१ मध्ये त्यामध्ये गुंतवणूक केली होती. परंतु मला ती सुरू कशी झाली यामध्ये रस नव्हता. लॉरेन्स अँड इव्हॅन्सनी सुरू केलेल्या लेकमध्ये मी तीन महिन्यांनी रुजू झालो. तरीही मला लेकचा संस्थापक असेच लोक म्हणतात. कोणताही व्यवसाय सुरू झाल्यावर त्यामध्ये सामील होण्याची मला सवय आहे असे वाटते. लेकमध्ये आमचा सुरेख गट जमला होता!

मी त्यात सहा वर्षे होतो. तो माझ्या आयुष्यातला संस्मरणीय काल होता. नेहमीच आनंदाचा होता असे नाही. अगदी आरामाचा आणि सुखाचा काळ होता असंही नाही. पण माझी त्या काळात अनेकांशी व्यावसायिक मैत्री झाली. खूप गोष्टी शिकलो. काही मिलियन डॉलर्स कमावले. पुढे ते वाढतच गेले.

लेक सुरू करणे सोपे होते. तुम्ही कोणत्या पद्धतीत सुरुवात करता किंवा आधीच केली आहे हे पाहिले जाते. पूर्वानुभव लक्षात घेऊन तुम्ही नवा उद्योग सुरू करता. तिशीतच लॉरेन्स, आयन इव्हान्स आणि मी सल्लागार होतो. 'योजना सल्लागार' या वेगानं वाढणाऱ्या आणि चांगला पैसा मिळवून देणाऱ्या खास शाखेत आम्ही काम केलं. आमचं मुख्य काम होतं की फॉर्च्युन– ५०० कंपन्यांच्या प्रमुखांना सल्ला द्यायचा. त्यांनी त्यांचे प्रयत्न कोणत्या कामात वाढवावेत, त्यांच्या प्रतिस्पर्ध्यांना कसे मागे टाकावे, त्यांची स्टार स्थिती कशी जोपासावी याबाबतीत आम्ही त्यांना सांगत असू. हा व्यवसाय आम्हाला चांगला जमत होता. उत्साही, तरुण एमबीए गट आणि तरुण पदवीधर यांच्याकडून काम कसे करवून घ्यायचे

याचे तंत्र आम्हाला जमले होते. मुख्य अधिकाऱ्याला कसं पटवून द्यायचं हे आम्हाला चांगलंच अवगत झालं होतं. योजनेचे कार्यान्वयन होण्यासाठी सल्ला देण्यात आम्हाला एवढा आत्मविश्वास होता की वरिष्ठ अधिकाऱ्यांना सल्ला देत बसण्यापेक्षा तो आम्हीच अमलात का आणीत नाही असे वाटे.

आम्ही ज्या पद्धतीने उद्योजक झालो ती पद्धत अगदी खास होती. नव्या प्रकल्पांपैकी निम्मे याच पद्धतीने सुरू होतात. कोणी गाडीचा ड्रायव्हर म्हणून उत्तम असतं तर कोणी डॉक्टर, केक बनविणारा, मुख्य आचारी, मद्यालय चालविणारा, ट्रान्सिस्टर बनविणारा, जनसंपर्काचे काम करणारा, कर्जरोख्यांची खरेदी-विक्री करणारा असे असतात. इतरांसाठी व्यवसाय करण्याऐवजी ते त्यांच्यासाठीच करतात.

नव्या प्रकल्पाकडे जाण्याचा हा सोपा मार्ग मन खडबडून जागे करतो. नव्या पद्धतीने नवा व्यवसाय जेव्हा तुम्ही सुरू करता तेव्हा तुम्ही अधिक विनयशील बनता. अवघड मार्ग कसा पूर्ण केला याचं तुम्हाला आश्चर्य वाटत नाही. जर तुम्ही पूर्वी करीत असलेला व्यवसाय आता करत असाल व त्यात पूर्वी भरपूर फायदा होत असेल, तर आताही भरपूर फायदा झाला पाहिजे अशी तुमची अपेक्षा असते.

इथेच तुम्ही चुकता. सर्वांत मूलभूत कायद्याविरुद्ध तुम्ही काम करत असता. यशप्राप्तीसाठी धंद्यात वेगळेपण हवं. तो व्यवसाय त्या विभागातील नेतृत्व करणारा असायला हवा. मोठं यश हवं असेल तर तो स्टार व्यवसाय असावा. खास विभागातील केवळ प्रथम क्रमांकाचा नसावा, तर वेगाने वाढणाऱ्या खास विभागातील पहिला असायला हवा.

हे मूलभूत नियम लेकमध्ये आम्ही पाळू शकलो नाही.

बेन अँड कंपनीच्या तंत्राप्रमाणे आम्हाला खास तंत्र सापडलं असं समजण्यात आमची चूक झाली. ठरावीक मोजक्या ग्राहकांशी दीर्घकालीन संबंध प्रस्थापित केल्यास सल्लागार अधिक प्रभावशाली होतील असा बिल बेनचा विश्वास होता. ग्राहकाशी व्यवहार करताना सुरुवातीच्या अटी या इतर सल्लागारांपेक्षा वेगळ्या होत्या. त्या अटीतील वेगळेपण असं होतं–

"आम्ही तुमच्याबरोबर काम करायचे ठरवल्यास तुमच्या कोणत्याही स्पर्धकाबरोबर आम्ही व्यवहार करणार नाही. सदर व्यवसायात तुम्हाला अग्रगण्य बनवण्यासाठी आम्ही अटोकाट प्रयत्न करू. तुमच्या व्यवसायातील जी गुपिते आम्हाला सांगितली जातील त्याबद्दल आम्ही कोठेही वाच्यता करणार नाही. त्या बदल्यात तुम्हीही आमच्या स्पर्धकाशी व्यवहार करू नये. आम्ही किती व्यवसाय करावा यावर तुम्ही बंधन घालू नये. आम्ही नवी सल्लागार कंपनी सुरू केल्यास त्यास आपण प्रतिबंध करू नये. तुमच्या कंपनीकरिता आम्ही गुंतवणुकीवर चांगला मोबदला देणारा

एखादा नवीन व्यवसाय सुचवला आणि त्यातून तुमच्या कंपनीला मिळणाऱ्या फायद्याबाबत तुम्ही साशंक असाल, तर आपण तो व्यवसाय पुढे रेटणार नाही. अन्यथा तुम्ही होकार द्याल हे आम्ही गृहीत धरू.''

आपल्या लक्षात येईल, या अटी म्हणजे मोठा अडथळा होता. तरीही बेन तंत्र बऱ्याच ग्राहकांबाबत उपयुक्त ठरलं. विशेषत: तेव्हा प्रमुख अधिकारी बाहेरून आलेले असत तेव्हा अधिकच उपयुक्त वाटलं. वरिष्ठ अधिकाऱ्यांच्या संघटनेचे कार्यक्षेत्र वाढावे यासाठी बेन आणि प्रमुख अधिकारी यांनी करार केला. बेनच्या इतर ग्राहकांच्या शिफारशीवरून मुख्य अधिकाऱ्यांनी बेनच्या सेवा घेतल्या. मोठ्या आणि श्रीमंत कंपन्यांतील मुख्य अधिकाऱ्याबरोबर बेनला काम करणे पसंत पडे. खर्चात कपात करणे, कमी नफ्यातील विभाग विकणे अशा कृतीतून आपले सुधारित कार्य दाखविण्याची या मुख्य अधिकाऱ्यांची इच्छा असे.

बेन आणि कंपनीच्या तंत्राची जादू अशी होती की एकेका ग्राहकाला सल्ला देण्याचे अधिकार फक्त त्यांनाच होते. त्याशिवाय एका ग्राहकाला किती वेळा सल्ला द्यायचा व त्याच्या बिलाचा आकार किती लावायचा हे त्याला स्वतंत्रपणे ठरवता येत होते. एका ग्राहकाकडूनच त्यांना पुन्हा पुन्हा व्यवसाय प्राप्त होत होता. प्रत्येक ग्राहक हे 'खास बाजार' झाले. व्यवसायाची पातळी वेगाने वाढली. प्रत्येक ग्राहक बेनसाठी स्टार व्यवसाय झाला. वेगाने वाढणारा, भरपूर नफा देणारा, स्पर्धा नसलेला असा हा व्यवसाय होता.

लेक हे बेनसारखे व्हावे असे आम्हाला वाटत होते. बेनमधील एक खातेदार, ज्यांच्या मुख्य अधिकाऱ्याशी आमचे घनिष्ठ संबंध होते, त्यांना लेककडे आणण्याची आम्ही योजना आखली. त्यामुळे हमखास आणि भरपूर नफा देणाऱ्या खातेदाराने आमची सुरुवात होणार होती. बेनसारखी सेवा देण्याचे आम्ही ठरविले. लेकला स्पर्धा कमी राहील याची आम्ही काळजी घेतली.

परंतु एक प्रश्न होता. बेन आणि कंपनी आपल्याप्रमाणे विचार करीत नव्हती. मुख्य अधिकाऱ्याला आमच्याकडे कंपनीस आणावे असे वाटले तरी त्यांना एकही खाते गमवावे असे वाटत नव्हते. त्यांच्या एकाही साथीदाराला त्यांना दूर जाऊ द्यायचे नव्हते. आम्हाला हवे ते ग्राहक मिळू नयेत, आम्हाला फायदा होऊ नये, आमचा कोर्टकचेरीच्या फंदात भरपूर खर्च व्हावा यासाठी बेनने कोर्टात आमच्या प्रिय कंपनीविरुद्ध दावा टाकला. हा कोर्टकचेरीचा खर्च बेन कंपनीच्या एकूण उत्पन्नाच्या तुलनेत नगण्य होता; परंतु आम्हाला तो त्रासदायक होता. आम्ही व्यवसायवृद्धीसाठी बाहेर फिरणार, त्याचवेळी त्यांनी आम्हाला कोर्टकामात अडकवून ठेवले. यात आमचे मोठे नुकसान होते.

या वादामुळे आमच्यामध्ये नैराश्य आले. हे सर्वाधिक वाईट होते. पण खरा

विचार केला असता, तेच चांगले होते. आमच्यावर कोर्टात दावा केल्याबद्दल आम्ही बेनचे आभार मानायला हवेत. आमचं खास समीकरण शोधायला त्यांच्या कृतीमुळे आम्ही वेगाने सुरुवात केली. तुम्ही व्यवसाय करत असाल वा सुरू करणार असाल तर हा महत्त्वाचा धडा शिकण्यासारखा आहे.

निसर्गाचे अभ्यासक सांगतात की जर दोन प्राणी एकसारखे वाढण्याचा प्रयत्न करीत असतील तर ते एकमेकांचे शत्रू बनतात. दोघेही प्राणी त्यांचे खाद्य मिळविण्यासाठी भांडत असतील तर त्यातील एकाला ते मिळते. एकाचाच जय होतो. दुसऱ्या प्राण्याने दुसरीकडे खाद्य शोधावे. ते केले नाही तर त्याचे मरण अटळ आहे.

व्यवसायाबाबत असंच आहे. एकाने दुसऱ्याची हुबेहूब नक्कल करण्याचा प्रयत्न केला तर तो यशस्वी होत नाही. त्याच्या बाजूने संख्याबळ नसते. बाजारातील या व्यवसायातील आधीच्या नेत्याशी त्याची स्पर्धा असते. तो तुलनेने लहान असतो. ग्राहकांना आकर्षित करण्यात तो कमी पडतो. त्याचा नफाही कमी असतो. तो नुकसानीतही जाऊ शकतो. त्याला काहीतरी वेगळं करणं आवश्यक असतं. ते न केल्यास त्याचा नाश अटळ असतो.

आमची योजना यशस्वी झाली असती तर आम्ही लहान व्यावसायिक म्हणून राहिलो असतो. बेन कंपनीची नक्कल करणारे छोटे उद्योजक झालो असतो. स्टार व्यवसायाकडे वळलो नसतो. आमचं मूळ सूत्र अमलात आणण्यात सुदैवाने आम्ही अयशस्वी ठरलो. आमच्याकडे तरुण पण अनुभव नसलेले अनेक संशोधक होते. आम्ही स्पर्धकाला नीट ओळखू शकलो नाही. उत्पादन खर्चाची त्यांच्याशी तुलना करणेही जमले नाही.

लेकच्या स्थापनेनंतर तीन वर्षांनी बेसवॉटर येथील माझ्या घरी माझ्या मित्राबरोबर जेवताना आमच्या गप्पा चालल्या होत्या त्या आठवतात.

''व्यवसाय कसा चाललाय? त्यावर तू खूश असशील.''

''चांगला चाललाय.'' मी म्हणालो. ''नफ्यात चालणारा काही व्यवसाय मी विकलाय. पण असं किती दिवस चालणार असं मनात येतं. आपण व्यवसाय कसा चालवायचा याचे सल्लागार आहोत. परंतु आपल्यालाच आपला व्यवसाय चालवता येत नाही.''

''त्याची काळजी कशाला करायची? आपण काही ना काही विकत राहण्याचा विचार करायचा. कमी दरातला आपला माल भराभर खपेल. ते जमलं नाही तर दुसरं उत्पादन विक्रीला आणायचं.''

''परंतु आमच्यासारखी स्थिती असलेला आमचा ग्राहक असेल तर त्याला सल्ला कसा द्यावयाचा? आम्ही त्यांना सांगू बाजारातील खास स्थान प्राप्त करा.

तुमचा ग्राहकवर्ग विशेष राहू दे. त्यांना उत्कृष्ट सेवा देता आली पाहिजे असं वातावरण असू दे. निश्चितपणे ठरावीक माल पुरविता आला पाहिजे. त्यांचा प्रभाव पडेल आणि वेगाने वाढ होईल असा व्यवसाय शोधण्याचा आम्ही त्यांना सल्ला देऊ. स्टार दर्जा मिळाला तरच भरपूर नफा होईल हे आम्ही त्यांना सांगू.''

इकडच्या तिकडच्या गप्पा झाल्यावर आम्ही विविध लोकांबद्दल बोलू लागलो. लेकची कार्यपद्धती कशी असावी यावर माझे काम झाले नव्हते.

एकदम संकट आठवलं. आमच्याकडे एका वेळी सहा-सात ग्राहक होते. परंतु प्रतिस्पर्ध्यांनी बोली लावताना चार ग्राहकांना अडचणीत आणलं होतं. आता आमच्याकडे बरीच माणसं कामाला होती. जो ग्राहक दुसरीकडे जाईल तो आमचा कायमचा माजी ग्राहक होणार याची मला जाणीव होती. आम्ही याची खूप काळजी करीत होतो.

मग आमच्या ग्राहकाला मदत करण्यासाठी आमच्या स्पर्धकांचा अभ्यास करण्यासाठी आमची कौशल्यं वापरावीत असे ठरलं. त्या काळात लिलावात रोख रक्कम द्यावी लागत नव्हती. परंतु बोली बोलणाऱ्यामध्ये समभाग द्यावे लागत. स्पर्धकांबद्दलचा आपला अंदाज हाच जर बोली लावण्याबाबत वापरला तर काय होईल? त्यांच्या जवळच्या दारूगोळ्यातील कमकुवत गोष्टी आपल्या ध्यानात येतील. आमच्या ग्राहकांच्या भागधारकांना बोलीच्या वेळी शेअर्स फिरविण्यास सांगितले.

हॅन्सन येथील इंपिरिअल ग्रुप हे आमचे सर्वांत मोठे ग्राहक होते. इंपिरिअल ही मोठी ब्रिटिश कंपनी होती. सिगारेट, खाद्यपदार्थ, पेये, हॉटेल्स असे त्यांचे व्यवसाय होते. हॅन्सनचा शेअर बाजारावर प्रभाव होता. चांगला नफा देणाऱ्या कंपन्या ते ताब्यात घेत. त्यांचा खर्च कमी करीत. भरपूर नफा कमवित. त्या पैशातून अधिक महत्त्वाकांक्षी बोली लावीत. इंपिरिअलच्या भागधारकांना पूर्वीच्या शेअरच्या किमतीपेक्षा अधिक किंमत देण्याचे हॅन्सनने वचन दिले. असं करूनही हॅन्सनचं प्रति शेअर उत्पन्न वाढेल असेही सांगितले. इंपिरिअलचा प्रयोग आशावादी वाटला नाही.

माझे भागीदार इयान इव्हॅन्स यांनी लेकच्या स्पर्धकांचा केलेला अभ्यास हॅन्सनवर वापरला. हॅन्सनचं भवितव्य हे तीन मुद्यांवर अवलंबून असल्याचं सूक्ष्म अभ्यासानं लक्षात आलं.

१. वाढ चालू राहण्यासाठी मोठमोठ्या कंपन्या ताब्यात घेणं जरुरीचं आहे. हॅन्सनची भूक जशी वाढत होती तशी गिळंकृत करावयाच्या प्राण्यांचे आकारही मोठे हवे होते. इंग्लंड शेअर बाजारातील मोठ्या कंपन्या गिळंकृत केल्या तर पाच वर्षांत मोठे कोणीच शिल्लक राहणार नाही.

२. हॅन्सनला व्यवहारात मोठ्या रकमा देत असल्याचे दाखवावे लागे. त्यासाठी प्रति शेअर उत्पन्न जास्त होत असल्याचेही दिसावे लागे. ध्येयापेक्षा प्रगती अधिक आहे हे निदर्शनास आणावे लागे.

३. कंपनी ताब्यात घेतल्यावर मालाची किंमत वाढविण्याची हॅन्सनची प्रवृत्ती होती, असं इयान म्हणत होते. हे हानिकारक होतं. शेअरचे भाव एकदम वाढत, पण त्यामुळे बाजारातील हिस्सा कमी होई. आगामी काळात नफा आणि विक्रीचा आलेख घसरत असे. काय होतंय हेच कोणाला कळत नसे. कारण हॅन्सन नव्या नव्या कंपन्या घेतच राही. त्यातूनच तात्पुरते लाभ दिसत.

शेअर बाजारात हा प्रकार ध्यानात आला. इयाननं आपलं म्हणणं मांडलं. हॅन्सनची ही वाढ भविष्यकाळात राहू शकत नाही. एकदा का गळती सुरू झाली की नफ्याच्या प्रमाणात शेअरचं मूल्य जादा असण्याचं तंत्र फार काळ चालणार नाही. मग हॅन्सनला नव्या कंपन्या ताब्यात घेणं जमणार नाही. पूर्वी घेतलेल्या कंपन्यांचेही नफ्याच्या प्रमाणात वाढलेले शेअर्सचे दर खाली येतील. नफ्याचे प्रमाण कमी होईल. हॅन्सनचं नाव कमी होईल.

इंपिरिअल ग्रुपला हे विश्लेषण काही वाचवू शकत नाही. हॅन्सनचं नाव फार मोठं होतं. इंपिरिअलच्या सल्लागारांकडून हॅन्सनवर होत असलेला हल्ला योग्य आहे का याबाबतच प्रश्नचिन्ह निर्माण झाले. तरीही सारेच प्रयत्न वाया गेले होते असे नाही. या प्रचारानं हॅन्सनला खरेदी किमतीत मोठी वाढ करावी लागली. पूर्वी जाहीर केलेल्या किमतीपेक्षा इंपिरिअलच्या भागधारकांना एक बिलियन पौंड जादा द्यावे लागले. दूरचा विचार करता इयानची भविष्यवाणी खरी ठरू लागली. हॅन्सनच्या वाढीबद्दलचं लेकचं म्हणणं मान्य होऊ लागलं. हॅन्सनचं मूल्यांकन, जे सरासरीच्या वर होतं, ते सरासरीच्या खाली आलं.

लेकलाही संरक्षण कामाची मदत झाली. इंपिरिअल हे एक ग्राहक आमच्यापासून दूर गेले. परंतु शेवटच्या काही महिन्यांतील कामावर आम्ही बरीच मेहनत घेतली. व्यवस्थापनाला लोकांच्या नोकऱ्या राखणं याबरोबरच हॅन्सनकडून अधिक रक्कम मिळविणं याचं मूल्य कळलं. इंपिरिअल आणि अन्य ग्राहकांच्या बचावाने लेकचा नावलौकिक गुंतवणूकदारांमध्ये वाढला. काही वर्षांतच भरपूर नफा कमविणाऱ्या वरिष्ठ कंपन्यांत आमचा समावेश झाला.

दुर्दैवाच्या चक्रानं लेकला नवा मार्ग सापडला. ही गोष्ट म्हणजे वाइटातून चांगलं घडणं. जाणीवपूर्वक न करताच आम्ही एक नवीन स्टार प्रकार तयार केला होता. तो म्हणजे, कंपन्या ताब्यात घेण्याच्या प्रकाराचा अभ्यास. त्यात केवळ

कंपन्यांची बाजू मांडणं नव्हतं, तर त्या कंपनीत भविष्यात किती वाव आहे? त्यांचे लक्ष्य पूर्ण होऊ शकते का? त्या नफा कितपत कमावू शकतात? याचं विश्लेषण केलं जात होतं.

मार्ग अचूक होता असं नाही. त्यात बौद्धिक एकसंघपणा नव्हता. कंपन्या ताब्यात घेताना त्याचं विश्लेषण करवून घेणारे आमचे ग्राहक त्या विषयात अभ्यासू होते असं नाही. विशेषत: त्या क्षेत्राशी संबंधित नसलेल्या ग्राहकाबाबत ही स्थिती दिसून यायची. कंपनी ताब्यात घेताना ती घेणाऱ्यास जर त्या कंपनीच्या आतील गोटातील माहिती असेल व ती कंपनी त्याच व्यवसायातील असेल, तर धोका नसतो. त्याच व्यवसायातील 'समानता' दिसली तर उत्पादनाच्या खर्चात कपात होते व विक्रीची किंमत वाढविता येते. याचं कारण म्हणजे आपला स्पर्धक आपण कमी केलेला असतो. जवळच्या स्पर्धकांची कंपनी ताब्यात घेणं हे अन्य व्यवसायातील कंपनी ताब्यात घेण्यापेक्षा कमी जोखमीचं असतं. आपल्यात आणि त्या कंपनीत साम्य असतं. आपल्या अधिकाऱ्यांना त्या व्यवसायाची माहिती असते त्यामुळे जोखीम कमी होते.

जवळच्या, माहिती असलेल्या स्पर्धकाचं विश्लेषण करणं लेकमध्ये कोणाला नको होतं. ज्याबद्दल माहिती नाही अशा छोट्या उद्योगाबद्दल त्यांना विश्लेषण हवं होतं. ही विश्लेषणं बहुत करून चांगली नसत. खरेदीसाठी प्रस्ताव देण्याचा हा प्रकार चक्राकार होता. पुन्हा पुन्हा तसेच व्यवहार होत. हा आम्हाला एक प्रश्नच होता. कंपन्या घेण्याची लाट आली आणि गेली. कालांतराने आम्हाला फायदा मिळवून देणाऱ्या अपरिचित कंपन्या या नफेशीर राहिल्या नाहीत. त्यामुळे आम्ही कंपन्या ताब्यात घेताना आमची मूठ झाकलेली ठेवत होतो. दुसऱ्या व्यवसायातील कंपन्या घेण्याचं प्रमाण निम्मंच ठेवावं असं सहकारी म्हणत.

कंपन्या घेण्याच्या विश्लेषणाच्या आमच्या व्यवसायाला अजून एक प्रकारचा ग्राहक उपलब्ध होता. तो समजायला आम्हाला जरा वेळ लागला. तो व्यवसाय चक्राकार नव्हता, परंतु सतत वाढणारा होता. खाजगी भांडवल कंपन्यांत गुंतवणूक करणाऱ्यांचा हा व्यवसाय होता. या कंपन्या शेअर बाजारात अधिकृत यादीत दिसत नसत. काही दशकापूर्वी खाजगी कंपन्यांतील गुंतवणूक म्हणजे 'धाडसी गुंतवणूक' समजली जाई. तुमच्याआमच्या छोट्या उद्योगात त्यांचंच पाठबळ होतं. खाजगी कंपन्यातील नफ्याचे प्रमाण अधिक असल्याने मोठमोठ्या कंपन्यांतील गुंतवणूक वाढू लागली. शेअर बाजारात खरेदी करणाऱ्या, आजारी कंपन्यांचे पुनरुज्जीवन करणाऱ्या, मोठा नफा कमावणाऱ्या अशा या कंपन्या होत्या. इंग्लंडमधील शेअर भांडवलावर उभ्या राहिलेल्या कंपन्यांचे विश्लेषण करणाऱ्यांमध्ये लेक लवकरच वरच्या क्रमांकावर आली. खाजगी भांडवल कंपन्यांच्या गरजा व लेकचे 'डीएनए'

जुळणारे होते. एखादा व्यवहार योग्य आहे का नाही हे जाणण्यासाठी त्यांना त्वरेने विश्लेषण हवे असे. मार्ग कसा आखावा याबद्दल त्यांना मत नको होते. त्यांना आकड्यामध्ये उत्तर हवे होते. लेकची वैशिष्ट्ये म्हणजे वेग, संख्यात्मक कौशल्ये, माहिती प्राप्त करण्यासाठी अविरत परिश्रम, संख्या कशा गाठायच्या यासाठी बारकाईने तयारी करणे, ही होत. खाजगी शेअर खरेदी करणाऱ्यांसाठी विश्लेषण पुरविण्यात लेक आघाडीवर होती.

बरेच टक्केटोपणे खात, चार वर्षांनी लेक स्टार झाली. लेकच्या यशातून आपणास पाच धडे शिकता येतील.

१. भरपूर नफा असलेल्या लोकप्रिय कंपनीची नक्कल केली तरी स्टार बनता येत नाही. त्याला फक्त दोन अपवाद आहेत. पहिला आहे भौगोलिक स्थान. अनुकरण करणारी कंपनी दुसऱ्या देशात व्यवसाय करू लागली व त्या देशात, त्या क्षेत्रात ती प्रथमच असेल, तर यशस्वी होऊ शकेल. दुसरा अपवाद म्हणजे, अनुकरण करणारा खूप धनवान असेल किंवा मूळच्या मालकापेक्षा याची कार्यपद्धती अधिक परिणामकारक असेल.

२. विशिष्ट बाजारात स्वत:ला हुशार आणि अनुभवी समजणारे तज्ज्ञदेखील त्यांची कार्यपद्धती चुकल्यामुळे अडचणीत येतात. दुसऱ्यासाठी कार्यपद्धती सुचविणं सोपं असतं. ज्ञान आणि आत्मविश्वास आहे म्हणून आजूबाजूला पाहणं बंद करून चालत नाही. बाजारातील व्यावसायिकाला पूर्णत: नव्या कल्पना अमलात आणणं फार कठीण असतं. बाजारात मुख्य प्रवाहाच्या बाहेरच्या व्यक्तीच सुधारणा घडवून आणू शकतात. उदयोन्मुख उद्योजकासाठी ही चांगली बातमी आहे.

३. वेगळं करून दाखविणं हा यशस्वी कल्पक उद्योजकाचा धर्म आहे. नव्या कल्पना कमी खर्चात राबवाव्यात. खर्चिक आणि ग्राहकांच्या पसंतीस न उतरणाऱ्या कल्पना उपयोगी नाहीत.

४. बाजाराचा वेध घ्या. संकटाचे रूपांतर चांगल्या यशात होईल.

५. तुमचा सध्या स्टार व्यवसाय नसेल याचा अर्थ भविष्यात तुमचा स्टार व्यवसाय नसेल असे नाही. जिवंतपणा, खर्चासाठी पैसा, वेगळं करून दाखविण्याची इच्छा असेल तर स्टार व्यवसायाची आशा बाळगण्यास हरकत नाही.

## सारांश

स्टार म्हणून तुमचा जन्म व्हावयास हवा असे नाही. तुम्ही स्टारपद प्राप्त करू शकता. तसे तुमचे ध्येय हवे. बाजारातील विशिष्ट स्थान आणि मोठी मागणी याचे महत्त्व ध्यानात घ्या. ध्येयप्राप्तीसाठी वेगळ्या वाटा शोधा. बाजारातील चढ-उतारांचा अंदाज घ्या. तुम्ही धाडसी, महत्त्वाकांक्षी असाल, स्टार कल्पना नीट समजली असेल तर तुमचा व्यवसाय स्टार होताना येणारे अडथळे तुम्ही दूर करू शकाल. (स्टार कसे असावे याबाबत प्रकरण १४ मध्ये अधिक माहिती दिली आहे.)

तुमचा व्यवसाय स्टार असो वा भविष्यात स्टार होवो, एक गोष्ट समान आहे. ती म्हणजे स्टार हे चमकतातच. नेहमीच्या चौकटीत राहून यश प्राप्त करणाऱ्या या स्टार कंपन्या वेगात पुढे कशा जातात हे आपण पुढील तीन प्रकरणांत पाहणार आहोत.

# स्वर्गप्राप्तीसाठी सात पावले

*ज्ञान प्राप्तीसाठी रोज नव्या गोष्टींची भर घालत जा. मात्र हुशार व्हायचे असेल तर नको त्या गोष्टी काढून टाका*

***लाओ त्स्यु***

**ज्ञा**नप्राप्तीसाठी रोज नव्या गोष्टी शिका. विद्वत्ता प्राप्त होण्यासाठी रोज काही नको असणाऱ्या गोष्टी आपल्यातून काढून टाका. बिग बँग यांच्या तत्त्वाप्रमाणे एक क्षण असा होता की या जगात काहीच नव्हते. त्यानंतरच्या क्षणापासून जगाची निर्मिती प्रक्रिया झाली. एखादा खास व नवीन विषय असा तयार होत नाही. अस्तित्वात असलेल्या जीवामध्येच जीवशास्त्रीय बदल करून नवीन जीव तयार करण्यासारखीच ही प्रक्रिया आहे. प्रथम या जगात डायनोसॉर होते. नंतर डायनोसॉर आणि पक्षी आले. प्रथम आदिमानव होता. मग आधुनिक मानवाची उत्पत्ती झाली. जगाची निर्मिती मुळापासून सुरू करण्यापेक्षा असलेल्या अस्तित्वाला अधिक नवीन रूपात घडवणं सोपं आहे.

स्टार व्यवसाय सुरू करण्यासाठी सात टप्पे आहेत. तुमचा स्टार गाठण्यासाठी हे सात टप्पे तुम्हाला सुलभ मार्ग दाखवतील.

**पाऊल १ – बाजाराची विभागणी करा.** सध्याच्या बाजाराचे दोन भाग करा. एकूण बाजाराच्या प्रमाणात तुमचा नवीनच सुरू केलेला व्यवसाय थोडा छोटा राहणार आहे. त्याची काळजी करू नका. तुम्ही आता काय करीत आहात, तर फक्त दोन भाग करीत आहात. एक सध्याचा बाजार व दुसरा तुम्ही सुरू करीत असलेला नवा खास विभाग.

**पाऊल २ – वेगाने वाढणाऱ्या क्षेत्राची निवड करा.** यासाठी आपण निवडत असलेल्या क्षेत्राच्या वाढीचा अंदाज घ्या. दर वर्षी किमान १०% वाढ होईल याबाबत आपणास खात्री असली पाहिजे. अशी खात्री नसेल तर पुन्हा पहिल्या टप्प्यावर जा. दुसरं खास क्षेत्र निवडा.

**पाऊल ३ – खातेदार निवडा.** ग्राहक कोणत्या प्रकारचे असावेत याला प्राधान्य द्या. नेहमीच्या बाजारातील ग्राहकापेक्षा त्यांच्या गरजांवरून ते वेगळे ओळखू आले पाहिजेत. सध्याच्या बाजारापेक्षा या नव्या व्यवसायामुळे ग्राहकांना अधिक चांगली सेवा मिळेल असा तुम्हाला आत्मविश्वास वाटला पाहिजे. नेहमीच्या बाजारातील ग्राहकाला तुमचे ग्राहक वेगळे वाटतील. परंतु काही वेळा त्याच ग्राहकांना आगळ्या पद्धतीनं सेवा द्यावी लागेल. उदा. एखाद्या ग्राहकाला डॉ. पेपर व कोक हे दोन्ही सारखेच आवडत असतील आणि दोन्हीच्या चवीतील फरकही त्याला सारखाच आवडत असेल तर तो दोन्ही पेये पिऊ शकेल.

**पाऊल ४ – नव्या क्षेत्राची व्याख्या करा.** सध्याच्या बाजारातील मालापेक्षा नव्या मालामुळे काय लाभ होणार आहे ते ठरवा. निवडलेल्या ग्राहकासाठी तुम्ही अधिक काय सेवा देणार आहात हे ठरवा. नेहमीच्या बाजारात न मिळणारी कोणती सेवा तुम्ही देणार आहात? ग्राहकाला सध्याच्या सेवेतून न मिळणारं काय तुम्ही नव्या सेवेतून देणार आहात? मुख्य बाजारापेक्षा नवीन व वेगळं काय देणार नाही, याचाही विचार करा.[८]

**पाऊल ५ – नफ्यातल्या फरकाची खात्री करून घ्या.** सध्याच्या बाजारापेक्षा नवीन व्यवसाय अधिक लाभदायक कसा होणार याचं गणित या टप्प्यावर मांडा. मुख्य बाजारापेक्षा वेगळा खास व्यवसाय निवडून नफ्याची खात्री वाटत नसेल तर पुन्हा पहिल्या टप्प्याकडे वळा.

**पाऊल ६ – ज्या नव्या क्षेत्रात काम करावयाचे आहे त्याला नाव द्या.** नवे क्षेत्र कोणते हे ठरवल्यावर याच व्यवसायातील आपल्या स्पर्धक व्यावसायिकांची माहिती मिळेल. मुख्य बाजारातील स्पर्धकापेक्षा या क्षेत्रातील कोणापासून आपल्याला स्पर्धा आहे हे जाणा. त्या क्षेत्रातील तुमचे खास क्षेत्र तुम्ही किती टिकविता यावर तुमचा नफा अवलंबून

---

८. पुनरुच्चार टाळण्याकरिता मी माल व विक्रीनंतरची सेवा या दोन्हीकरिता सेवा हा शब्द वापरला आहे.

आहे. हा नफा किती होतो हे महत्त्वाचे आहे. आता तुम्ही व्यवसाय सुरू केल्यावर तुम्ही तुमचे स्थान पक्के करतानाच तुमच्या कल्पनांची अन्य कोणी नक्कल करणार नाही याची काळजी घ्या. तुमची वाढ आणि नफा होण्यामागे महत्त्वाचे कोणते वेगळे गुण आहेत हे दुसऱ्यांना कळणं अवघड व्हायला हवं. तुम्ही व्यवसाय विकलात तरच ते कळणार. प्रत्येक दिवशी तुमच्या क्षेत्रातलं तुमचं कसब वाढायला हवं. स्पर्धकासाठी अंतर वाढतं हवं.

**पाऊल ७ – तुमच्या क्षेत्राशी जुळणारे असे खास नाव तुमच्या खास व्यवसायाला द्या.** ते सुटसुटीत, सुलभ व सुयोग्य त्याचप्रमाणे भावी ग्राहकांना आकर्षित करणारं असावं.

वरील सात टप्पे पूर्ण केल्याची खात्री पटल्यावर, तुम्ही मनामध्ये तुमचा नवा स्टार व्यवसाय तयार केला आहे. याहून अधिक काही नको. आता कल्पनेच्या सांगाड्यावर मांस चढविणं एवढंच बाकी आहे. जर कल्पना खास असेल – ती स्टार असेलच – आणि तुम्ही बरीच मजल मारली असेल. जर कल्पनाच खास नसेल तर मात्र कौशल्ये पणाला लावूनही यश प्राप्त होणे अवघड.

पुढील प्रकरणात आपण पुन्हा सात पावलांचा आढावा घेणार आहोत. त्यानंतर तुम्ही स्वत:ची स्टार कल्पना तयार करण्यासाठी या टप्प्यांचा वापर करू शकाल. पुढील प्रकरणात माझ्या तीन स्टार व्यवसायातील आणि अन्य प्रसिद्ध तीन स्टार व्यवसायातील या सात टप्प्यांचा ऊहापोह केला आहे. त्यामुळे तुमचा या बाबतीतला आत्मविश्वास वाढेल. परंतु तुम्हाला हे सात टप्पे सविस्तरपणे समजले असे वाटत असेल तर मात्र एकदम प्रकरण क्र. ९ कडे वळा.

## बेटफेअरचे स्वर्गप्राप्तीचे सात टप्पे

**पाऊल १** – बेटफेअरने प्रचलित बेटिंग बाजाराचे परंपरागत बाजार आणि नवीन विनिमय बेटिंग बाजार असे दोन विभाग केले.

**पाऊल २** – ग्राहकांना भरपूर लाभदायक ठरेल अशी योजना आखल्यामुळे वेगाने वाढणारा विनिमय जुगार खास व्यवसाय होणार हे योजना आखताना गृहीत धरलं होतं. या व्यवसायाचं मोल पाहता संस्थापक ॲन्ड्र्यू ब्लॅक आणि सहसंस्थापक एड रे यांना नवीन ग्राहकांना सहज आकर्षित करता येईल व ते नेहमीच्या जुगाराकडून एक्सचेंज बेटिंगकडे वळतील असे वाटले आणि तसेच घडले. मी गुंतवणूक केली. मला बरेच महिने लाभ मिळत होता. नफ्यात दरमहा ३०% वाढ होत होती. मुक्तपणे

व्यवहार करायला दिल्यावर जुगार बाजार फार मोठ्या प्रमाणात वाढला.

**पाऊल ३** – व्यावसायिक जुगारी व उत्साही नवे लोक जे मोठ्या प्रमाणावर जुगार लावतात, बुद्धिचातुर्य वापरतात, जिंकतात हे त्यांचे ठरलेले ग्राहक होते. पारंपरिक व्यवसाय करणाऱ्यांनी त्यांची खाती बंद केली.

**पाऊल ४** – हे नवे व्यवसाय क्षेत्र ग्राहकांना तीन प्रकारचे लाभ देत होते. त्याशिवाय रास्त भाव हे वैशिष्ट्य होते. येणाऱ्या निकालाच्या विरुद्ध पैज लावण्याची क्षमता त्यांच्यामध्ये होती. खेळणाऱ्यांना पैजांचा व्यापार करण्यास परवानगी होती. आपल्या जुगाराच्या विरुद्ध पुन्हा कौल लावणे, निकाल विकणे यासही मुभा होती. मग इथे काय चालणार नव्हते? तर इथे दुकानात येऊन जुगार खेळता येत नव्हता. तो घरून ऑनलाईन किंवा फोनवरून खेळता येत होता. रोखीने जुगार खेळण्यास परवानगी नव्हती. जुगार खेळण्यापूर्वी नोंद करून, पैसे भरून मग खेळावे असा नियम होता.

**पाऊल ५** – एक्सचेंज बेटिंगचा खास प्रकार खूपच नफेशीर आहे. दुकान, फर्निचर इ. ची गरज नाही. कर्मचारीही लागत नाहीत. अडचणी सोडविण्यासाठी माणसं लागत नाही. पैसा गोळा करणे, देणे यासाठी फारच थोडा खर्च येतो. बेटिंग एक्सचेंज ग्राहकांना अधिक मूल्य देते. मालकाला भरपूर नफा मिळवून देते.

**पाऊल ६** – बेटिंग एक्सचेंज हे विभागीय नाव योग्य आहे. लहान, सोपे, लक्षात राहण्याजोगे असे हे नाव, नव्या व्यवसायाचं स्वरूप सांगणारे होते.

**पाऊल ७** – बेटफेअर हा चांगला ब्रँड आहे. या व्यवसायामध्ये काय चालते हे त्या नावावरून ध्यानात येते. 'फ्लटर' हे नाव चांगलं नव्हतं. केवळ करमणुकीसाठी कामगार जमत असावेत असं हे नाव सुचवतं. मोठ्या उलाढालीचे चित्र समोर येत नाही.

## फिलोफॅक्सची यशाची सात पावले

**पाऊल १** – फिलोफॅक्स बाजारात येण्यापूर्वी बहुतेक सारेजण दैनंदिनीमध्ये वैयक्तिक माहिती, भेटीच्या वेळा, पत्ते लिहून ठेवीत. फिलोफॅक्सनं दैनंदिनीच्या क्षेत्राची दोन भागात विभागणी केली – मुख्य बाजार आणि वैयक्तिक ऑर्गनायझर विभाग.

**पाऊल २** – फिलोफॅक्सने प्रचंड वाढीच्या दोन लाटांचा अनुभव घेतला, प्रथम १९८० मध्ये व नंतर त्यातील भाग खरेदी केल्यावर १९९० मध्ये. १९८७ ते १९९० या काळात व्यवसाय पुन्हा वाढेल असे कोणालाही वाटत नव्हते. प्रत्येकाला वाटत होते की फिलोफॅक्स ही एक केवळ फॅशन आहे आणि ती आपोआप विरून जाईल. मला आणि माझ्या सहकाऱ्यांना मात्र सतत जाणवायचं की किमती वाढल्या तरी फिलोफॅक्सची मागणी वाढतच राहणार. या वैयक्तिक वेळापत्रकाची मागणी दरवर्षी १०% ने वाढत असल्याचे मी पाहत होतो. बाजारातील हिस्सा भविष्यकाळातही वाढता राहणार असं दृश्य दिसत होतं. धंद्याकडे आणि प्रत्येक व्यवसायाकडे स्वतंत्रपणे पाहण्याची बुद्धिमत्ता असावी लागते. पूर्वी जो धंदा जोमाने चालत होता तो पुढेही काही धोरणे आखून जोमाने चालविता येतो.

**पाऊल ३** – सुरुवातीस व्यावसायिक हे मुख्य ग्राहक म्हणून ध्येय होतं. त्यात चर्च, सैन्यदल यांचा प्रामुख्याने समावेश होता. सन १९८० पासून भावी ग्राहकांचे प्रकार वाढत गेले. त्यामध्ये व्यावसायिकाबरोबरच समाजामध्ये वावरणाऱ्या स्त्रियांचा समावेश होतो. दैनंदिनीपेक्षा वैयक्तिक योजना, दिनदर्शिका याला अधिक मागणी होती.

**पाऊल ४** – पर्सनल ऑर्गनायझर, म्हणजेच वैयक्तिक योजना दिनदर्शिकेचे किती उपयोग होते? डायरी म्हणजेच दैनंदिनीप्रमाणे त्यात सर्व माहिती होती. त्यात कागद आणि पेनची सोय असल्याने त्वरित हव्या त्या नोंदी करता येत होत्या.

**पाऊल ५** – डेव्हिड कॉलिश्चनने १९८० मध्ये या योजना दिनदर्शिकेचा समावेश फॅशन वस्तूमध्ये केला. फॅशनच्या वस्तू खरेदी करण्यासाठी अन्य वस्तूंबरोबर ही दिनदर्शिका देता आली असती. भरपूर किंमत वाढवून ही दिनदर्शिका खास उत्पादन असल्याचे ग्राहकांवर बिंबविले. कमी किमतीत माल विकणाऱ्या विरोधकांना आव्हान निर्माण केले.

**पाऊल ६** – १९८० मध्ये फिलोफॅक्स वेगाने वाढले. वैयक्तिक योजना दैनंदिनी हवी असल्यास ग्राहक 'फिलोफॅक्स' द्या म्हणू लागले. प्रत्येक स्पर्धकालाही त्याच्या उत्पादनाला फिलोफॅक्स म्हणणे भाग पडत होते. डेव्हिड कॉलिश्चनने हुशारीने या उत्पादनाला 'पर्सनल ऑर्गनायझर' म्हणण्यास सुरुवात केली. सर्वजण तसेच म्हणतील असे प्रयत्न केले.

मार्केटिंग करणारे लोक आग्रही असतात. प्रथम काय हवे हे ते ठरवितात. मला 'पर्सनल ऑर्गनायझर' हवा असं म्हटलं जावं; मग फिलोफॅक्सची मागणी व्हावी. पर्सनल ऑर्गनायझरचा उद्देश होता की, लोकांनी व्यवस्थितपणे शिस्तीने राहावे. हे समजावून दिले नसते तर नव्या उत्पादनाची महती सर्वदूर पसरली नसती. मग फिलोफॅक्स नावाची किंमतही तितकी राहिली नसती.

सन १९९० मध्ये इलेक्ट्रॉनिक ऑर्गनायझरचं युग सुरू झालं. तेव्हा पाम पायलट हा प्रमुख ब्रँड बाजारात होता. पण या उत्पादनाच्या प्रकाराचं नाव काय होतं? अल् आणि लॉरा राईस यावर सांगत, ''काहीजण यास हाताच्या तळव्याएवढा इलेक्ट्रॉनिक ऑर्गनायझर म्हणत तर काहीजण हातातला कॉम्प्युटर म्हणत. याशिवाय काहीजण पर्सनल डिजिटल असिस्टंट म्हणत. ही सर्व नावे लांबलचक व किचकट होती. या प्रकाराला सुटसुटीत व अर्थपूर्ण नाव हवं होतं, ते त्यात नव्हतं. जर मांडीवर ठेवायच्या कॉम्प्युटरला लॅपटॉप म्हणतात तर हातातल्या कॉम्प्युटरला पाम कॉम्प्युटर म्हणणं सयुक्तिक होतं. तरीही अजून चांगलं नाव हवं होतं.[१]''

**पाऊल ७** – फिलोफॅक्स हा एक चांगला ब्रँड आहे, अगदी सोपा, पारदर्शी, स्वत:चं वैशिष्ट्य असणारा. या प्रकारातील सर्वोत्कृष्ट म्हणून तो नावाजलेला होता. फिलोफॅक्स घेऊन मी काय करू? असं जर कोणी विचारलं तर उत्तर ठरलेलं होतं– तो एक वैयक्तिक ऑर्गनायझर आहे. तो तुम्हाला शिस्तबद्ध, योजनाबद्ध व्हायला मदत करतो. या खास क्षेत्राला तसंच नावही हवं होतं. ही वस्तुस्थितीची फाईल आहे का? होय. पण पूर्णत: हे खरं नाही. वस्तुस्थितीची फाईल असल्याचे लाभ एकदम सिद्ध होत नाहीत. बेटफेअरबाबतही असंच घडलं होतं. बेटफेअर तुम्हाला काय देत होते? बेट लावून भाग घेण्याची पात्रता निर्माण करीत होते. हे उत्तर पुरेसे नाही. सर्व चलाख ब्रँडप्रमाणे बेटफेअर सर्व काही सांगून मोकळे होत नाही. तुम्हाला बेटिंग एक्सचेंजचा अर्थ समजत असेल तर बेटफेअर एक मोठी कलाटणी देते आणि त्याचा प्रभाव मोठ्या प्रमाणावर वाढविते.

---

१. *दि ओरिजीन ऑफ ब्रँड्स* (न्यूयॉर्क – हार्पर कॉलिन्स २००४) या पुस्तकातून.

## बेल्गोची स्वर्गप्राप्तीची सात पावले

**पाऊल १** – इंग्लंडमधील रेस्टॉरंट व्यवसायाची बेल्गोनी दोन भागात विभागणी केली. बेल्गो किंवा बेल्गोसारखी उपहारगृहे आणि अन्य सर्व उपहारगृहे. नवीन खास क्षेत्रामध्ये प्राचीन विषय घेऊन बेल्जिअम रेस्टॉरंटचा समावेश केला. त्यामध्ये वेगवेगळे खाद्यपदार्थ, पेय होते त्याशिवाय तत्पर सेवा होती.

**पाऊल २** – या खास क्षेत्राची वाढ वेगाने झाली. ग्राहकांची गर्दी वाढू लागली. त्यांना तत्पर सेवा देऊन लवकर मोकळे केले जात होते. नवीन दालने उघडल्यामुळे मोठी वाढ झाली.

**पाऊल ३** – बेल्गोने स्वत:चे असे ग्राहक तयार केले. अनेकजण दर आठवड्यास भोजनास येत हे खास ग्राहक, खास क्षेत्रात निर्मिती क्षमता असलेले लोक होते. जनसंपर्क, जाहिरात विभागातील कार्यपालक, डिझायनर्स, माध्यमातील लोक, आर्किटेक्चर्स, कलाकार असे तीस ते चाळीस वयातील हे चोखंदळ ग्राहक होते. विविध क्षेत्रांतील ही दादा मंडळी होती.

**पाऊल ४** – बेल्गोमध्ये जाण्याचे कोणते लाभ होते? खास खातेदारांच्या मते इथे आगळावेगळा अनुभव, एक प्रकारचा उत्साह, तिथं जाण्यातला रुबाब आणि तत्पर सेवा हे विशेष लाभ होते.

**पाऊल ५** – बेल्गोला जादा नफा होण्याची प्रामुख्याने दोन कारणे होती. खास भोजन आणि पेयावर जादा नफा होता. तसेच ग्राहकांना नव्वद मिनिटांत टेबल मोकळे करावे लागत असल्याने दिवसात प्रत्येक टेबलावर सात वेळा ग्राहक बसू शकत. मागणी चांगली होती. कारखान्याप्रमाणे उत्पादन केले जात होते. संस्थापकांनी अशी काही हवा निर्माण केली होती की मोठ्या प्रमाणावर मागणी निर्माण झाली. ग्राहकांच्या नजरेत भरणारी होती. बेल्गोच्या नफ्याचे रहस्य त्यांच्या शाखा काढणाऱ्यांच्या लक्षात पूर्णत: आले नाही. बेल्गोचे नवीन अध्यक्ष ल्युक जॉन्सन यांची टीव्हीवर मुलाखत घेण्यात आली होती. ते केवळ एखाद्या लेखपालासारखे वाटत होते. बेल्गोच्या खास वातावरणास पोषक असे ग्राहक तिथे मिळणं कठीण होईल अशा ठिकाणी त्यांनी शाखा काढल्या. या शाखा काढताना ते खास वातावरण निर्माण करावे लागते तेही त्यांनी

केले नाही. एकदा व्यवसाय घसरल्यावर नवीन खास ग्राहक निर्माण होऊ शकले नाहीत.

**पाऊल ६** – नव्या क्षेत्राचं नाव 'बेल्गोसारखं रेस्टॉरंट' असं ठेवलं होतं. खरं तर कोणीच पूर्णपणे बेल्गोची नक्कल केली नव्हती. वेगानं उत्पादन करणं, खाद्यपदार्थांची आणि पेयाची सेवा देणं हे ग्राहकांना पसंत होतं. नक्कल करणाऱ्यांना ते पूर्णपणे जमलं नाही. बेल्गोचे वातावरण तिथे निर्माण होऊ शकले नाही. ग्राहकांची गर्दी नव्हती. बेल्गोला ते आव्हान देऊ शकले नाहीत.

**पाऊल ७** – बेल्गो नाव हे दोन संस्थापकांनी हुशारीनं ठेवलं. त्याला भरपूर मोफत प्रसिद्धी मिळाली. लंडन येथील पत्रकार, खाद्यपदार्थांचे रसग्रहण करणारे, बेल्गो कुक बुकचे लेखक यांनी भरपूर प्रसिद्धी दिली.

## स्वर्गप्राप्तीसाठी मॅक्डोनाल्डची सात पावले

**पाऊल १** – मॅक्डोनाल्डने त्यांची तत्पर सेवा सुरू करण्यापूर्वी सन १९४८ मध्ये कॉफी शॉप प्रचलित होती. त्यामध्ये ग्राहकांना कॉफी, थंड पेये, विविध प्रकारचे खाद्यपदार्थ प्राप्त होते. मॅक्डोनाल्डने कॉफीशॉपचे दोन भाग केले. नेहमीचे ग्राहक आणि वेगवान सेवा हवी असणारे फास्टफूड हॅंबर्गर रेस्टॉरंट. बेल्गोच्या आधी त्यांनी नवे खाद्यपदार्थ बाजारात आणले. ते सत्वर देण्याची पद्धत प्रचलित केली.

**पाऊल २** – खास वेगवान वाढीचा व्यवसाय त्या बंधूंनी सुरू केला. बेल्गोप्रमाणे त्यांनी नव्या शाखा उघडल्या. सध्याच्या रेस्टॉरंटमधील विक्री वाढविली. रे क्रॉकने जगभर प्रतिनिधी नेमून व्यवसाय वृद्धी केली. १९६१ मध्ये क्रॉकने मॅक्डोनाल्ड विकत घेतले. स्वत:च जाऊन भांडवल घालायला लागू नये म्हणून त्यांनी जास्तीतजास्त प्रतिनिधींची नेमणूक केली.

**पाऊल ३** – हॅंबर्गर आवडणारे ग्राहक हे लक्ष्य केले होते. हल्लीच्या मुलांना त्यांनी डोळ्यासमोर ठेवले आहे. मुलांना आवडणारे पदार्थ व खेळांची सोय पुरविणारे हे पहिलेच रेस्टॉरंट होय.

**पाऊल ४** – हॅंबर्गर प्रेमींना सातत्याने तीच चव मिळाल्याने ते खूष होते. ही चव, तत्पर सेवा, योग्य भाव ही वैशिष्ट्ये जगात कोठेही गेले तरी ते देत होते. वेगवान सेवेमुळे हॅंबर्गर व अन्य पदार्थांची मागणी गुणाकाराच्या पटीने वाढू लागली. वाढत्या ग्राहकांना कमी दरात सेवा देणं जमू

लागलं. लोक कमी करण्यात फायदा वाढला. त्यांनी वेटर कमी केले. कॉफी-शॉपमधील यादीतील पदार्थही कमी केले. हॅंबर्गरवर लक्ष केंद्रित केले. फक्त नऊ पदार्थ देऊ लागले. हॅंबर्गर, चीजबर्गर्स, फ्राईज व सहा प्रकारची पेये.

**पाऊल ५** – लाभदायक बदल : सर्व कामांची प्रमाणे ठरविली गेली. त्यामुळे तत्परतेने हव्या तेवढ्या ग्राहकांना भोजन देता येऊ लागले. संख्या वाढल्याने स्वस्त दर ठेवणे शक्य झाले. रास्त दर व चवीतले सातत्य त्यामुळे रेस्टॉरंट्स भरून वाहत होती.

सॅन बर्नार्डिनो दुकानाची १९५१ मधील विक्री वर्षाला चार लाख डॉलर्सवर गेली. सध्या त्यांची किंमत ३ मिलियन डॉलर्स होईल. अमेरिकेतील मॅक्डोनाल्डची सरासरी विक्री दुपटीने वाढली. पाच वर्षांत या बंधूंनी नवी सात रेस्टॉरंट्स काढली. हा वेग बेल्गोपेक्षाही जास्त होता. लक्षावधी लोकांच्या खाण्याच्या सवयी बदलण्यात ते यशस्वी झाले.

रे क्रॉक हा मॅक्डोनाल्डचा खरा संस्थापक होता हे सांगणं हा प्रचाराचा भाग होता. रे क्रॉक हा व्यवसायात निष्णात होता. त्यानी चांगला स्टार व्यवसाय त्याच्या खऱ्या किमतीपेक्षा कमी दरात मिळविला हे त्याचे कर्तृत्व होय. जगभर प्रतिनिधी नेमण्याचा त्याचा निर्णय हे त्याच्या द्रष्टेपणाचे लक्षण होय. डिक आणि मॅक यांनी हा प्रचंड नफ्याचा व्यवसाय शोधून काढला.

**पाऊल ६** – अमेरिकेत या व्यवसायात मॅक्डोनाल्ड सर्वांत पुढे होतेच पण युरोपमधील सर्व देशांतही या व्यवसायातील नेतृत्व त्यांच्याकडे आले होते. जागतिक स्तरावर नाव झालेले हे पहिले रेस्टॉरंट आहे. ते आजही सर्वांत मोठे आहे. वेगाने वाढणाऱ्या व्यवसायातील नेतृत्व १९४८ पासून १९९० पर्यंत मॅक्डोनाल्डकडे आहे.

**पाऊल ७** – मॅक्डोनाल्ड प्रसिद्ध व चिरकालीन झालं आहे. सर्वाधिक लोकप्रिय हॅंबर्गरचं नाव 'बिग मॅक' आणि सोनेरी नक्षीचे बोधचिन्ह हे लोकांना आकर्षित करते.

## स्वर्गप्राप्तीसाठी सर्क द सोलेल्सची सात पावले

**पाऊल १** – सर्क द सोलेल (सूर्याची सर्कस) यांनी सर्कस व्यवसायाचे दोन भाग केले. एक पारंपरिक सर्कस आणि १९८४ मध्ये निर्माण केलेले खास क्षेत्र. रस्त्यावर कार्यक्रम करणाऱ्यांनी मॉंट्रिअल येथे ही नव्या पद्धतीची सर्कस सुरू केली. या सर्कसमध्ये संगीत आणि नृत्य आहे. 'सर्कशीचा नवा आविष्कार' अशी प्रत्येक खेळात जाहिरात केली जाते. सर्कस आणि नाटक याचं हे संमिश्र रूप आहे. त्यात ऑपेरा, बॅलेट ही नृत्ये व रॉक संगीत आहे.

**पाऊल २** – सर्कसचा व्यवसाय वेगाने वाढला. प्रस्थापित सर्कस बेर्नुम अँड बेली आणि रिंगलिंग ब्रदर्स यांचा शंभर वर्षांत जेवढा व्यवसाय झाला तितका सर्क द सोलेल यांनी २० वर्षांत केला.

**पाऊल ३** – सर्कसची ग्राहक म्हणून मुले अपेक्षित असतात. यांनी मोठी माणसे, कंपन्या यांना ग्राहक म्हणून डोळ्यांपुढे ठेवले. नाटकाप्रमाणे जास्त दर ठेवले. काही वेळा सर्कसच्या दरात खेळ केले.

**पाऊल ४** – नेहमीच्या सर्कसपेक्षा अधिक चांगली करमणूक या सर्कसने दिली. भव्य तंबू, आरामदायी आसनं, यासह सारंच प्रशस्त असं होतं. रंगसंगती उत्साहवर्धक होती. खास अशा नव्या संगीताची योजना केली होती. सर्कसमध्ये काम करणारे सारे नावाजलेले होते. प्राण्यांच्या कसरतीही नव्या प्रकारच्या होत्या. एकाच वेळी तीन गोलांत खेळ चाले.

**पाऊल ५** – पारंपरिक सर्कसपेक्षा ही वेगळी सर्कस फायदेशीर होती. सर्कसचा जादा खर्चाचा भाग म्हणजे प्राणी आणि स्थानिक नामवंत कलाकार. परंतु जादा दराच्या तिकिटामुळे तो भरून निघे.

**पाऊल ६** – 'सर्वाधिक आधुनिक सर्कस'[१०] अशी या सर्कसची सर्वत्र ओळख झाली. सर्कस क्षेत्रातील खास दर्जा प्राप्त झाला.

**पाऊल ७** – सर्क द सोलेल हे नाव सर्वमान्य झालं. त्यांच्या खेळातील गुणवत्तेबद्दल सर्वमुखी प्रशंसा होत होती.

---

१०. रेव्हरीज मॅगझीन यांच्याबरोबर जुलै २००२ मध्ये झालेली मुलाखत

## कोकाकोलास स्वर्गप्राप्तीकडे नेणारे सात टप्पे

**पाऊल १** – जॉर्जिया येथील औषधी तज्ज्ञ जॉन स्टीथ पेंबर्टन यांनी १८८५ मध्ये 'कोका वाईन'चा शोध लावला. त्याचे नाव पेंबर्टनचा फ्रेंच वाईन कोका असे ठेवण्यात आले. त्याची विक्रीही चांगली झाली. ॲटलांटा येथे १८८६ मध्ये मद्यबंदी झाली. तेव्हा मद्यार्क नसणारे कोकाकोला त्याने शोधून काढले. सोडा विक्री केंद्रातून त्याचे वितरण सुरू झाले.[११] सॉफ्ट ड्रिंक व्यवसायाचे त्यांनी दोन भाग केले. पहिल्या भागामध्ये कंदापासून बनविलेली बिअर, फळांचे रस यांचा समावेश होता. दुसरा भाग म्हणजे नवीन कोला. पेंबर्टनने दुसऱ्या प्रकारातही विभागणी केली. सुरुवातीस कोकाकोला डोकेदुखी, नैराश्य यावर औषध म्हणून वापरले जात होते. सोड्याप्रमाणे पेय आणि औषधी असे दोन्ही गुणधर्म असणारे कोकाकोला हे सर्वप्रथम पेय होय. नव्या कल्पना बाजारातील उत्पादनात विभागणी करतात तशाच जुन्या दोन उत्पादनांचे गुण एकत्रही आणतात.

**पाऊल २** – कोला उत्पादनाची सुरुवातीपासून वेगाने भरभराट झाली. ॲटलांटा विभागाने १ मे १८८७ मध्ये आठवड्यामध्ये कोकाकोला सिरपची विक्री ६०० गॅलन झाली असे जाहीर केले. त्यात ७६,८०० बाटल्या भरल्या गेल्या. सन १८९१ मध्ये २०,००० गॅलन कोला-कोला विकला गेला. १८९५ मध्ये ही विक्री ७६,२४४ गॅलनपर्यंत पोहोचली. ही वाढ वार्षिक ४०% होती. त्यात १० मिलियन बाटल्या बसत होत्या. १९०० पासून अमेरिकेतील सर्वाधिक लोकप्रिय पेय हा बहुमान कोकाकोलाने प्राप्त केला आहे.

**पाऊल ३** – सुरुवातीस व्यावसायिक ग्राहक डोळ्यांपुढे ठेवून जाहिरात केली गेली. नंतर महिला, मुले आणि धूम्रपान करणारे असे तीन विभाग ग्राहक म्हणून निवडले गेले.

**पाऊल ४** – सुरुवातीस कोकाकोला औषध म्हणून वापरले गेले. मेंदूला शक्ती देणे, नैराश्य घालविणे, डोकेदुखी कमी करणे यासाठी त्याचा वापर होई. चविष्ट व तजेला देणारे पेय ही त्याची सुरुवातीपासून ओळख

---

**११.** सुरुवातीस कोकाकोला साध्या पाण्याप्रमाणे दिसे. एकदा अपघाताने ते कार्बोनेटेड पाण्यात मिसळले गेले व तेच ग्राहकांना जास्त आवडले.

होती. कोकेनचे प्रमाण कोकाकोलामधून १९०० साली कमी करण्यात आले. नंतर कोकची चव व स्फूर्ति देण्याची क्षमता ही विक्रीसाठी बलस्थाने झाली. जेव्हा स्पर्धक पुढे येऊ लागले तेव्हा आपणच किती सच्चे आहोत हे कोकने सिद्ध केले.

**पाऊल ५** – औषधाच्या दुकानातून सोड्याप्रमाणे कोकाकोला विकला जाऊ लागला व फार मोठ्या प्रमाणावर विक्री झाली. सोडा विक्री केंद्रात आधीची झालेली गुंतवणूक वापरात आली. सोडा विक्री केंद्रातील अन्य पेयाप्रमाणे कोकाकोला चांगल्या किमतीला विकला जात होता. नफ्याचे प्रमाण महत्त्वाचे नव्हते. परंतु एकूण विक्री व एकूण होणारा नफा महत्त्वाचा होता. १८८८ मध्ये असा कँडलरने कंपनी आपल्या नियंत्रणात घेतली. प्रचंड जाहिरात करून खप वाढविला. कँडलरने उत्पादनावर २२,५०० डॉलर्स खर्च केले तर जाहिरातीवर ११,४०० डॉलर्स खर्च केले. कँडलरने सोडा विक्रेत्यांकडे येणाऱ्या नवीन ग्राहकांना मोफत पेय देऊ केले. त्यासाठी कूपन दिली जात. पोस्टर्स, वजनकाटे, कपाटे, घड्याळे, जेवण वाढण्याची भांडी अशा वस्तू वाटण्यात आल्या. जाहिरात आणि अन्य वस्तूंचे वाटप यामुळे प्रचंड विक्री वाढणार याची कँडलरला कल्पना होती. त्यामुळे भरपूर नफा होणार होता. कोकाकोलातील औषधी गुणांनी अन्य सर्व पेयांना स्पर्धेत मागे टाकले. चट्टानुगा, बेंजामिन फ्रँकलीन थॉमस हे दोन वर्षे कँडलरकडे कोका-कोलाचे बॉटलिंग करण्याचे काम मागत होते. १८८९ मध्ये कँडलरने नाखुशीने थॉमसला होकार दिला. कोक बाटलीतून विकला जाऊ लागल्यावर नफा अधिकच होऊ लागला. भांडवलाशिवाय कोकाकोलाला नवे मार्केट प्राप्त झाले. अमेरिकेत १९०४ मध्ये १२० बॉटलिंग केंद्रे कार्यरत होती. स्वतःच्या गुणांच्या जिवावर अमेरिकेत एवढा मोठा व्यवसाय करणारी ही पहिली कंपनी असावी. उत्पादन, त्याचं नाव, मार्केटिंग हे सारं नावीन्यपूर्ण होतं. भांडवली खर्चाच्या गोष्टी बाहेर करायला दिल्या होत्या. परिपात्रता भांडवल उभारणी न करता कंपनी वेगाने वाढली. हे सर्व संधी मिळाल्यानं घडलं.

स्पर्धक आल्यावर कोक किमतीमध्ये प्रभावीपणे बदल करू शकत होता. आतापर्यंत कोकाकोला फायदेशीर ठरला आहे. खाद्य पदार्थ व पेयामध्ये साधारणतः १०% नफा असतो परंतु कोकाकोलाने तो २६% ठेवला आहे.

**पाऊल ६** – १८८६ पासून अमेरिकेत कोकाकोला प्रथम क्रमांकावर आहे. जगात कोक विक्रीमध्ये अग्रगण्य राहिला आहे. फक्त मध्य पूर्व भागात पेप्सीचा प्रथम क्रमांक आहे.

**पाऊल ७** – जगामध्ये कोक नाव अग्रगण्य आहे. त्याचे मूल्य आज ७० बिलियन डॉलर्स आहे. त्याची प्रचंड वाढ हे विसाव्या शतकातील आश्चर्य आहे. पुढील शतकात आपल्या उत्पादनाची विक्री वाढविण्याची प्रेरणा देणारी ही घटना आहे. आपल्या खास क्षेत्रातील विक्री वाढू शकते हा आत्मविश्वास निर्माण करणारी ही कथा आहे.

एखाद्या भटक्या ड्रगिस्टने एक गोड शीतपेय विकून प्रचंड प्रमाणात फायदा मिळवला तर तुमच्या आखीवरेखीव, बांधील व्यवसायाला, ज्यावर तुमचा पूर्ण विश्वास आहे, त्यात किती यश मिळेल, याची कल्पनाच केलेली बरी.

मार्केटिंग आणि ब्रँड याबाबत लिखाण करणारे माझे आवडते लेखक अल् आणि लॉरा राईस म्हणतात,

कोकाकोला ब्रँड कशामुळे एवढा मोठा झाला? कोक पिण्याचे फायदे सांगणारा हा प्रचंड व्यापक विक्रीकलेचा परिणाम होता का? हे सांगणारा हा मोठ्या प्रमाणावरचा कार्यक्रम होता का? कोला प्रकार कोकाकोलाने सुरू केल्याचा परिणाम होता का? ब्रँड निर्माण करण्यास नवे उत्पादन हवे असेल तर नवे उत्पादन कसे आणावयाचे याचा विचार व्हायला हवा.[१२]

तुमचा नवा स्टार व्यवसाय सुरू करण्यासाठी स्वर्गप्राप्तीसाठीच्या सात पावलांचा अभ्यास करा. यश येईल.

---

**१२.** *दि ओरिजीन ऑफ ब्रँडस्* पृ. १७४

# तुमचा पहिला स्टार कसा निर्माण करायचा?

## *स्टार कल्पनांची स्वप्ने पाहा*

*तुम्ही स्वप्न पाहू शकलात तरच त्याची प्राप्ती होईल.*

***वॉल्ट डिस्ने***

**प्रस्तावना**

प्रकरण ९ व १० आपल्या दृष्टीने अत्यंत महत्त्वाची प्रकरणे आहेत. तुम्हाला सुरू करावयाच्या स्टार व्यवसायासाठी सुरेख कल्पना इथे प्राप्त होतील. तो तुमच्या जीवनाला चांगली कलाटणी देणारा क्षण असेल.

सुरुवातीस कल्पना मनामध्ये तयार होते. माझ्याबाबतीत सांगायचं तर मी ब्रायटन येथे माझ्या आरामखुर्चीत बसलो होतो आणि माझ्या मनात फिलोफॅक्सची कल्पना आली. कल्पना जर चांगली असेल तर ती मनामध्ये रुंजी घालते. ती फारच चांगली असेल तर तुम्हाला यश प्राप्त झालेच म्हणून समजा. स्टार कल्पना भक्कम असेल तर सर्व व्यवसायातील घटक तुमच्याकडे आकृष्ट होऊ लागतात. पैसा, ग्राहक, कर्मचारी सारे येतात, नशीब उजळते.

स्टार कल्पना कल्पनातीत लाभदायी असते. ती राबविणे फार अवघड नसते. स्वर्गप्राप्तीची सात पावले ही त्याची सोपी वाट आहे. आता आपण दोन-तीन कल्पना लढविणार आहोत. स्टार व्यवसायासाठी सध्याच्या मार्केटचे दोन भाग करणार आहोत. सध्याचे मार्केट व तुम्ही निर्माण करणार असलेले खास मार्केट ही क्रिया प्रकरण आठमध्ये स्वर्गप्राप्तीसाठी दिलेल्या सात पावलांमध्ये पहिल्या पावलात दाखविली आहे. प्रकरण क्रमांक ९ मध्ये आपण कल्पनांचा अभ्यास करून त्यातील एक कल्पना निवडून तिला स्टार व्यवसाय बनविण्यासाठी २ ते ७ ही पावले चालणार आहोत.

हे करताना स्वयंप्रेरणा हवी, पण त्यात मजा आहे. स्टार कल्पना शोधण्यासाठी

२/३ मित्रांचा एक गट करा. व्यवसाय करावा वाटणारे व ज्यांच्यावर तुमचा पूर्ण विश्वास आहे असे मित्र हवेत. ते तुमचे भावी सहसंस्थापक सदस्य आहेत हे ध्यानात घेऊन त्यांना गटात घ्यायचे का नाही याचा विचार करा.

आतापर्यंत तुम्ही सर्वांनी सर्व प्रकरणे वाचली आहेत. विशेषत: प्रकरण आठ बारकाईने वाचले आहे. आता हे प्रकरण स्वत: मन लावून वाचा. प्रत्येकाला एक किंवा दोन कल्पना सुचायला हव्यात. तुम्ही शांत व मोकळे असाल अशा २-३ संध्याकाळी अथवा आठवड्याच्या शेवटी एकत्र या. २-३ तास एकत्र घालवा. चहा कॉफी, बिअर अथवा वाईनचे घुटके घेत प्रेरणेचा शोध घ्या. जर काही प्रेरणा मिळत नसेल तर आठवडा वा महिनाभर हे काम पुढे ढकला. तुम्हाला केव्हाही स्टार कल्पना सुचू शकेल. दात घासताना किंवा रस्त्यावर फिरतानाही ती मनात येईल.

तुम्हाला व तुमच्या मित्रांना ज्या व्यवसायाची माहिती आहे तिथून सुरुवात करा. या व्यवसायांचा सखोल-अंतर्बाह्य विचार करून नवीन व्यवसाय कसा शोधता येईल ते पाहा.

इथं बत्तीस मार्ग सांगितलेत. अगदी टोकाचा विचार करून नवीन खास व्यवसाय कसा शोधायचा हे सांगणारे आणि काही परस्परविरोधी मार्ग आहेत. सध्याच्या बाजाराचे जे नेहमीचे ज्ञान आहे, त्याच्या विरुद्ध विचार करा. काही मार्ग हे त्या व्यवसायाशी संबंधित आहेत. पण ते असे आहेत की सहजासहजी तुम्हाला ते सुचले नसते. मार्ग पाहून हरखून जाऊ नका. हेच मार्ग आहेत असे समजू नका. ते तुम्हाला साहाय्य करण्यासाठी आहेत. त्याचा उपयोग नाही असे वाटले तर त्वरित पुढे चला.

**मार्ग १ : हवं असलेलं उत्पादन सध्या अस्तित्वात नाही**

पहिला मार्ग अगदी सोपा आहे. असे एखादे उत्पादन किंवा सेवा आहे का जी सध्या उपलब्ध नाही.

अँड्र्यू ब्लॅकला बेटिंग एक्सचेंज हवे होते. बुकिंग घेणाऱ्यांना जादा नफा देऊन त्याला दुसऱ्याच्या विरुद्ध बेटिंग लावायचे नव्हते.

कमी गॅस असलेली बिअर करण बिलीमोरियाला हवी होती. ती त्याला भारतीय जेवणाबरोबर घ्यावी वाटत होती. पण त्याची एक अडचण होती. भारतीय रेस्टॉरंटमधून बिअर घेताना त्याचे पोट डब्ब होत होते. त्यामुळे त्याच्या खाण्या-पिण्यावर मर्यादा येत होती. त्यानी बिअरचा ताजेपणा आणि सौम्यपणा एकत्र आणला. भारतीय खाद्यपदार्थाबरोबर तो दिला. कोब्रा नावाने हे उत्पादन बाजारात आणले. त्याची विक्री १०० मिलियन पौंडांच्या वर झाली.

मला हव्या असलेल्या विषयांवर पुस्तक उपलब्ध नसले की मी ते लिहून

काढायचो. अशी मी अनेक पुस्तके लिहिली. उदा. अर्थशास्त्रज्ञ विलफ्रेडो पेरेटो यांच्या ८०/२० या विषयावर इंटरनेटवर बरेच लेख होते. परंतु पुस्तक नव्हते त्यामुळे मी ते लिहिले व मित्रांना आणि व्यावसायिकांना वाटले. आता ८०/२० प्रिन्सिपल हे पुस्तक २५ भाषांतून प्रकाशित झालंय. त्याच्या सात लाखांवर प्रती खपल्यात.

अर्थात, तुम्ही निवडत असलेला व्यवसाय बऱ्याच लोकांना पसंत पडेल ना याचाही विचार व्हायला हवा. हाच व्यवसाय दुसऱ्या कोणी सुरू केलेला नाही ना हेही पाहायला हवे. काही वेळा तो इतर कोणी सुरू केलेला असतो.

### मार्ग २ : बाजारातील चढउतार

व्यवसायामध्ये खास आरामदायी विभाग आपण निर्माण करू शकू का? ज्यावेळी सध्याचे मार्केट मंदीमध्ये चालले आहे, नफा होत नाही, विक्री कमी होतेय अशा वेळी अशा खास विभागाला चांगली संधी असते. अमेरिकेतील कॉफी विक्रीचे उदाहरण घ्या. टी मोस्ट कॉफी ५० सेंटला विकली जात होती. नंतर १९८७ मध्ये मोठ्या दुकानातून स्टारबक्सने कॉफी विक्री सुरू केली. थंड वातावरणात उत्तेजित कॉफी घेणं ग्राहकांना पसंत पडलं. त्यासाठी ते जादा पैसे देऊ लागले.

आता स्टारबक्सची ३० देशांमध्ये १०,००० कॉफी शॉप्स आहेत. विक्री ६.४ बिलियन डॉलर्सवर पोहोचली असून कंपनीची संपत्ती २९ बिलियन डॉलर्स आहे.

परवडणारी किंमतही महत्त्वाची. कोकाकोला, मॅक्डोनाल्ड यांनी हेच तत्त्व अंगिकारलं. तुम्हाला एखादा रटाळ आणि खास नफा नसलेला व्यवसाय माहिती आहे का? अशा व्यवसायात किंमत थोडीशी वाढवून सुधारित सेवा तुम्ही देऊ शकता का? पारंपरिकरित्या स्वस्त व मस्त अशा एखाद्या वस्तूला तुम्ही अत्याधुनिक स्वरूपात सादर करू शकता का?

चॅंपियन एंटरप्रायझेस, मिचीगन यांनी आकर्षक प्रिफॅब्रिकेटेड तयार घराचे उत्पादन कमी किमतीत दिले. त्यात विशेष सुविधा दिल्या. आकाशातून येणारा प्रकाश, फायरप्लेस यांची सोय केली.

### मार्ग ३ : परवडणारे आरामदायी उत्पादन

सध्या महाग विकली जाणारी वस्तू कमी किमतीत विकता येईल का याचा विचार करणे. उत्पादनाचा दर्जा मात्र उत्कृष्टच राहून, ग्राहक आकृष्ट झाला पाहिजे.

लेक्ससच्या रूपाने टोयोटाने असंच भरपूर नफा देणारं उत्पादन बाजारात आणलं. बीएमडब्लू किंवा मर्सिडिससारखी ही आरामदायी गाडी आहे. किंमत मात्र

कमी. टोयोटाच्या विक्रीमध्ये लेक्ससचं प्रमाण ३% आहे व नफ्याचं प्रमाण एक तृतीयांश आहे.

एमएक्स-५ ही जगातील लोकप्रिय स्पोर्ट्स कार आहे. त्यांनीही असंच केलं. गुणवत्ता राखून त्यांनी किमती अर्ध्याच ठेवल्या.

बिझिनेस क्लासने प्रवास करताना प्रथम वर्गाचे काही लाभ दिले जातात. त्यासाठी फक्त निम्माच आकार लावला जातो. ब्रिटिश एअरवेज बिझिनेस क्लासमधून १००% नफा कमाविते. मग इतर केबिनमध्ये नुकसान झाले तरी चालते.

राल्फ लॉरेन कंपनीचा शर्ट पाहा. त्याची गुणवत्ता व स्पर्श हा इतका उत्कृष्ट आहे की 'तुम्ही उत्कृष्टच कपडे निवडता' असं त्याच्या ग्राहकाचं मत होतं. शर्ट दिसतोही सुरेख, टिकाऊही आहे, त्यामुळे प्रचंड खप होतो. भरपूर नफा मिळतो.

**मार्ग ४ – नेहमीचे मार्केट विरुद्ध खास दर्जाचे मार्केट**

सध्या ठरावीक श्रीमंतांसाठी छोटे मार्केट आहे. तिथे तुम्ही मोठे मार्केट बनवू शकता.

हेन्री फोर्डने मोठ्या प्रमाणावर गाड्यांचे उत्पादन सुरू केले. त्यापूर्वी ते मोजक्या ग्राहकांसाठी श्रीमंती उत्पादन होते. परदेशी स्थलदर्शन सहली पूर्वी उच्च मध्यमवर्गीयांसाठी असत. त्या सर्वसामान्यांसाठी उपलब्ध झाल्या. साऊथ वेस्ट, युरोपमधील रेनेअर आणि इझिजेट या स्वस्त दरातील कंपन्यांनी स्वतंत्र प्रवास योजना सुरू केल्या. पारंपरिक रेस्टॉरंट टॅबऐवजी फास्टफूड रेस्टॉरंट निघाली. खास उत्पादन, जे थोड्या श्रीमंतासाठी उपलब्ध आहे ते दर कमी करून अधिक लोकांना उपलब्ध करून देता येईल का? मालाची व किमतीची व्याख्या ठरवा. मग त्या पातळीवर येण्याचा प्रयत्न करा.

आहे त्यापेक्षाही वरचे खास स्थान निर्माण करण्याची शक्यता असते. अमेरिकन अर्थव्यवस्थेमध्ये मिलिनिअर, मल्टीमिलियानिअर आणि बिलियानिअर हे वाढतच आहेत. सन १९८२ ते १९९९ मध्ये मिलिनिअरपेक्षा अधिक संपत्ती असणाऱ्यांची संख्या तिपटीने वाढली. त्यांची आर्थिक पात्रता ३० ट्रिलियन डॉलर्स होती. सन १९८२ मध्ये बिलियानिअरची संख्या १३ वरून ३६७ वर पोहोचली. ज्यांनी मोजणीमध्ये भाग घेतला नाही अशा धनिकांची मोजदाद केल्यास हा आकडा १,००० वर जाईल. ५ मिलियन डॉलर्सवर संपत्ती असणारे कोणती घड्याळे वापरतात हे पाहण्यासाठी लक्झरी इन्स्टिट्यूट ऑफ न्यूयॉर्क यांनी पाहणी केली. प्रथम दहामध्ये कार्टिअरचा समावेश झाला नाही. रोलेक्सचा वापर थोडाफार होता. ब्रुगेट पाचव्या क्रमांकावर आली. फ्रँक म्यूलर या स्वीस कंपनीच्या घड्याळाचा प्रथम क्रमांक आला. या घड्याळांची ५० दशलक्ष डॉलर्सची विक्री होते. सर्वांत

कमी किमतीचे घड्याळ ५००० डॉलर्सचे असते. उच्च मूल्यांच्या बाजारात अधिक मूल्यवाढीस वाव असतो. 'जितके अधिक दाम द्याल तेवढी अधिक चांगली वस्तू मिळणार' असा विचार करणारे ग्राहक असतात.

दुसऱ्या बाजूने विचार करा. सर्वसामान्यांचे मार्केट असते तसेच श्रीमंत ग्राहकांचेही मार्केट असते. स्टारबक्सकडे पाहा. त्यांनी प्रिमियम जीन, सुपर प्रिमियम जीन व प्रिमियम तयार खाद्य उच्च लोकांसाठी उपलब्ध केले. या साऱ्यांना मागणी आहे. स्टारबक्स हे चहाबरोबर विकलं नाही, हे ध्यानात घ्या.

## मार्ग ५ – मोठे उत्पादन विरुद्ध छोटे उत्पादन

खास व्यवसाय हा छोट्या वा मोठ्या उत्पादनासाठी सुरू करता येतो. काहीतरी मोठे तयार करा. अधिक टिकणारे, अधिक शक्तिमान असे ते असावे. उदा. मोठ्या आकाराचे मॅक्डोनाल्ड, रोजच्या वापरातील गाड्या, स्पोर्ट्स कार.

दुसरा मार्ग म्हणजे छोटे उत्पादन बनवा. उदा. मनगटी घड्याळ, डिंकी कार, व्हेस्पा स्कूटर, होंडा छोटी मोटर बाईक, पर्सनल कॉम्प्युटर्स, फॉक्सवॅगन्स, स्मार्ट कार, मोबाइल फोन, हेवलेट-पॅकार्ड लेसरजेट प्रिंटर्स, चेरी टोमॅटो, डॅनोन ॲक्टीमेल योगर्ट.

नाहीतर आणखी छोटा माल विका. उदा. काडेपेटी कार्स, सोनी वॉकमन, पाम कॉम्प्युटर्स, लेइका कॅमेरा, गेम बॉय व्हिडिओ गेम, छोटे ओरिओज व स्निकर्स.

## मार्ग ६ – भावनिक विरुद्ध व्यवहारी

भावना ही मृदु व खर्चिक असते. व्यवहारात निरर्थकपणा नसतो. तो विचाराने, कमी खर्चात, आवश्यकता आहे ना हे पाहून केलेला असतो. व्यवहारी मार्केटमध्ये तुम्ही भावनिक खास मार्केट निर्माण करू शकाल का? बेल्गो, प्लायमाऊथ जीन, फिलोफॅक्स, स्टारबक्स, कोक, डिझायनर वस्त्रे ही याच मार्गाने गेली आहेत. म्हणून ऑर्गेनिक खाद्यपदार्थ, होमिओपॅथिक उपाय, वैयक्तिक शिकविणारे या वेगाने वाढणाऱ्या व्यवसायांचा विचार करा.

याशिवाय भावनिक मार्केटमध्ये व्यावहारिक मार्केट आणता येईल का ते पाहा. पर्सनल ऑर्गनायझर उपलब्ध करून मायक्रोफाईलने फिलोफॅक्सचे ग्राहक त्यांचेकडे ओढले. किंमत अर्धी ठेवली. फक्त भावनिक प्रतिष्ठेचे इंग्लिश लेदरचे व फिलोफॅक्स बोधचिन्हाचे आवरण नव्हते.

शेअर्स, पर्सनल बँकिंग, विमा, कर सल्ला, प्रवास कंपन्या ही सर्व भावनिक खरेदीची उदाहरणे आहेत. हुशार शेअर ब्रोकर, चाणाक्ष बँक मॅनेजर, विमा प्रतिनिधी,

विश्वासू अकाऊंटंट, मित्रत्वाने वागणारा प्रवास प्रतिनिधी यांचं काम सोपं असतं. प्रत्यक्ष ग्राहकाला भेटून त्यांना सेवा द्यायची असते. खास व्यवसायाचे मोठे क्षेत्र केलेले उद्योगपती इंटरनेट व फोनवरून माहिती देतात. प्रत्यक्ष भेटण्याचा खर्च वाचतो. त्यामुळे त्यांना मालाची किंमत कमी ठेवणे परवडते.

**मार्ग ७ – शक्तिवर्धक विरुद्ध मोहविणारे**

शक्तिवर्धक खाद्य प्रकारास मोठी मागणी असल्याचे मला लेक येथील अभ्यासात आढळले. सन १९८३ पासून नव्या उत्पादनांची लाटच आलीय. हाफ फॅट, लो फॅट, नॉन फॅट, गुड फॅट, लो शुगर, शुगर फ्री, लो कोलेस्ट्रॉल, कोलेस्ट्रॉल फ्री, कोलेस्ट्रॉल रिड्युसिंग, लो ॲसिड, लो सॉल्ट, ऑर्गनिक, सेमी स्कीम्ड मिल्क, अशा अनेक उत्पादनांनी मला चकित केले आहे.

ही यादी वाढतच जाईल. दरवर्षी नवीन उत्पादने बाजारात येत आहेत. बहुतेक खास उत्पादने चांगली चालत आहेत. ट्रॉपिकानानी नवीन फायदेशीर स्टार व्यवसाय काढला. 'टिकाऊ अर्क न वापरता तयार केलेला फळांचा रस' हे त्याचे नाव. यामुळे टिकाऊ अर्क हा तापदायक असतो हे समजले व तो त्रास कमी करण्यासाठी जादा पैसे देण्याची तयारी झाली. हा एक मोठा स्टार व्यवसाय आहे. सोया मिल्क पुरविणारी सिल्क ही मोठी कंपनी आहे. सोया आणि दूध या दोहोंचा मिलाफ करणारे हे उत्पादन आहे. याच्या विक्रीत दरवर्षी ५०% वाढ होते आहे. (वास्तविक चीनने या उत्पादनाचा शोध इ. स. पूर्वी १६४ वर्षे लावला होता.) सिल्क नाव काय दर्शवते? सोया व मिल्क यांचा तो सुंदर मिलाफ आहे– सोया मिल्क.

स्प्लेंडा हा एक नवीन स्टार व्यवसाय आहे. मॅकनिल न्यूट्रिशनतर्फे तयार केलेले पहिलेवहिले शून्य कॅलरी असलेले नैसर्गिक गोडी देणारे उत्पादन म्हणजे स्प्लेंडा. स्प्लेंडाने हे मार्केट जिंकले आहे. स्वीट एन लो, इक्वल ही कृत्रिम साखरेची उत्पादने त्यापूर्वीपासूनच प्रसिद्ध होती. स्प्लेंडाने स्वत:चे खास स्थान निर्माण करत या दोन्ही कृत्रिम उत्पादनांइतकीच बाजारपेठ प्राप्त केली आहे. अमेरिकेमध्ये खाद्य-पदार्थाला मोठी मागणी निर्माण झाली आहे. तो मोठा स्टार व्यवसाय झाला आहे. दरसाल तो १५-२० टक्क्याने वाढतो आहे. युरोप आणि आशिया येथील क्षेत्रीय उद्योजकांनाही हा व्यवसाय सुरू करण्यासारखा आहे.

तब्येतीला पोषक नसलेल्या खाद्य पदार्थांचेही खास स्थान निर्माण झाले. उदा. आरामदायी श्रीमंत आईस्क्रिम (दुप्पट जाड करणारे), चॉकलेटचे आवरण असलेली मिठाई (चॉकलेटमुळे मृत्यू असंच त्याचं नाव आहे) भरपूर गोड किंवा मुबलक कॅफीनचा वापर असलेली पेये. व्हेरमाँट येथे १९७८ मध्ये एका पेट्रोल पंपात बेन

अँड जेरी आईस्क्रीम कंपनीची सुरुवात झाली. सुरुवातीचे भांडवल ८००० डॉलर्स व कर्जे ४००० डॉलर्स होती. हा व्यवसाय लवकरच स्टार बनला. सन २००० मध्ये युनिलिव्हर कंपनीला हा व्यवसाय ३२६ मिलियन डॉलर्सला विकला. मूळ भांडवलाच्या ४१००० पट किंमत आली. जेरी ग्रीनफिल्डला १९ मिलियन डॉलर्स तर बेन कोहेनला ४६ मिलियन डॉलर्स मिळाले.

बेन अँड जेरी नंतर ९ वर्षांनी सुरू झालेल्या रेड बुलने प्राप्त केलेल्या उत्पादनाच्या मानाने हे बेताचेच होते. रेड बुलने एनर्जी ड्रिंक उत्पादित केले. (साखर, कॉफी, सोडायुक्त पेय) त्याची सध्या विक्री वर्षाला २ बिलियन कॅन एवढी होते. रेड बुल जीएमबीएच ही प्रायव्हेट कंपनी असल्याने तिची किंमत कळत नाही. परंतु २ बिलियन डॉलर्स असणार. तिचे संस्थापक डेट्रीच मॅटसिट हे ऑस्ट्रियन सर्वांत श्रीमंत उद्योगपती आहेत.

खाद्यपदार्थ व्यवसायामध्ये जर तुम्हाला नवा स्टार निर्माण करावयाचा असेल तर अजूनही सकस, पौष्टिक तरीही लज्जतदार चवीला पूर्ण वाव आहे.

### मार्ग ८ – सुरक्षित का वेगवान रेस

तुम्हाला सुरक्षित गाडी हवी असेल तर तुम्ही व्होल्वोची निवड कराल. त्यांनी सुरक्षित गाड्यांची सुरुवात केली. तुम्हाला रेससाठी गाडी हवी असेल व तुमच्या खिशाला परवडणार असेल तर फेरारी घ्या. बीएमडब्ल्यू ही तुलनेत अधिक सुरक्षित आहे. या गाडीच्या प्रशस्त सीट व बैठकीची उत्कृष्ट आवरणे ही तिची विशेष ओळख आहे. रेस गाडी खरेदी करावयाची असेल तर तुम्ही हार्ले डेव्हिडसनची निवड करणार. महाग हार्ले बाईक तुम्हाला घेणे परवडले नाही तर ते अत्यंत महागडे असे हार्ले बाईक जॅकेट तुम्हाला घ्यायला लावतील. काही ओजस्वी वस्तू महाग असल्या तरी लाभदायक असतात.

### मार्ग ९ – सोय का शुद्धता

नवा आणि अधिक सोयीचा प्रकार पाहून स्टार निर्माण करा. नेसकॅफे तयार कॉफी, क्लीफच्या नोट्स, ३ एमच्या पोस्ट-इट नोट्स, फिलोफॅक्सचे पर्सनल ऑर्गनायझर, टेफलॉन नॉन-स्टिक फ्राईंग पॅन, डायसनचे बॅगेशिवायचे व्हॅक्युम क्लिनर्स हे सगळं किफायतशीर नवीन प्रकार आहेत.

काहींना प्युअर म्हणजेच शुद्ध गोष्टी हव्या असतात. त्यात हवी तेवढी सोय नसली तरी त्यांना चालते. त्यामुळे शुद्ध उत्पादनात स्टार निर्माण करणे अवघड असते. बोर्डर्स, बार्नेस अँड नोबेल यांनी सोय व शुद्धता या दोन्ही गोष्टी एकत्र आणण्याचा प्रयत्न केला. त्यासाठी त्यांनी भव्य पुस्तकांची दालने उघडली. त्यात

सर्व प्रकारची पुस्तके ठेवली. आरामदायी बैठका, ज्ञानी कर्मचारी वर्ग, कॉफी शॉप अशा सोयी उपलब्ध केल्या.

**मार्ग १० – वेळेची बचत का मुदत वाढविणे**

आयुष्य आपल्या नियंत्रणाबाहेर वेगवान झालंय... त्यामुळे वेळेची बचत करणं आवश्यक झालंय. त्यामध्ये स्टार हवाय. जेवणापेक्षा झटपट मिळणारे मॅक्डोनाल्डचे खाद्यपदार्थ पाहा, त्यानंतर पन्नास वर्षांनी बेल्गोने स्वत:चं स्थान निर्माण केलं. तिथे फास्टफूड नव्हतं, तर त्वरेने सेवा देणारी रेस्टॉरंट होती. वेगानं धावणाऱ्या आगगाड्या, खाजगी जेट विमाने, एटीएम, सेल्फ सर्व्हिस पद्धतीचे चालणारे व्यवसाय, सुपर मार्केट ही उदाहरणे बोलकी आहेत.

या उलट अधिक वेळ लावणे हाही एक खास भाग आहे. पुस्तक दुकान आरामशीर करा. निवांतपणे बसून वाचू देत व नंतर खरेदी करू देत. आपल्या मित्रांना भेटा, बोला, आपल्या विवंचना कमी करा यासाठी स्टारबक्स हे ठिकाण करता येतं. प्रवासात प्रथम वर्गाची निवड करणारे प्रवासी वेगवान, गर्दीच्या सुपरसॉनिकपेक्षा आरामदायी प्रवास पसंत करतात.

**मार्ग ११ – स्थिर का फिरते?**

स्थिर का नेहमी फिरणारे याचाही विचार करा. असे मोबाइल आणि फास्टफूडच्या बाबतीत घडले आहे. सोनी वॉकमन आणि ॲपल आयपॉड यांनी हे करून दाखविले आहे. तेच अन्य क्षेत्रात करता येईल का? निश्चितच येईल. यासाठी हवी कल्पनाशक्ती.

**मार्ग १२ – सर्वांसाठी का फक्त महिलांसाठी?**

सतराव्या शतकात सर्वांसाठी सेवा हे तत्त्व होते. सन २०१० मध्ये फक्त महिलांसाठी वा फक्त पुरुषांसाठी अशीही खास विभागणी होऊ शकते. कर्व्हजनी फक्त महिलांसाठी हेल्थ क्लबची सुरुवात करून स्टार व्यवसाय सुरू केला. आता १०,००० क्लब, ४ मिलियन सदस्य असलेला हा जगातील सर्वांत मोठा क्लब आहे. त्याचं उत्पन्न २.६ बिलियन डॉलर्स इतकं आहे.

फक्त स्त्रिया किंवा पुरुष असा विषय घेऊन तुम्ही नवा स्टार कसा निर्माण करता येईल याचा विचार करा.

**मार्ग १३ – पुरुषी शक्ती का स्त्रीसुलभ कोमलता?**

इथे पुरुष का स्त्री असा विषय नाही. मार्लबोरोने मॅस्क्युलाईन, मर्दानी सिगारेटचं उत्पादन बाजारात आणलं. त्याच्या उपभोक्त्यामध्ये जवळजवळ निम्मे

स्त्री ग्राहक आहेत. कार्ल जंग हा थोर मानसशास्त्रज्ञ म्हणतो की पुरुषांना स्त्रीत्वाबद्दलचे आकर्षण दाखवायचे असते तर स्त्रियांना मर्दानी वागावे वाटते.

ही स्त्रीत्व व मर्दानी आवड लक्षात घेऊन अनेक स्टार उत्पादने आणि सेवा निर्माण करता येतील.

**मार्ग १४ – आनंदी राहा**

हसतखेळत जिम – व्यायामशाळा जागोजागी सुरू करता येतील का असे मी माझ्या मित्राला विचारले. तो म्हणाला, मला नक्की सांगता येणार नाही पण सर्व व्यायामशाळा ह्या आनंदीच असतात.

काही उत्पादने ही आनंदी, उत्साही ग्राहकांसाठीच असतात. अशा खास उत्पादनाला सातत्यानं मागणी असते. चांगला नफा असतो. कॅल्विन क्लेन अंडरवेअरच्या जाहिराती या मुद्दामच शृंगारिक बनविल्या जातात.

**मार्ग १५ – अंधूक, धूसर भागही पकडा**

पन्नाशीसाठी ओलांडलेल्या ग्राहकांकडून अनेक खास गोष्टींसाठी मागणी असते. निवृत्तांसाठी घरे, निवारा संकुल यांच्यापेक्षा सध्याची प्रचंड मागणी ओळखून काही नवे खास उत्पादन केल्यास चांगले होईल. इंग्लंडमध्ये ५० वर्षांवरील लोकांसाठी हुशारीने काही योजना आखल्या आहेत. त्यात सुटीतील सहली, विमा, स्पेनमध्ये घर अशा वेगळ्याच सेवा आहेत.

असा बराच वाव आहे. तज्ज्ञांनी लक्ष देऊन नव्या वाटा शोधाव्यात.

★ फॅशन – त्यामध्ये बदल होत असतात. जुन्या नव्यामध्ये दरी असते.
★ विद्यापीठे – ५० वर्षे वयावरील लोकांसाठी विद्यापीठे.
★ क्लब्ज – तरुणांच्या आधाराशिवाय आत्मसन्मानाने लोकांमध्ये मिसळून राहता येईल.
★ शृंगार व भेटी – हा खास विभाग वाट पाहतोय.
★ कॉम्प्युटर येत नाही, त्याच्याशी जमत नाही अशांसाठी तंत्रज्ञान उपलब्ध करून देणे.
★ श्रेष्ठ सौंदर्य प्रसाधने, श्रीमंती खाद्यपदार्थ, फिटनेस व्यायाम केंद्रे.
★ समजदार लोकांसाठी माय स्पेससारखी मैत्री नेटवर्किंग साईट.
★ जुन्या रसिकांसाठी संगीत कार्यक्रम.

अशा नव्या वाटा निर्माण करण्यास तुमच्याकडे कोणत्या कल्पना आहेत?

## मार्ग १६ – कनिष्ठ का उच्च व वेगळी सेवा

आपण जो व्यवसाय करीत आहात तो उच्च प्रतीच्या सेवा देणारा असेल तर कमी सेवा देणारा खास व्यवसाय निवडा. जर तो कमी प्रतीच्या सेवा देणारा असेल तर मोठ्या, उच्च प्रतीच्या सेवा देणारा खास व्यवसाय निवडा.

त्याचप्रमाणे एखादी खास सेवा हवी असणारा एक वर्ग असेल तर त्यांना वेगळी सेवा देणारा व्यवसाय निवडा. व्यवसायामध्ये उच्च सेवा म्हणून ओळखल्या जाणाऱ्या सेवा नको असलेला किंवा त्या सेवेतील काही भागाची स्वतंत्र व्यवस्था करू इच्छिणाराही ग्राहकवर्ग असू शकतो. त्यामध्ये त्याची खर्चाची बचत होऊ शकते. याशिवाय या ग्राहकांच्या अन्य काही गरजा असतील तर त्याही तुम्ही रास्त दरात भागवू शकाल.

फ्रेंचांची 'फॉर्म्युला अं हॉटेल' ही कमी खर्चात राहू इच्छिणाऱ्या प्रवाशांसाठी आहेत. एक रात्र नीट झोप घ्यावी एवढीच ग्राहकाची माफक इच्छा असते. मिळणाऱ्या सेवा (रूम सर्व्हिस), राहण्याचा काळ कमी असतो. चेक इन टाईमवर बंधने असतात. पण राहणं आरामदायी असतं. आवाज गोंगाट नसतो.

इकिया ही घरगुती फर्निचर तयार करणारी कंपनी आहे. त्यांनी तरुण ग्राहकांना डोळ्यापुढे ठेवलंय. त्यांची जगभर १०० भव्य दालने आहेत. कमी किंमत, साधी स्कँडीनेविअन शैली, भरपूर वेळ देऊन निवड करण्याची पद्धत, ते घरी नेऊन ते स्वत: जुळविणे या वैशिष्ट्यामुळे लोकप्रिय आहे. इकियाची दूरच्या जागी दालने आहेत. तिथे ते खास सहली घेऊन जातात. तिथे पार्किंगला प्रशस्त जागा आहे. मुलांना खेळण्यासाठी बागा, कॉफी हाऊस आहे. फर्निचरबद्दलची सर्व माहिती मोजमापांसकट पुरवली जाते.

हा पाहा आणखी एक नाविन्यपूर्ण उद्योग. अगदी सर्वत्र सांगावा वाटणारा. इंग्लंडमध्ये 'ग्लासेस डायरेक्ट' कंपनी आहे. नेहमीच्या चष्म्याचे दुकानदार जी किंमत सांगतात त्यापेक्षा खूपच कमी किमतीत ते कॉंटॅक्ट लेन्स विकतात. ही कंपनी ग्राहकांना बाजारातील प्रमुख दुकानातून डोळे तपासून घेऊन किती नंबरच्या लेन्स लागतील ते लिहून घ्यायला सांगतात. नेहमीची दुकाने आणि तिथले विक्रेते यांच्या नाकावर टिच्चून एक अष्टमांश किमतीत या लेन्सेस पुरवतात. ग्राहक ही खरेदी ऑनलाईन करतो. १५० पौंडाचे लेन्सेस १७.५० पौंडाला मिळतात. ग्राहकाला हे घेताना थोडा व्याप होतो. परंतु भरमसाठ किमतीच्या कचाट्यातून तो सुटतो. प्रस्थापित दुकानदारांना हा चांगलाच तोटा आहे. डोळे तपासायला येणाऱ्यांकडून पूर्ण आकार वसूल केला तरच ते हा प्रकार थांबवू शकतील, पण हे प्रथम कोणी करायचे या संभ्रमातून अशी कृती झालेली नाही.

आपण करीत असलेल्या व्यवसायातील सेवांच्या प्रकारात बदल करू शकता का? ग्लासेस डायरेक्टप्रमाणे तुम्ही दुसऱ्याच्या व्यवसायातील भाग आपल्याकडे खेचू शकता?

**मार्ग १७ – स्वतः करायचे का तज्ज्ञ व्यावसायिकांची सेवा घ्यायची?**

तुम्हाला खास सेवा हवीय. ते काम तुम्ही स्वतः करू शकत नाही. ही सेवा देणारे कोणी मिळाले तर त्याची गरज आहे.

घरातील सुतारकामासाठी ५० वर्षांपूर्वी तुम्ही सुताराकडे जात असाल किंवा बाजारात जाऊन हातोडी आणि खिळे विकत आणत असाल. या दोहोंच्या मधील सेवा देण्याचा प्रकार प्रचलित नव्हता. आता मात्र विमानतळांवरच्या रोड्‌ससारख्या मोठ्या शेड्‌स शहराच्या बाहेर आहेत. इथे तुम्हाला स्वतःची घर दुरुस्ती करायला आवश्यक ते सारं सामान उपलब्ध आहे.

तीस वर्षांपूर्वी तुम्ही कर किती भरावयाचा याचा हिशोब स्वतः कागद, पेन, कॅल्क्युलेटर घेऊन करीत होता किंवा तुमच्या कामासाठी करसल्लागाराची सेवा घेत होता. आता तुम्ही इंट्युटचे क्वीकन फायनान्शिअल सॉफ्टवेअर वापरू शकता. क्वीकन १९८३ पासून आजतागायत स्टार आहे. मायक्रोसॉफ्टसारख्या बलाढ्य कंपनीच्या स्पर्धेलाही त्यांनी जुमानले नाही. इंट्युटची आर्थिक संपत्ती १२ बिलियन डॉलर्स आहे.

**मार्ग १८ – व्यक्तिसापेक्ष का साऱ्यांसाठी?**

प्रत्येक वस्तू पर्सनलाईज्ड, म्हणजेच व्यक्तिसापेक्ष बनविता येते. आज ना उद्या प्रत्येक गोष्ट व्यक्तिसापेक्ष बनणार आहे. वैयक्तिक संगणकाने बाजारपेठ काबीज केली. तुमच्या व्यवसायामध्ये व्यक्तिसापेक्ष उत्पादनास वाव असेल तर तुमचा स्टार निर्माण करा.

डेल कॉम्प्युटरने व्यक्तिसापेक्ष पर्सनल कॉम्प्युटर्स ग्राहकांना पुरविले. या एकाच गोष्टीवर त्यांनी भर दिला.

**मार्ग १९ – समूह का केंद्रित आणि नको ते वगळून**

नव्या व्यवसायात नवीन प्रकार सुरू करताना एकत्र सर्व सेवा देण्याने स्टार निर्माण करता येतो. अमेरिकेतील सॅलिक कॅन्सर सेंटरमध्ये झेनेकाने अशी सेवा दिली. रुग्णाला लागणाऱ्या सर्व सेवा पुरविल्या. मायक्रोसॉफ्टने हीच युक्ती करून मायक्रोसॉफ्ट ऑफिस आणि मायक्रोसॉफ्ट एक्स्प्लोरर ही सॉफ्टवेअर विकली. (काहीजण यावर म्हणतील की मायक्रोसॉफ्टची या व्यवसायातील एकाधिकारशाही होतीच. त्याचाच त्यांनी वापर केला.)

याउलट उद्योगातील सर्वांत मोठा उत्पादक सर्व प्रकारचा माल व सेवा पुरवितो, त्यावेळी एकेका उत्पादनातील तज्ज्ञ लोकांना चांगला वाव असतो. फक्त त्यांनी उत्कृष्ट सेवा द्यायला हवी. ते हा व्यवसाय सोडून इतर काहीही करत बसत नाहीत.

एका उत्पादनावर लक्ष केंद्रित करून स्टार व्यवसायही करतात. पर्सनल कॉम्प्युटर्सच्या बाबतीत कॉम्पॅकने हे केले. जगातील नावाजलेल्या ब्रँडपैकी पाचवा, इंटेल यांनी मायक्रोचीपच्या व्यवसायात हेच केले. इंटेलने सर्वप्रथम मायक्रोचीप तयार केल्यावर त्यावरच लक्ष केंद्रित केले. त्यासाठी त्यांनी कॉम्प्युटर मेमरी चीपचे व्यवहार बंद केले.

केवीन प्लांक, युनिव्हर्सिटी ऑफ मेरीलँडचे ॲथलेट, यांनी नवीनच स्टार व्यवसाय काढला. ॲथलेट अंडरवेअर विभाग सुरू केला. हे कपडे वापरले असता अधिकाधिक घाम जिरतो हे त्याचे वैशिष्ट्य होते.

बोस्टन चिकनने तयार चिकन विक्री करून एक स्टार व्यवसाय बनविला. बोस्टन चिकनने नंतर अनेक उत्पादने वाढविली व बोस्टन मार्केट तयार केले. तिथून अधोगतीला प्रारंभ झाला. काही वेळा त्यांनी काही अन्य उत्पादने बंद केली तेव्हा व्यवसाय वाढला. परंतु फार उत्पादने वाढवून मूळ स्टार व्यवसायावरील लक्ष विकेंद्रित झाल्यावर कंपनी थंडावली.

मॅकडोनाल्डने हॅंबर्गर्सशी संबंध नसलेले कॉफी शॉपचे पदार्थ बंद केले व प्रगती झाली. मॅकडोनाल्डने चिकन, सॅलड असे पदार्थ वाढविल्यावर फारशी प्रगती झाली नाही. काही पदार्थ वा सेवा काढून टाकल्यास नवा स्टार व्यवसाय शक्तिमान बनविता येतो. ब्लॅकबेरीने पर्सनल कॉम्प्युटर व्यवसाय सुरू केला आणि ई-मेलव्यतिरिक्त बाकीच्या सेवा बंद केल्या. त्याचा परिणाम त्यांचे मोबाइल ई-मेल मशीन मोठा स्टार व्यवसाय बनले.

लक्ष केंद्रित करून आणि काही गोष्टी वगळून तुम्ही कोणता स्टार व्यवसाय सुरू करणार?

**मार्ग २० – तज्ज्ञ का साधारण ग्राहक?**

तज्ज्ञ व प्रशिक्षित तंत्रज्ञांनी मेनफ्रेम कॉम्प्युटर वापरावयाचा असतो. तरीही मी पर्सनल कॉम्प्युटर वापरू शकतो.

गुंतागुंतीचे, हळू चालणारे कॉम्प्युटरवरील प्रोग्रॅम हाताळण्यासाठी खास तयार तंत्रज्ञच लागत. परंतु कोणाही व्यावसायिकाला वापरता येईल असे संगणकावरील स्प्रेडशीट व्हीसीकाल्कने शोधून काढले. त्यानंतर अधिक शक्तिमान स्प्रेडशीट लोटस डेव्हलपेंट कॉर्पोरेशनने तयार केला. तो आयबीएम कॉम्पॅटिबल मशीनवरही तयार करता येई. (व्हीसीकाल्क फक्त ॲपल २ वर वापरता येई) लोटस लवकरच स्प्रेडशीट स्टार बनली. या एकाच उत्पादनामुळे लोटसचं वर्चस्व वाढलं. ते कित्येक वर्षे टिकले. त्या कंपनीचा नफा मायक्रोसॉफ्टपेक्षाही अधिक होता.

एकसारखा मद्यार्क दुसरेसुद्धा बनवित. परंतु लोकप्रिय झालेल्या उत्पादनालाच अधिक मागणी होती.

बेस्टसेलिंग पुस्तके... त्यांच्या नकला करणारे फार.

ग्राहकांना एखाद्या सेवेचं वा वस्तूचं सखोल ज्ञान आहे आणि त्या सेवेला प्रचंड वाव आहे असं काही उत्पादन तुम्हाला ठाऊक आहे का?

**मार्ग २१ – केंद्रित व विकेंद्रित वापर**

मोठ्या संख्येने असणाऱ्या सर्वसामान्य ग्राहकाला आपल्या सेवेचा लाभ घेण्यास प्रवृत्त करताना विकेंद्रीकरणाचा मार्ग अवलंबावा लागतो. झेरॉक्सचं नाव खूप मोठं झालं होतं. तेव्हा ती यंत्रे एका केंद्रीय सेवा केंद्रात ठेवली होती. गेस्टेटनरनी अगदी छोट्या कार्यालयात वापरता येतील अशी प्रती काढणारी यंत्रे स्वस्तात बाजारात आणली. नंतर कॅनन अँड रिको यांनी प्रती काढतानाच कागद खूप स्वस्तात विकून ग्राहकांना आकर्षित केले. बाजारातील जणू एक वर्तुळ पूर्ण झाले.

**मार्ग २२ – एकूण किंमत का सुरुवातीची किंमत**

पूर्वी बसची किंमत काय आहे हे पाहून बसची खरेदी होत असे. कमी किमतीच्या टेंडरला काम मिळे. त्यामुळे महानगरपालिकेला आराम न देणाऱ्या बैठकी, गाडीतून येणारा धूर, गाडी बंद पडणे अशा प्रश्नांना तोंड द्यावे लागे. गाडीची दुरुस्ती, देखभाल, गाडी बंद राहण्याचा काळ, जादा लागणारं इंधन या गोष्टी ध्यानात घेता स्वस्तातली बस महागातच पडत असे. चांगल्या बसपेक्षा स्वस्तातली बस महाग होती. एंटर नॉर्थ अमेरिकन बस इंडस्ट्रीज (एनएबीआय) यांनी पोलादऐवजी फायबरग्लासचा वापर करून कमी वजनाच्या गाड्यांना इंधन कमी लागते हे दाखविले. त्यामध्ये बसण्यासाठी अधिक जागा होती. देखभाल खर्च कमी होता. पर्यावरण राखणारी ही गाडी होती.

**मार्ग २३ – प्रथम स्थान का तृतीय स्थान**

माणसाचं पहिलं स्थान घर, दुसरं कामाचं ठिकाण आणि तिसरं थोडा आराम, विरंगुळा मिळावा म्हणून क्लब, बार, पब, चर्च इ. असत.

तुम्हाला घरात वापराच्या वस्तू विकायच्या असतील तर पहिल्या स्थानावर विकल्या जाणाऱ्या वस्तू तिसऱ्या स्थानावर देखील वापरल्या जातील हे पाहा. तशी विक्री करा.

स्टारबक्सने कॉफी देणारी कॉफीची फळे घरी दळून वापरण्याचे उत्पादन

विकले, पण लवकरच त्यांना तृतीय स्थानाला असलेला वाव जाणवला व त्यांनी बसा-मजा करा या धर्तीवर अनेक दुकानांची मालिका सुरू केली.

दुसरी नवी कल्पना म्हणजे तयार अन्नाची पाकिटे घरी आणून शिजवून खाणे. डॉमिनोने घरी पिझ्झा आणून देण्याची सोय केली व स्टार निर्माण केला. पपा मर्फीने अर्धा शिजविलेला पिझ्झा घरी आणून ओव्हनमध्ये तो पूर्णपणे तयार करण्याची कल्पना काढली.

ब्लॉकबस्टरने घरी व्हिडिओ भाड्याने देऊन स्टार निर्माण केला.

जिमला जाण्याऐवजी घरी व्यायाम प्रकार करण्याची कल्पनाही सुरू करता येईल.

**मार्ग २४ – द्वितीय स्थान विरुद्ध तृतीय स्थान**

कार्यालयात बैठका घेण्याऐवजी बैठकीचे आयोजन करणाऱ्या स्टारबक्समध्ये जाऊन बैठक घ्यायची. हाही एक छोटा खास उद्योग आहे. हॉटेलमध्ये कॉन्फरन्स घेण्याऐवजी व्हिडिओ कॉन्फरन्सने काम करावयाचे. तिसऱ्या स्थानावरील काम अन्यत्र करण्याची एखादी कल्पना आपल्याला सुचते का?

**मार्ग २५ – मालकीची का भाड्याची का अंशतः मालकीची**

जिथे यंत्रे भाड्याने देण्याचा व्यवसाय चालतो तिथे यंत्रे विकण्याचा व्यवसाय करून दाखवा. झेरॉक्स कोऱ्या कागदावरील प्रती भाडे तत्त्वावर देत होती तेव्हा कॅननने ती विकण्यास सुरुवात केली. इंग्लंडमध्ये मार्गारेट थॅचरनी भाड्याची लोकप्रतिनिधी घरे कमी किमतीत विकली. अनेक सामान्य लोकांना लाभ झाला. त्यामुळे मार्गारेट थॅचरना राजकीय लाभ झाला.

सद्यस्थितीत नवलाई आहे ती अंशतः मालकी ठेवण्याची. रमणीय स्थळा-जवळील वास्तूत काही काळ राहण्यासाठी मालकी देण्याची पद्धत काहींनी सुरू केली आहे. अलीकडे तर खूप खर्चिक वास्तूसाठी हे तत्त्व वापरले जात आहे.

नेटजेटने १९८६ मध्ये खाजगी जेटमधील अंशतः मालकी विकली. खाजगी कंपन्या ४०६,२५० डॉलर्स या किमतीला जेटचा एक सोळांश हिस्सा विकत घेऊन वर्षातील ५० तासांचा उड्डाणाचा वेळ प्राप्त करतात. खाजगी कंपन्यांना स्वतःचे जेट घेणे परवडत नाही. त्यांनी असा वेळ विकत घेतल्यास त्यांना हवा तेव्हा व हवा तिथे विमान प्रवास करता येतो आणि व्यावसायिक विमानाच्या तुलनेत भारंभार भाडे पडत नाही. नेटजेट आजही विमान उड्डाणातील स्टार व्यवसाय आहे. त्याचे वार्षिक उत्पन्न ३.७ बिलियन डॉलर्स आहे. दरवर्षीची वाढ ३०% आहे.

**मार्ग २६ – थोड्या प्रमाणात विशेष ज्ञान असणारे का अधिक विशेष ज्ञान असणारे**

जर तुम्ही व्यावसायिक सेवा देणारे असाल तर हा भाग तुम्हाला अधिक लागू होईल. विशेष ज्ञानाच्या भागाचे अधिक विभाग करा किंवा दुसऱ्या सेवेतील भाग इथे जोडा. एक नवीनच सेवा तयार करा.

यात एकाचा किंवा दोघांचाही लाभ होऊ शकतो. आता बरेच व्यावसायिक आपले लक्ष छोट्या बाजारात केंद्रित करतात. त्याचे दोन विभाग करतात. उदा. पन्नास वर्षांपूर्वी जनसंपर्क कंपन्या होत्या. परंतु गुंतवणूकदारांना चांगल्या कंपन्यांची माहिती देणारे सल्लागार नव्हते. दहा वर्षांपूर्वी गुंतवणूक विभागाची पुन्हा विभागणी करण्यात आली. त्यात गुंतवणुकीचा खास ऑनलाईन विभाग निर्माण करण्यात आला.

जोखीम भांडवलामध्ये बेन कॅपिटलने यशस्वी धंदा केला. त्यांनी पारंपरिक गुंतवणूकदारांना ज्ञानी सल्लागारांचा सल्ला प्राप्त करून दिला.

बोस्टन कन्सल्टिंग ग्रुपने स्वत:ची विशेष माहिती सेवा रुंदावली व त्याचबरोबर तिला कक्षाही घातल्या. बुद्धिमान विभागाला खास सल्ला देणारी छोटी 'स्ट्रॅटेजी कन्सल्टन्सी' त्यांनी सुरू केली. याउलट पूर्वी स्वतंत्र असणारे दोन विभाग, 'आर्थिक तज्ज्ञ' व 'बाजाराचे विश्लेषण' हे त्यांनी एकत्र आणले.

बेन अँड कं.ची स्थापना करण्यासाठी जेव्हा बिल बेनने बीसीजी कंपनी सोडली, तेव्हा त्यांनी वेगळाच मार्ग आखला. एकाच वेळी संकुचित व विस्तृत लक्ष देण्याचा प्रयोग केला. त्यांनी फक्त सीईओची कामे घेण्यास प्रारंभ केला. इतरांची कामे टाळली. परंतु बेन अँड कं.ने कामाचा विस्तार केला. त्यामुळे खर्चात बचत झाली. पाया भक्कम करण्यास दोन्ही प्रकारची गरज असते.

**मार्ग २७ – पुरवठादारांचा एक संच निर्माण करा**

कॅनडा येथील एब बुक्स ऑफ व्हिक्टोरिया यांनी १९९६ मध्ये चार पुस्तक विक्रेत्यांना वापरलेल्या पुस्तकांची ऑनलाईन विक्री करण्याची विनंती करून एक स्टार व्यवसाय सुरू केला. आज एब बुक्स ही वापरलेली पुस्तके विकणारी जगातील सर्वांत मोठी कंपनी आहे. त्यांच्याकडे दुर्मिळ, सध्या छापली जात नसलेली पुस्तकेही मिळतात. त्यांच्याकडे १३,५०० पुस्तक विक्रेत्यांची दहा लाखांवर पुस्तके आहेत.

**मार्ग २८ – ऑनलाईन का ऑफलाईन का वेगळीच वितरण व्यवस्था**

१९९० मधील इंटरनेटच्या फुग्याबद्दल लोक सतत बोलत असतात. पण मला आश्चर्य वाटले ते अजूनही असंख्य स्टार व्यवसाय हे ऑनलाईन प्रणालीमुळे

तयार होत आहेत. त्यांचा वेग वाढतोच आहे. नव्या कल्पना उदयास येत आहेत, अजूनही वेळ गेलेली नाही.

इंटरनेट हा वितरण प्रणालीचा एक मार्ग आहे. वितरण प्रणालीच्या वेगवेगळ्या प्रकारांवरून अनेक नवीन स्टार व्यवसाय निर्माण करता येतील. उदा. फोन, मेल ऑर्डर (इंटरनेटवरून) व प्रत्यक्ष विक्री.

**मार्ग २९ – उद्योजकतेतील कुस्ती**

पीटर ड्रकर या मॅनेजमेंट गुरूंनी वेगळ्या प्रकारची ही युक्ती सांगितली आहे. बाजारातील मोठ्या कंपनीच्या शक्तिस्थानाला कमकुवत करण्याचे हे तंत्र आहे. तुम्ही एक दोन पिढ्या इतके मागे जाऊन पाहा. शहरातील सर्वांत मोठी दुकाने मध्यवर्ती भागात गजबजलेल्या भागात होती. सर्वांत चांगली जागा व बाजारपेठ म्हणून तो भाग ओळखला जायचा. आता ही सर्वोत्कृष्ट शॉपिंग मॉलची जागा गावाबाहेर असते. गाडी असणारे तिथे सहजपणे पोहोचतात. पार्किंगसाठी भरपूर जागा असते. ग्राहक तिथे आनंदाने जातात. शहराच्या मध्यवर्ती भागात असणारी एकेकाळची गजबजलेली दुकाने या मॉल्समुळे आता एक प्रकारचा बोजा बनली आहेत.

बेल्जिअममध्ये किनेपोलीसने हेच तंत्र चित्रपटगृहाबाबत वापरलंय. एके काळी सर्व चित्रपटगृहे शहराच्या मध्यवर्ती भागात असत. ती शहरांचा मानबिंदू होती. किनेपोलीस चतुराईने ब्रुसेल्स रिंग रोडच्या समोर एक भव्य मेगाप्लेक्स उभारले. त्यात भरपूर सोयी दिल्या. मोफत पार्किंग, ७,६०० आसनांची व्यवस्था, २५ चित्रपट पडदे, कमी किमती अशी सेवांची रेलचेल केली. तरीही त्यांना भरपूर नफा झाला. भरपूर संख्येने ग्राहक व जागेचे भाडे कमी यामुळे हे शक्य झाले.

वजनकाटे विकणाऱ्या कंपनीची १९७० मध्ये जागोजागी दुकाने व सेवा केंद्रे होती. वजनकाट्यात काही बिघाड झाला, ते फुटले तर दुकानदाराचा खोळंबा होऊ नये म्हणून त्वरेने जाऊन दुरुस्ती करून देत किंवा दुसरा वजनकाटा देत, परंतु सन १९८० मध्ये एका नव्या कंपनीने या आधीच्या कंपनीचे जे शक्तिस्थान होते तेच अडचणीत करून टाकले. या नव्या कंपनीने इलेक्ट्रॉनिक वजनकाटे काढले. त्यात अचूकता होती, फारशी दुरुस्ती लागत नव्हती, मोडणार नाही याची काळजी घेतली होती. किंमतही कमी होती. आधीच्या कंपनींना आपली सेवा केंद्रे हीच खर्चिक अडचण होऊन बसली.

बाजाराचा नीट अभ्यास करा. व्यवसायाचे नेतृत्व करणाऱ्याच्या शक्तिस्थानाला बोजड व तापदायक कसे करता येईल याचा विचार करा. आता माझे खास हुकमाचे एक्के काढतो.

**मार्ग ३० – हरित मार्गाचा अवलंब करा**

निसर्गाचा रंग हिरवा. त्याचा वापर करून व्यवसायातील नवीन प्रकार निर्माण करा. त्याचा परिणाम व्यवसायवाढीवर अनेक दशके व माणूस पृथ्वीतलावर आहे तोवर शतकानुशतके होत राहील.

एका मातेची ही गोष्ट आहे, सन १९७६ मधली. तिला मुलांचे पालनपोषण करणेही कठीण जात होते. तिने सौंदर्य प्रसाधने विकण्याचा व्यवसाय सुरू केला. तिला व्यवसायाचा अनुभव नव्हता. प्रशिक्षण घेतलेले नव्हते, पर्यावरणाचा ऱ्हास होऊ न देता, प्राण्यांवर प्रयोग करून, त्यांचे हाल न करता तयार केलेली सौंदर्य प्रसाधने हे त्यांचे वैशिष्ट्य होते. हिरव्या रंगाची तिकिटे विकून या उत्पादनाचा व्यवसाय तिने सुरू केला. हिरवे दुकान, हिरवी उत्पादने. सर्व गृहोपयोगी उत्पादने. साऱ्यांमध्ये काहीतरी हिरव्यागार वनश्रीचा संबंध दिसेच. साबण, शाम्पू ही नैसर्गिक, फळांपासून बनविलेली होती. हे दुकान म्हणजे जोरदार स्टार व्यवसाय झाले. दरवर्षी ५०% ने वाढ झाली. असं २० वर्षं चाललं. विक्री व्यवस्था व प्रचार निसर्गप्रेमी व सामाजिक संस्थांच्या माध्यमातून केला होता. सध्या त्यांची ५० देशात १९८० दुकाने आहेत. ती ७७ मिलियन ग्राहकांना सेवा देतात. सन २००६ मध्ये ल'ओरिअलने हे बॉडी शॉप ६५२ मिलियन पौंडाला (१.२ बिलीअन डॉलर्स) विकत घेतले.

उच्च प्रतीचे नैसर्गिक कपडे हाही खास व्यवसाय आहे. त्यामध्ये बराच वाव आहे. उदा. मेरिनो मेंढीच्या लोकरापासून बाहेर वापरावयाचे कपडे बनविण्याचा विचार १९९५ पर्यंत कोणीच केला नव्हता. मेरिनो लोकर ही अधिक नैसर्गिक आहे. अन्य लोकरींच्या तुलनेत ती फार पातळ असून टिकाऊ आहे, हवेशीर आहे, थंडीत उबदार तर उन्हाळ्यात थंड आहे. जगप्रसिद्ध खेळाडूंनी कसरती करून दाखविताना ती वापरली. ती त्यांना फारच आरामदायी वाटली. या आधारावर न्यूझिलंडमधील वेलिंग्टन येथे जेर्मी मून यांनी आईसब्रेकर कंपनी काढली. आता ती हे लोकरी कपडे २२ देशातील १५०० दुकानातून विकत आहे.

टाकाऊ वस्तूंपासून पुन्हा नव्या वस्तू तयार करण्याच्या रिसायकलिंग व्यवसायाला खूप मोठा वाव आहे. हे व्यवसाय त्या त्या भागातील निसर्ग संवर्धनाचे काम करीत असतात. ते बहुधा स्टार व्यवसाय असतात. याचं एक उदाहरण म्हणजे ऑस्ट्रेलियामधील क्लोज्ड लूप. प्लॅस्टिकच्या कचऱ्यातून पुन्हा नव्या पिशव्या तयार करून त्या किरकोळ धान्य व्यापाऱ्यांना विकल्या जातात. क्लोज्ड लूपच्या या उत्पादनास जगभर मागणी येऊ लागली आहे.

नुकतंच एक केंद्र लंडनजवळ डॅगनहॅम येथे सुरू झाले आहे.[१३]

स्प्रिंगवाईज.कॉम[१४] वर नव्या कल्पना पाहायला मिळतात. काही कल्पना :

★ कॅलिफोर्निया येथील अर्थ फ्रेंडली मूव्हींग कंपनी पर्यावरणाला पोषक क्रेट्स तयार करतात. मुलांच्या चड्ड्या– डायपर्सचादेखील पुन्हा वापर केला जातो.
★ इंधन व पाण्याचा वापर कमी करण्याचे मार्ग सुचविण्याचे काम सिडने येथील तोडाई कंपनी करते.
★ सेवा देणाऱ्या, वापर करण्यासाठी वापरलेल्या काचेच्या बाटल्यांपासून पुन:श्च बाटल्या बनविण्याचे काम ऑस्ट्रेलिया येथील बॉटल सायक्लर करते.
★ पर्यावरणाला पोषक अशा ओझोकार टॅक्सींना ग्रीन कार म्हणून भाड्याने मागणी आहे. या टॅक्सी वीज व पेट्रोल या दोन्हींवर चालतात.
★ हाँगकाँगमधील एका जिममध्ये व्यायामाच्या मशीनवर विजेचे दिवे चालतात.
★ सतरंज्या, गालिचे यांचा पुनर्वापर.
★ प्लॅस्टिकविरहित वॉलपेपर, पुनर्वापराने बनविलेले कागदी हॅंगर्स. (तारेचे हॅंगर्स नष्ट होत नाहीत)
★ हरित विवाह.[१५]

एक सुरेख म्हण आहे, 'चांगलं काम करणं हा चांगला व्यवसाय आहे.' हरितक्रांतीचा वापर करून चांगला स्टार व्यवसाय करणे हा एक सुरेख मार्ग आहे. किरकोळ व्यापारी, उत्पादक, सेवा देणारे सारेच हरितक्रांतीस हातभार लावू शकतात. परंतु हा वाव फार काळ राहीलच असे नाही. तेव्हा जागे व्हा.

### मार्ग ३१ – अन्य व्यवसायांकडून कल्पना घ्या

एखाद्या कंपनीमध्ये एखाद्या विशिष्ट गोष्टीमुळे यश प्राप्त झालंय का ते शोधा. तशीच गोष्ट दुसऱ्या कुठल्या व्यवसायात करता येईल का ते पाहा.

हा विचार दहा वर्षांपूर्वी तुम्ही केला असतात तर तुम्हाला कला जगतात वाव होता. चित्रकार हे एककल्ली असतात. ते त्यांची चित्रे लिलावामध्ये विकतात. त्यावेळी काही हुशार खरेदीदार उभे केलेले असतात. ते एका वरची एक बोली

---

**१३.** इंग्लंडमधील गुंतवणूकदार अशा 'क्लोज्ड लूप' कंपनीमध्ये २, ३ किंवा ४ व्हेंचर कॅपिटल ट्रस्टमध्ये गुंतवणूक करू शकतात. माझ्या सहभागाचे प्रतिज्ञापत्र : मी फोरसाईट ३ व्हीसीटीचा नॉन-एक्झिक्युटीव्ह डायरेक्टर आहे.

**१४.** पाहा – http://www.springwise.com/eco_sustainability

**१५.** अधिक माहितीसाठी पाहा – http://www.springwise.com

बोलतात. त्यामुळे सतत वाढते दर मिळू लागतात. काही वेळा ते हास्यास्पद वाटावेत इतके जास्त असतात. सोथबीज व ख्रिस्तीजच्या कलांना अधिक मागणी आली. मधल्या लोकांना भरपूर कमिशन मिळाले. (सॅम्युअल बेकरनी सोथबीज हा नवा स्टार व्यवसाय ११ मार्च १७४४ रोजी केला. त्यावेळी त्याने शेकडो दुर्मीळ पुस्तके विकली.)

सुमारे ४० वर्षांपूर्वी गुंतवणूकदार बँकरनी हीच युक्ती केली. त्याने विरोधी खरेदीदार लिलावात उभे केले.

तुम्ही १९९५ पूर्वी ऑनलाईन विक्रीमध्ये लिलाव पद्धती आणली असती तर तुमच्यासाठी ई-मेलच्या रूपाने अमर्याद व्याप्ती खुली झाली असती.

लिलाव पद्धतीचा वाव अजूनही संपलेला नाही.

तुम्ही २००० पूर्वी शेअर बाजाराचे तत्त्व अन्य व्यवसायात वापरले असते तर बेटफेअर कंपनी आज तुमची असती.

**मार्ग ३२ – अन्य ठिकाणांहून कल्पना घ्या**

अन्य देश किंवा शहरांतील कल्पनांचा वापर करून मोठाल्या बिलियन डॉलर कंपन्यांनी स्टार व्यवसाय केलेत.

कॅलिफोर्नियातील बर्कले येथे अनिता आणि गॉर्डन रॉडिक यांनी शाम्पू, लोशन, बॉडी क्रीम यांच्या विक्रीचे दुकान पाहिले. त्यावरून त्यांनी स्वत:चे दुकान काढले त्याचे नाव ठेवले बॉडी शॉप.

थायलंडमधील ड्रायव्हर्स, क्रेटींग डिंग नावाचे स्थानिक पेय पीत असताना डेट्रिच मेटशीट्झ यांनी पाहिले. नाव क्रेटींग डिंग याचा अर्थ रेड बुल. रेड बुल हे नाव इंग्लिश व थाई या दोन्ही भाषांकरिता चपखल बसत होते. त्यांनी फक्त त्या पेयाचे पेटंट घेतले व तसेच उत्पादन तयार करून रेड बुल नावाने 'एनर्जी' ड्रिंक म्हणून विकले.

हॉवर्ड शुल्ट्झने मिलन येथे पारंपरिक कॉफी दुकानातून अनेक प्रकारची कॉफी व एस्प्रेसो उत्पादने पाहिली. स्टारबक्सतर्फे तशीच उत्पादने बनविण्याचे त्याने ठरविले. त्यावेळी स्टारबक्स फक्त कॉफी बिया व कॉफी दळण्याची साधने विकत असल्याने त्यांनी शुल्ट्झची कल्पना स्वीकारली नाही. शुल्ट्झ बाहेर पडला. I1 जिओर्नेल नावाचा कॉफी बार त्याने सुरू केला. काही दिवसांनी त्यांनी स्टारबक्स विकत घेतली व सर्व उत्पादनांना स्टारबक्स हे नाव दिले.

अनेकांनी अमेरिकेतील व्यवसाय पाहून नक्कल केली व मोठे स्टार व्यवसाय निर्माण केले. युरोप, आशिया आणि खाजगी भांडवलदार यांनी व्हेंचर कॅपिटलची कल्पना अमेरिकेकडून उचलली. अमेरिकेबाहेरील ट्रीलियन डॉलर कंपन्यांनी हेच केले.

ऑस्ट्रेलियातील जेनी ॲलिसने अमेरिकेत ज्यूस बार पाहिला. मित्रांकडून २,५०,००० ऑस्ट्रेलियन डॉलर्स घेतले. स्वत:च्या कल्पनेप्रमाणे ॲडेलेड येथे व्यवसाय सुरू केला. त्यानंतर सात वर्षांनी बूस्ट ज्यूस बार्स हे स्टार व्यावसायिक बनले. त्यांनी ऑस्ट्रेलिया, चिली, इंडोनेशिया, कुवेत आणि सिंगापूर येथे १७० दुकाने थाटली.

'जगभर विमान प्रवास' या योजनेतील गुंतवणूक किफायतशीर ठरली. आपण नाविन्याचा शोध घ्या. तुम्हाला नवा स्टार व्यवसाय सापडणारच. काय सांगावं? तुमची कल्पनाही बिलियन डॉलर किमतीची असू शकेल.

## सारांश

एका बैठकीमध्ये स्टार कल्पनांची यादी बनवा. तुमचा ग्रुप ४-५ कल्पनांची यादी तयार करू शकता. आपल्या कल्पनांवर ऊहापोह करण्यासाठी मात्र पुढच्या भेटीत एकत्र या आणि तुमच्या स्टार कल्पनेची निवड करा.

# तुमचा दुसरा स्टार कसा निर्माण करायचा?

## स्टार व्यवसायाचे मूल्यमापन व निवड

*तुम्ही हवेत किल्ले बांधले असतील तर तुमचे श्रम वाया जाऊ देऊ नका. त्याखाली आता पाया बांधा.*

***हेन्री डेव्हीड थोरीयु***

**तु**म्ही आणि तुमचे मित्र स्थिरस्थावर झालात का? तर मग करू या सुरुवात. गेल्या बैठकीत (पाठ ९) तुम्ही स्वर्गप्राप्तीसाठी सात पावलांमधील पहिले पाऊल टाकलेत. स्टार कल्पनांची एक यादी तयार केलीत. आता पुढील सहा पावलांमध्ये या कल्पनेची योग्यता तपासू या.

### पाऊल २ : भरपूर वाढीचा व्यवसाय निवडा

तुमच्या कल्पनेतील व्यवसाय सातत्याने काही वर्ष दरसाल किमान १०% वाढ बरीच वर्षे देईल का ते पाहा. त्याबद्दल शंका येत असेल तर ती कल्पना सोडून द्या.

जितकी अधिक वाढ तितकी चांगली. दहा टक्के वाढीच्या तुलनेत ३०% वाढ होत असेल तर ती दहा वर्षांच्या काळात पाच पटीने चांगली असते. वाढ ५०% असेल तर ती २२ पटीने चांगली असते. वाढ ७०% असेल तर ती १०% च्या वाढीच्या तुलनेत ७८ पटीने फायदेशीर ठरते. वाढ किती टक्क्याने होणार यापेक्षाही ती किती काळ होत राहणार हे अधिक महत्त्वाचे आहे.

वार्षिक २०% वाढ २० वर्षे झाली तर ३०% वाढ १० वर्षे होण्यापेक्षा अधिक चांगले. (जवळजवळ ३ पटीने चांगले) ५०% वाढ २० वर्षे होत राहिल्यास ती ७०% ने १० वर्षे होण्यापेक्षा अधिक चांगली. (सुमारे १६ पटीने चांगली.)

चांगली वाढ दीर्घ काळ टिकल्यास त्याची आश्चर्यकारक किंमत येते. तुम्ही

व्यवसाय सुरू केल्यावर पहिल्या वर्षी १०० डॉलर्स विक्री झाली व त्यात सतत ३० वर्षे ५०% वाढ झाली तर तुमची विक्री १९ मिलियन डॉलर्सवर पोहोचेल. समजा, विक्रीवर १५% नफा झाला तर करपूर्व नफा १५ पटीने होतो. त्याची रक्कम होते ४३.५ मिलियन डॉलर्स. ही रक्कम अजून दहा वर्षे पुढे न्या, तर ती रक्कम २.५ बिलियन डॉलर्स होते.

विक्री आणि नफ्याचे दर्शक पाहताना स्वत:ला हे प्रश्न विचारा.

★ एकूण व्यवसाय किती मोठा आहे? तुमच्या व्यवसायाला त्यात वाव आहे का?
  तुम्ही बेटफेअर असाल तर जगातील बेटिंग मार्केटचा विचार करा. बेल्गोचे बाबतीत मार्केट होते, पण तो उच्च वर्गासाठी सेवा देणारा व्यवसाय होता. लंडनमधील त्यांच्या रेस्टॉरंटमध्ये एका वेळी माणशी २० पौंड मोजावे लागत.
★ तुम्हाला त्या मार्केटपासून किती हिस्सा प्राप्त होईल?
  बेल्गोला बहुतेक १% हिस्सा मिळाला असावा. बेटफेअरचे बाबतीत तो सुमारे ५०% मिळाला असावा.
★ भावी ग्राहक कोण हे ठरले आहे का? ते तुमचा हा खास व्यवसाय सध्याच्या मार्केटच्या तुलनेत पसंत करतील असे वाटते का?
★ सध्याच्या मार्केटच्या तुलनेत नव्या उत्पादनातून कोणते अतिरिक्त लाभ ग्राहकांना मिळणार आहेत?
★ नव्या व्यवसायात किती नफा होईल? नव्या व्यवसायाने केलेला बदल लाभदायक आहे का? सध्याच्या व्यवसायाच्या तुलनेत नव्या खास व्यवसायात किती अधिक नफा होईल?

## पाऊल ३ : तुमचे ग्राहक ठरवा

भावी ग्राहकांचे क्षेत्र मर्यादित असेल तर आपल्याला सेवा देणं सोपं जातं. नवीन खास व्यवसाय चालेल याची खात्री पटते.

अँड्र्यू ब्लॅकला कळलं होतं की बेटिंग एक्सचेंज खेळायला लोकांना आवडेल.

महत्त्वाकांक्षी तरीही असुरक्षित वाटणाऱ्या प्रमुख अधिकाऱ्यांना बेन अँड कंपनीची सेवा आवडेल यांची बिल बेनला कल्पना होती.

मायकेल डेल हा टेक्सास विद्यापीठात विद्यार्थी असताना त्याच्या ध्यानात आले की, त्याच्यासारख्या लोकांना पर्सनल संगणक पद्धती आवडेल. ती ग्राहकांच्या अपेक्षा लक्षात घेऊन तयार केली आहे. ती एकदम ग्राहकाला विकली जाते. ही कंपनी १९८४ मध्ये १,००० डॉलर्स भांडवलावर सुरू केली. आज ती जगातील

डायरेक्ट ग्राहकाला संगणक विक्री करणाऱ्या कंपन्यांमध्ये अग्रेसर आहे. तिची किंमत ५४ बिलियन डॉलर्स झाली आहे, म्हणजे ५४ मिलियन पटीनं वाढ आहे!

काही वेळा असंही घडतं की नक्की ग्राहक कोण हे काही काळानेच लक्षात येतं. काही वेळा अचानक ग्राहक मिळतात. बाजारातील प्रतिसाद लक्षात न आल्यानेही हे घडू शकते. होंडा कंपनीच्या छोट्या स्कूटरची मागणी १९६० मध्ये वाढली. त्यांचे कर्मचारी ही स्कूटर रस्त्यावर वापरू लागले. तेव्हा अमेरिकेतील ग्राहकही ती विकत घेऊ लागले. अमेरिकेतील लोक छोटी होंडा स्कूटर विकत घेतील हे जपानी कंपनीला वाटले नव्हते. जेव्हा आम्ही बेल्गोची सुरुवात केली तेव्हा निर्मितीक्षम व्यावसायिक आमचे ग्राहक होतील याची आम्हाला कल्पना नव्हती.

आगामी स्टार कल्पना किंवा नूतन व्यवसाय सुरू करायचा का नाही हे ठरविताना आपले संभाव्य ग्राहक कोण याची सुस्पष्ट कल्पना आपणास हवी. ते चित्र जितकं धूसर, अस्पष्ट तितकी यशाची शक्यता कमी. संपूर्ण बाजारातून ते तुमच्याकडे का येतील याचं स्पष्ट कारण तुम्हाला माहिती हवं.

## पाऊल ४ : नव्या व्यवसायाचे लाभ कोणते ते ठरवा.

नवीन प्रकार सुरू केल्याशिवाय आपण नवा स्टार निर्माण करू शकत नाही. संभाव्य ग्राहकांना डोळ्यांपुढे ठेवून नवा खास व्यवसाय निवडला पाहिजे. तसेच सध्या बाजारात जे लाभ ग्राहकांना मिळत आहेत त्यापेक्षा वेगळे लाभ आपणास देता आले पाहिजेत. जितके अधिक लाभ तेवढी अधिक भरारी हा नवा उद्योग मारेल.

लाभातील फरक तीन प्रकारचे असू शकतात.

★ बाजारातील सध्याच्या लाभापेक्षा एक किंवा दोन लाभ अधिक प्रमाणात देणे.

★ सध्या बाजारात उपलब्ध नसलेले असे एक-दोन नवे लाभ निर्माण करणे.

★ मुख्य बाजारात असलेले काही लाभ देणे.

लाभ कमी केल्यामुळे उत्पादनाची किंमत कमी करता येते किंवा त्याच्या बदल्यात नवा लाभ देता येतो. त्यासाठी अधिक किंमत आकारावी लागत नाही. एखादा लाभ वगळल्याने आपला माल वेगळा उठूनही दिसतो. तो वेगळ्या खास ग्राहकासाठी आहे हेही दर्शविले जाते.

कधीकधी वगळण्यातून नवनिर्मिती होते. गणितामध्ये अंक वगळून बीजगणित ही नवीन संकल्पना पुढे आली. रेस्टॉरंटमधील वेटर्स कमी करून 'फास्ट फूड ' कल्पना पुढे आली. साखर कमी करून कोलाचा नवीन प्रकार डायट कोक हा आला.

बाजारात हे तीनही प्रकार कसे वापरता येतील व त्यायोगे आपल्या संभाव्य ग्राहकाला कसे आकर्षित करता येईल ते पाहा.

★ मुख्य ग्राहक बाजारपेठेला जास्तीतजास्त लाभ देणाऱ्या गोष्टीत वाढ करणे.
★ या संभाव्य ग्राहक बाजारपेठेला फारसे महत्त्वाचे न वाटणारे किरकोळ फायदे वगळणे.

**बेटफेअर**

★ बेटिंग मार्केटमधील पैशाचे मूल्य नाट्यमयरित्या वाढविले.
★ बेटिंग निकालाविरुद्ध बेटिंग लावण्याची नवी संधी ग्राहकांना दिली. बेटिंगचा व्यापार करता येऊ लागला. जिंकणारी खाती बंद केली जाणार नाहीत याची ग्वाही दिली.
★ जागेमध्ये बसून छोटे जुगार खेळण्याचा प्रकार कमी करून टाकला. तिथेच पैसे गोळा करणे बंद केले.
बेटफेअरच्या डोळ्यांपुढे होते ते मोठे जुगारी, नेहमी उत्साहाने व तळमळीने भाग घेणारे. बेटिंग एक्सचेंजची ही नवी पद्धती संभाव्य ग्राहकांना नेहमीच्या जुगार व्यवसायातील पद्धतीपेक्षा जास्त आवडणारी होती.
★ जिंकण्याक्षणी जुगाऱ्याला मोठी रक्कम मिळायला हवी. प्रत्येक वेळी बुकमेकर त्यातून २०% रक्कम घेऊ लागला तर जिंकण्याची खुमारी जाते. बेटिंग एक्सचेंजमध्ये जर एकच टक्का बाजूला काढला तर खऱ्या जुगाऱ्याला इतरांपेक्षा केवळ १ टक्का अचूक अंदाज लावता आला म्हणजे तो जिंकणारच.
★ कोण जिंकणार याचा अंदाज घेऊन जिंकणे हे सोपे जाते. जिंकणारा शोधून काढणे अवघड असते. रेसमधील आठ घोड्यांपैकी आपणास नेहमी जिंकणाऱ्याची माहिती असेल तर आपण त्याच्यावर बोली लावतो. अन्य सात घोड्यांची माहिती घेत बसत नाही. मोठे जुगारी छोट्या जुगाऱ्यासारखे नसतात. ते बहुधा प्रसंगावर पैसे लावतात. मोठे जुगारी पैजांचा व्यापार करण्यात निष्णात असतात. त्यातून ते जोखीम न घेता पैसे कमवितात. बुकमेकर्स नियमितपणे फक्त मोठ्या जुगाऱ्यांची खाती बंद करतात.
★ मोठे जुगारी जुगार केंद्रात वरचेवर बदल करीत नाहीत. त्यांना ऑनलाईन किंवा फोनवरून जुगार खेळण्यास आनंद वाटतो. मिळालेले पैसे परस्पर आपल्या बँकेच्या खात्यात जमा होणं त्यांना अधिक सोईचं असतं.

## आलेख तयार करा

सध्याच्या मार्केटच्या तुलनेत नवीन उत्पादक कोणते अधिक लाभ देणार, संभाव्य ग्राहकांना नवे उत्पादन कितपत पसंत पडेल हे या आलेखामुळे समजू शकते.

बाजारातील 'खरेदी प्रक्रिया' कशी आहे हे जाणून घ्या. ग्राहकाला या उत्पादनापासून कोणते लाभ मिळणार हे पाहा. आकृती क्र. १०.१ मध्ये इंग्लंडमधील जुगार व्यापाराची माहिती १ ते ५ प्रमाणात दिली आहे. इथे १ म्हणजे अगदी कमी महत्त्वाचा आणि ५ म्हणजे सर्वाधिक महत्त्वाचा.

**आकृती १०.१ जुगार बाजारातील खरेदी प्रक्रिया**

इंग्लंडमधील बेटिंग बाजाराचे वैशिष्ट्य म्हणजे बेटिंगचे अड्डे खूप आकर्षक

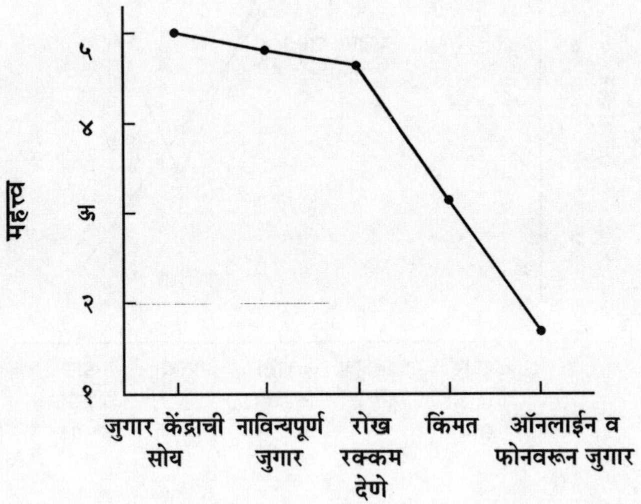


असतात. शर्यती पाहायला टी.व्ही. संच, रेसबद्दलची वर्तमानपत्रे, लाईट्स, प्रशस्त जागा हे सारं असतं. नाविन्यपूर्ण जुगाराइतकंच महत्त्व जुगार खेळण्याच्या क्षमतेला असतं. उदा. एखादा सर्व घोड्यावर पैसे लावेल, ते सर्व जिंकले की त्याचा फायदा होईल. त्याला मोठ्ठं घबाड मिळेल हे पाहिलं, तसंच अंदाज व्यक्त करण्यालाही महत्त्व असतं. फक्त प्रथम क्रमांक नाही तर दुसरा, तिसरा असे क्रमांक ठरविता आले पाहिजेत. विजेत्याला जागेवरच त्वरित रोख रक्कम मिळाली पाहिजे. बुकमेकर किंमत काय जाहीर करतो याला बाजारात त्या मानाने कमी महत्त्व असतं. मुख्य बाजारात ऑनलाईन वा फोनवरून जुगार खेळण्याच्या कौशल्याला फार कमी महत्त्व आहे.

सध्या बाजारात ही सेवा देणारे हे दंडक किती पाळतात हे पाहू. इंग्लंडमधील मोठ्या बुकमेकर्सचं काम त्यांच्या खरेदी पद्धतीशी ताडून पाहिल्यास ते कसे दिसेल हे आकृती १०.२ मध्ये पाहा. तुमच्या ध्यानात येईल की मूल्य हा मापदंड सोडल्यास बुकमेकर हे अन्य सर्व गोष्टीत चांगले ठरतात. मूल्य या बाबतीत त्यांना जरा कमी गुण प्राप्त होतात.

**आकृती १०.२ बाजार खरेदी मापदंडाच्या तुलनेत पारंपरिक बुकमेकर्सचे मूल्यांकन**

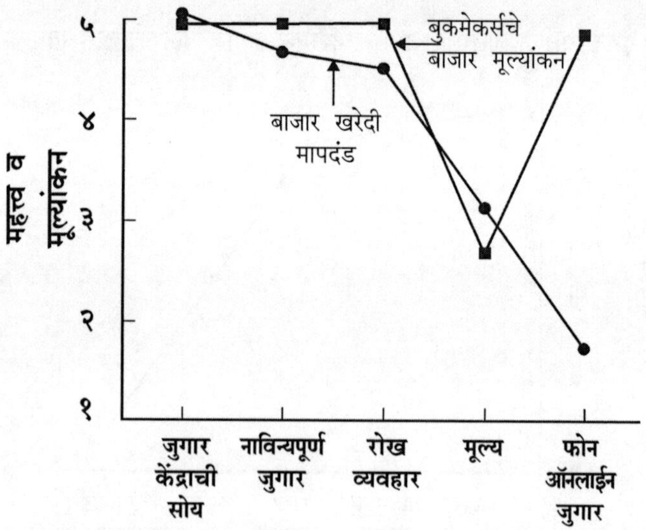


आता थोडी गंमत पाहा. आता आपण पुन्हा १०.१ प्रमाणे आकृती काढू, पण ती मुख्य बाजाराऐवजी भावी संभाव्य ग्राहकांसाठी काढू.

अँड्र्यू ब्लॅकचे भावी खातेदार त्याच्यासारखेच मोठे, रुबाबदार जुगारी होते.

**आकृती १०.३ मोठ्या गॅंबलर्सची खरेदीची पद्धती**

मुख्य बाजारापेक्षा मोठ्या जुगाऱ्यांची पसंती किती वेगळी असते हे आपणास आकृती १०.३ वरून दिसून येते. मूल्य, जिंकणारी खाती बंद न करता चालू ठेवणे, प्राप्त होणाऱ्या निकालावर बेट लावणे, बेटचा व्यापार, फोन व ऑनलाईन बेटिंग हे मोठ्या गॅंबलर्ससाठी महत्त्वाचे निकष आहेत. मुख्य बाजारात 'मूल्य' निकष सोडल्यास इतर कशाला महत्त्व नाही. मुख्य बाजाराच्या दृष्टीने बेटिंग

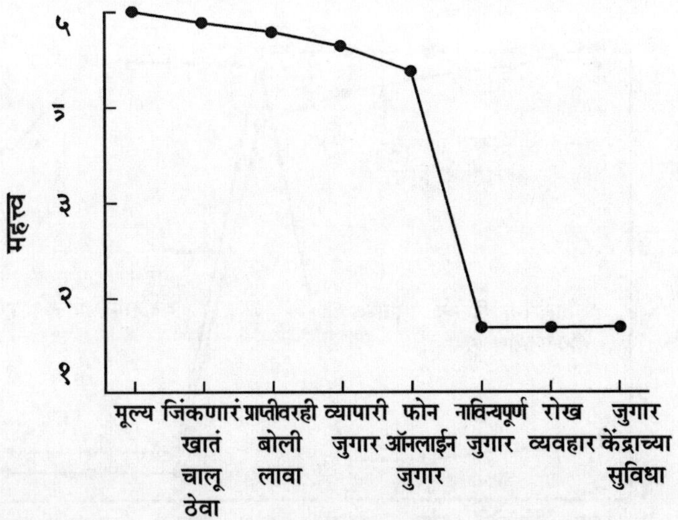


केंद्रातील सुविधा, नाविन्यपूर्ण बेटिंग आणि रोख व्यवहार या महत्त्वाच्या तीन बाबी मोठ्या गँबलर्सना महत्त्वाच्या वाटत नाहीत.

आकृती १०.४ पूर्णपणे चित्र आपल्यापुढे उभे करेल. मोठ्या गँबलर्सच्या खरेदी निकषावर त्यांचे पारंपरिक बुकमेकर्स आणि बेटिंग विनिमयातील गुण मांडून पाहणार आहोत.

इथे आपण मोठ्या गँबलर्सचे खरेदी निकष व त्यांनी पारंपरिक बुकमेकर्सचे व बेटिंग विनिमयाचे केलेले रेटिंग यावर लक्ष केंद्रित करणार आहोत.

**आकृती १०.४ मोठ्या जुगाऱ्यांचे खरेदी निकष व त्यांनी पारंपरिक बुकमेकर्स आणि बेटिंग विनिमयाशी केलेले रेटिंग** : मोठ्या गँबलरच्या अपेक्षा आणि बेटिंग विनिमय उपलब्ध करून देत असलेल्या सेवा या जुळत असल्याचे आपणास दिसून येते. याउलट मोठ्या गँबलर्सचे खरेदी निकष व पारंपरिक बुकमेकर्सना गँबलरनी दिलेला दर्जा यामध्ये फार मोठी तफावत आहे.

आकृती १०.४ सारखी परिस्थिती नव्या व्यवसायाला वाव देते. त्याचे कारण सध्या ग्राहकांना मिळत असलेली सेवा ही अपेक्षेप्रमाणे नसते.

बेटिंग विनिमय ही आपली नवीन कल्पना अमलात आणण्यापूर्वी बेटफेअरचे वरीलप्रमाणे पृथक्करण केले होते का? नाही, असं केलं नव्हतं. असं करण्याची त्याला आवश्यकताही वाटली नाही. व्यवसायासाठी लागणारी सर्व माहिती अँड्र्यू ब्लॅकच्या डोक्यात होती. मोठ्या ग्राहकांना काय हवंय आणि त्यांना काय मिळत

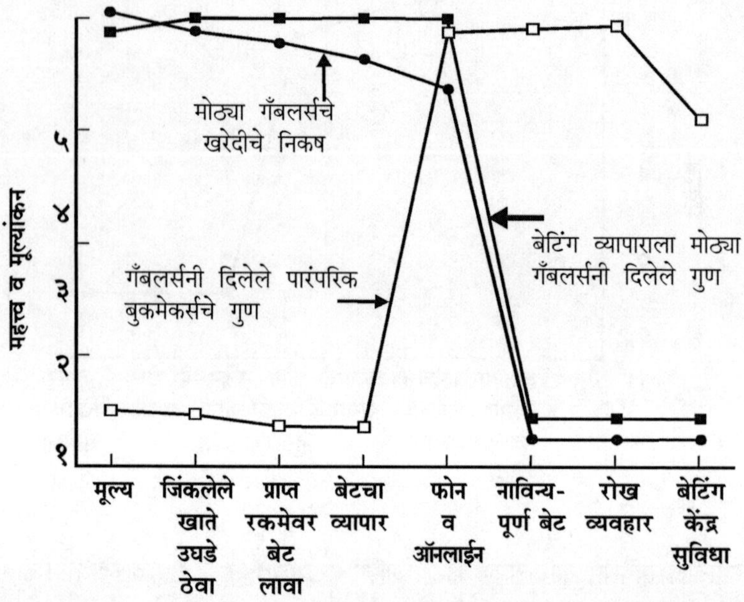


नाही हे त्याला माहिती होतं. जे मिळत नव्हते ते देणारी बेटिंग विनिमय ही पद्धती त्याने सुरू केली.

असं आहे तर हा सर्व आकृत्यांचा खेळ कशासाठी? तो आवश्यक आहे. ग्राहकांना मुख्य मार्केटच्या तुलनेत आज काय हवंय आणि आपण आपल्या मुख्य संभाव्य ग्राहकांना ते देऊ शकू का असा विचार करण्यास शिकविणाऱ्या या आकृत्या आहेत.

नवीन स्टार व्यवसाय यशस्वी होण्यासाठी तीन गोष्टींची आवश्यकता आहे.

१. भावी ग्राहकांना आता बाजारात जे मिळतं त्यापेक्षा वेगळं काही हवंय.
२. त्यांना काय हवं आहे हे समजून घेऊन ते आपल्या नवीन उत्पादनाद्वारे तुम्ही त्यांना देऊ शकता.
३. नवीन व्यवसाय हा नफा मिळवून देणार, कारण तुम्ही बाजारात जे मिळतं त्यापेक्षा वेगळं काही देत आहात. त्यासाठी जादा आकार देण्याची त्यांची तयारी असते. सध्या मिळत असलेल्या सेवेतून काही सेवा तुम्ही वगळत असता. त्यामुळे उत्पादन खर्चातही बचत होते.

यातील १ व २ या बाबींची पूर्तता होते की नाही ते पाहण्यासाठी १०.४ प्रमाणे आकृती काढा. यासाठी फार सविस्तर माहितीची आवश्यकता नाही. जे संभाव्य ग्राहक तुमच्या डोळ्यांपुढे आहेत. त्यांच्या अपेक्षा काय आहेत, त्यांना

सध्या काय प्राप्त होत नाही हे जाणून काम सुरू करा. त्यांना जे मिळत नाही ते तुमच्या नव्या व्यवसायातून मिळेल अशी योजना करा. तुमच्यापुढे स्वच्छ चित्र निर्माण झाल्यावर संभाव्य काही खातेदारांशी चर्चा करा. तुमचा अंदाज बरोबर आहे ना पाहा. आवश्यकतेनुसार त्यात सुधारणा करा.

दुसरा मार्ग म्हणजे तुम्ही बाजारात जे मिळतं त्यापेक्षा वेगळं काय देणार ते ठरवा. त्यानंतर या नव्या उत्पादनासाठी संभाव्य ग्राहक कोण ते ठरवा. प्रथम उत्पादन आणि मग ग्राहक ही पद्धती बहुसंख्य मार्केटिंग तज्ज्ञांनी अव्हेरली आहे. परंतु प्रत्यक्षात जगामध्ये असे प्रकारही चालू आहेत. भविष्यात अमेरिकेतील ग्राहकांना होंडा स्कूटरसुद्धा पसंत पडेल असे कोणाला वाटले असेल का? होंडा उत्पादकांना तरी असे वाटले नाही. पोस्ट-इट-नोट्स सचिव व अधिकाऱ्यांना आवडतील असे प्रथम कोणाला वाटले का? ३M मध्ये कोणालाही असे वाटले नाही. कार्यालयात प्रत्येक टेबलावर संगणक येऊन स्थानापन्न होईल असं कोणालाही वाटलं नव्हतं. खुद्द आयबीएममध्ये देखील असं कोणाला वाटलं नाही.

आकृती १०.४ चं एक खास वैशिष्ट्य आहे. तुम्ही संभाव्य ग्राहक, संभाव्य व्यवसाय वाव, नवे व्यवसाय याची विविध समीकरणे मांडू शकता. बेटिंग विनिमयासारखी स्थिती येईपर्यंत ते करा. आता आपली कल्पना प्रत्यक्षात उतरणार असा तुमचा आत्मविश्वास तुम्हाला नक्कीच वाटेल.

## पाऊल ५ : बदल केल्याने नफा होतोय याची खातरजमा करा

तुम्ही निवडत असलेल्या व्यवसायातून नफा होण्याची शक्यता आहे का?

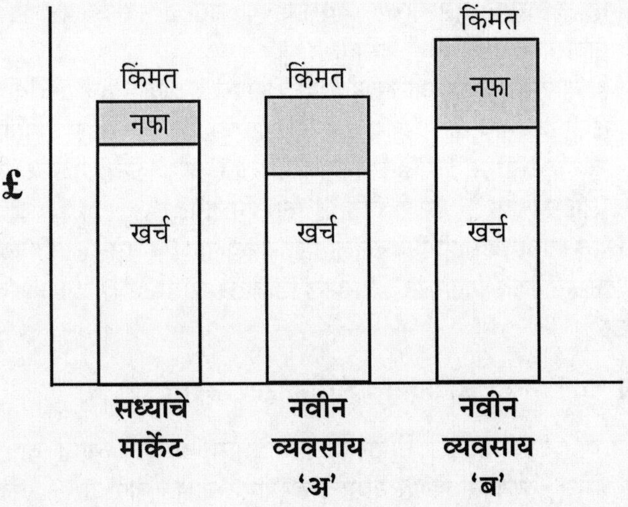

दोन मार्गांनी नफा होऊ शकतो. ते आकृती १०.५ मध्ये दर्शविले आहे.

**आकृती १०.५ नफा देणारे बदल**

'अ' या नवीन व्यवसायात नफा आणि किंमत ही बाजाराइतकीच राहते. परंतु नव्या व्यवसायात खर्च कमी आहे. त्यामुळे नफा अधिक आहे. नवीन 'ब' व्यवसाय नफ्यातील फरक वेगळ्या मार्गाने दाखवितो. मुख्य बाजाराप्रमाणेच त्यांचा खर्च आहे. परंतु त्यांनी ग्राहकाला अधिक मूल्य दिले आहे. त्यामुळे किंमतही अधिक ठेवावी लागते.

सध्याच्या बाजारातील नफ्यापेक्षा अधिक नफा होणार असेल तरच नवीन व्यवसाय सुरू करावा.

## पाऊल ६ : नव्या व्यवसायाला नाव देणे

नवीन व्यवसायाकरिता तुम्हाला नाव सुचते का? त्यासाठी तुम्ही एक यादी केलीच असणार. इथं नव्या उत्पादनाचं नाव नकोय. ते तुमच्या नव्या खास व्यवसाय प्रकाराला हवंय. हे नाव सुचत नसेल तर त्याचा अर्थ असा की नव्या व्यवसायाचे नक्की लाभ कोणते याबद्दल तुमच्या मनात गोंधळ आहे. मुख्य बाजारापेक्षा तुमचा व्यवसाय वेगळा कसा हे तुम्हाला पुरते कळलेले नाही.

व्यवसायाचं चांगलं नाव असण्यासाठी ते :

★ लहान असावं.

★ समजायला सोपं असावं.

★ नवीन व्यवसाय कोणत्या प्रकारचा हे दर्शविते.

★ वेगळे असावे. दुसऱ्याच्या व्यवसायाच्या नावाची नक्कल नसावी. दुसऱ्या नावासारखं वाटणारंही नसावं.

★ हा व्यवसाय प्रकार ओळखण्यासाठी आपले स्पर्धकही तेच नाव वापरतील. काही व्यवसायांची सुरेख नावं - 'बेटिंग एक्सचेंज', 'पर्सनल ऑर्गनायझर', 'हँबर्गर रेस्टॉरंट', 'मॉडर्न सर्कस', 'कोला ड्रिंक', 'कन्व्हीनिअन्स स्टोअर', 'लाईट बिअर', 'एनर्जी ड्रिंक', 'प्ले ॲनलायझर'.

त्याच व्यवसायासाठी निवडलेली पण चपखलपणे न बसलेली ही पाहा काही नावे - 'इलेक्ट्रॉनिक ऑर्गनायझर', 'पर्सनल डिजिटल असिस्टंट (पीडीए)', 'हँडहेल्ड कॉम्प्युटर'.

## पाऊल ७ : नव्या उत्पादनाचं नवीन नाव ठरवा

नव्या व्यवसायाबद्दल तुम्हाला आत्मविश्वास असेल, त्याची वाढ वेगाने होणारी असेल, ध्येयपूर्ती होणार असेल, त्यापासून नफा होणार असेल, बदलामुळे

नफा होणार असेल तर आताच नव्या ब्रँडचं नाव ठरविलं पाहिजे असं नाही. पण ते ठरविता आलं तर उत्तमच.

तुमच्यापुढे दोन आकर्षक स्टार व्यवसाय आहेत. दोन्हीसाठी तुम्ही नावे शोधत आहात. त्यातील एक सुरेखपैकी सुचलंय. दुसरं सुचायचं राहिलं ते मनात राहू देत.

नवीन नाव

★ सुटसुटीत (दोन शब्दांत किंवा जमलं तर एकाच) असावं.

★ कानांना मधुर/गोड वाटावं.

★ त्याला नाद असावा.

★ लक्षात ठेवायला सोपं असावं.

★ उच्चारायला सोपं असावं.

★ वैशिष्ट्यपूर्ण व नवं (दुसऱ्या ब्रँडच्या नावासारखे नाही) असावं.

★ व्यवसायाची ओळख करून देणारं असावं.

| ब्रँड | सुटसुटीत | मधुर | नादपूर्ण | लक्षात राहते | म्हणायला सोपं | वैशिष्ट्य पूर्ण | व्यवसायाची ओळख करून देते |
|---|---|---|---|---|---|---|---|
| रेड बुल | हो | हो | हो | हो | हो | हो | हो |
| क्वीकन | हो | हो | हो | हो | हो | हो | हो |
| इंटेल | हो | हो | हो | हो | हो | हो | हो |
| बेल्गो | हो | हो | हो | हो | हो | हो | हो |
| बेटफेअर | हो | हो | हो | हो | हो | हो | हो |
| फिलोफॅक्स | हो | हो | हो | हो | हो | हो | हो |
| कोकाकोला (कोक) | हो | हो | हो | हो | हो | हो | हो |
| ७-११ | हो | हो | हो | हो | हो | हो | हो |
| टॉईज 'आर' अस | हो | हो | हो | हो | हो | हो | हो |
| मॅक्डोनाल्डस | हो | हो | हो | हो | हो | हो | हो |
| जीप | हो | हो | हो | हो | हो | हो | हा |
| फोर्ड | हो | हो | हो | हो | हो | हो | नाही |
| स्टारबक्स | हो | हो | हो | हो | हो | हो | नाही |
| नोकिया | हो | हो | हो | हो | हो | हो | नाही |
| रोलेक्स | हो | हो | हो | हो | हो | हो | नाही |
| फ्लटर | हो | हो | नाही | हो | हो | हो | नाही |
| वॉल-मार्ट | हो | नाही | नाही | नाही | हो | हो | नाही |
| केएमएक्स[1] | हो | नाही | नाही | नाही | हो | हो | नाही |
| दुर्यिया[2] | हो | नाही | नाही | नाही | नाही | हो | नाही |
| गॅबलिंजर्स[3] | नाही | नाही | नाही | नाही | नाही | हो | नाही |
| मोटोरोला डायना - टॅक ८०००[4] | नाही | नाही | नाही | नाही | नाही | नाही | नाही |

**आकृती १०.६ ब्रँड नावाचे मूल्यमापन**

*१. कोकाकोलाचा अयशस्वी प्रतिस्पर्धी रेड बुल.*

*२. दुर्यिया हा अमेरिकाचा पहिला ऑटोमोबाईल ब्रँड.*

*३. गॅबलिंजर्स ही पहिली लाईट बिअर होय.*

*४. १९८३ मध्ये सुरू झालेला पहिला सेलफोन.*

*संदर्भ : अल् अँड लॉरा राईस (२००४) दि ओरिजिन ऑफ ब्रँडस (न्यूयॉर्क : हार्पर कॉलिन्स)*

तुमच्या व्यवसायाकरिता (ब्रँड) नावाची यादी वरील सर्व मुद्दे लक्षात घेऊन करा. त्यांचे मूल्यमापन हो-नाहीच्या आधारे करा.

## तुमच्या यादीतील स्टार व्यवसायांचे मूल्यमापन

आपण आतापर्यंत ज्याची वाट पाहत होतो ती वेळ आली. कोणत्या स्टार व्यवसायाची कल्पना स्वीकारायची हे अजूनही ठरले नसेल तर प्रत्येक पावलावर आपण केलेल्या पडताळणीचा सारांश लिहा.

| लिहिलेली कल्पना | व्यवसाय वाढीचा दर | संभाव्य ग्राहक | खास व्यवसाय क्षेत्राचे लाभ | फायदेशीर बदल | व्यवसाय क्षेत्राचे नाव | चांगला ब्रँड |
|---|---|---|---|---|---|---|
| | | | | | | |

**क्रमवारी**

(१)

(२)

(३)

**आकृती १०.७ संभाव्य स्टार व्यवसायाच्या यादीचे संपूर्ण मूल्यमापन**

वरील सहा शीर्षकांखाली प्रत्येक कल्पनेला १ ते ३ खुणा करा. मग भावी स्टार व्यवसायाचे सर्वंकष मूल्यमापन करा.

तुम्हाला तुमची कल्पना सापडली का? मग प्रचंड लक्षावधी रुपयांचा नफा मिळविण्यास तयार व्हा. माझे मित्र आंद्रे आणि डेनिस यांनी हेच केले. बेल्गो हा स्टार व्यवसाय होणार हे त्यांनी प्रथम जाणलं आणि मग ते कामाला लागले. काहीजण यास बढाई मारणे म्हणतील, पण मी त्यास म्हणेन 'स्टार कल्पनेच्या शक्तीवरील न्याय्य विश्वास' स्टार. कल्पनेचे नियम पाळून कल्पना लढविली तर ती यशस्वी होणारच. जर तुमच्या कल्पनेबद्दल तुम्हाला विश्वास नसेल तर पुन्हा चांगली कल्पना सुचेपर्यंत थांबा. तुम्हाला उत्साह व खात्री देईल अशी स्टार कल्पना सुचेलच, पण तोवर थांबा.

# दुसऱ्याच्या स्टार कल्पनेतून लाभ प्राप्त करा

*तुमचे मार्ग गुप्त कसे ठेवावे हे जाणण्यात निर्मितीचे रहस्य आहे*

***अल्बर्ट आईन्स्टाईन***

**हा** छोटा धडा आहे, परंतु क्षणैकता हाच संपत्तीचा आत्मा आहे. आधीच निवडलेल्या स्टारवर कसं स्वार व्हायचं व अल्प श्रमात मोठं यश कसं प्राप्त करायचं हे तुम्ही इथे शिकाल.

स्टार व्यवसायाचे लाभ मिळविण्यासाठी तो तुम्ही स्वत: सुरू केला पाहिजे असे नाही. दुसऱ्याची कल्पना उचलून ती स्वत:च्या व्यवसायात चपखलपणे बसवा. स्वत: नवीन स्टार निर्माण करण्यापेक्षा दुसऱ्याच्या स्टारने लवकर व्यवसाय करण्याच्या प्रयत्नाच्या प्रमाणात अधिक लाभ आहे.

तुम्हाला काय हवंय हे निश्चित झाल्यास स्टारची निवड करणं सोपं जातं. बेटफेअर सुरू झाली त्यावेळी मी त्यात फारशी गुंतवणूक केली नाही. परंतु ती कंपनी जोरात चाललीय हे पाहून मी नंतर गुंतवणूक केली. मला ती स्टार कल्पना वाटली. मग मला शक्य तितकी रक्कम मी त्यात गुंतवू लागलो. आतापर्यंत मला मूळ गुंतवणुकीच्या ५३ पट नफा मिळाला. जो इतर सर्व व्यवसायातील एकत्र नफ्यापेक्षा अधिक आहे. दुसऱ्याच्या स्टारमधून मला लाभ मिळाला, कल्पना त्यांची होती, त्यांनी व्यवसायात पैसे घातले, त्यांनी व्यवसाय सुरू केला, त्यांनी कल्पना प्रत्यक्षात आणली, त्यांनी मोठा संपत्ती स्त्रोत निर्माण केला. त्यांनी बीजरोपण व संवर्धन केले.

तुम्हीही तसंच करू शकता. तुम्हाला गुंतवणूकही करावी लागत नाही. तरीही तुम्ही स्टार व्यवसायात काही पैसे गुंतविणे शहाणपणाचे ठरेल. आपण बहुतेकजण जगण्यासाठी काम करतो. छोट्या स्टार व्यवसायात काम करायला

काय हरकत आहे? त्यात दोन मोठे फायदे आहेत.

पहिला लाभ म्हणजे त्यात काम करणं आनंददायी आहे. त्यात मजा आहे. तुम्ही जर सुरुवात करणाऱ्यांपैकी एक असाल तर तुम्हाला महत्त्व प्राप्त होईल. व्यवसाय यशस्वी करणाऱ्यामध्ये तुमचा सहभाग असेल. तुम्ही त्या व्यवसायाचेच एक भाग आहात असे तुम्हाला वाटेल व त्या व्यवसायातील लोकांनाही तुम्ही त्या व्यवसायात मग्न झाला आहात असे वाटेल. मी खात्रीने सांगतो यासारखी मजा नाही. अगदी क्वचित नैराश्यही येईल, तुम्हाला खूप कष्ट करावे लागतील, तुमच्या वैयक्तिक जीवनात तो आगंतुकासारखा प्रवेश करेल. तुमच्या कर्तृत्वाची कसोटी लागेल, त्यात तुम्ही आकंठ बुडाल, परंतु तुम्ही त्यात व्यस्त राहाल. त्यात मग्न राहाल. त्याचा तुम्हाला कधीही कंटाळा येणार नाही.

आयुष्याच्या वाटेवर दीर्घ काळ टिकणारे, जवळचे मैत्र तुम्हाला प्राप्त होणार आहेत. तुम्ही अजून बंधनात अडकलेले नसाल तर तुमचा जोडीदारही या व्यवसायात मिळू शकेल. तिला शब्द देण्यापूर्वी तिची पूर्ण माहिती तुम्हाला मिळू शकेल. (स्टार व्यवसायात मोठ्या व्यक्तींचे संबंध जुळून का येतात हे मात्र मला विचारू नका. मला एकच माहिती आहे, ते म्हणजे ही नाती जुळतात.) तुम्हाला आपण दुसऱ्यासाठी काम करतोय असं वाटणार नाही. आपल्या सहकाऱ्यांसह आपण एक प्रकल्प पुरा करतोय असं वाटेल. जीवन जगण्याचा आनंद मिळेल. तुमच्यात उत्साह संचारेल. तुम्ही समाधानी राहाल आणि म्हणून तुमचं व्यक्तिमत्त्व आकर्षक होईल.

आता आला पैशाचा प्रश्न. तुम्ही नेहमीच्या व्यवसायापेक्षा खात्रीनं अधिक पैसा स्टार व्यवसायात मिळवाल. हे खरंय की अगदी सुरुवातीस खूप पैसे मिळणार नाहीत. छोट्या व्यवसायात बहुधा कमी पैसे दिले जातात, परंतु कालांतराने स्टार व्यवसाय चांगला चालायला लागतो. मग नफ्याचं प्रमाण वाढतं. बेटफेअर हा व्यवसाय पाहा ना. तिथे कर्मचाऱ्यांना वर्षातून सहा आठवड्यांची सुट्टी दिली जाते. भरपूर पगार मिळतो. खरा पैसा मिळतो तो स्टॉक ऑप्शनमधून. त्यासाठी शेअर्स खरेदी करण्याची ताकद हवी. बऱ्याच छोट्या कंपन्या कर्मचाऱ्यांना शेअर्स देतात. त्या शेअर्सचे पैसे आता न देता, शेअर्सला बाजारात किंमत प्राप्त झाल्यास द्यायचे, ही सवलत असते. त्यामुळे जोखीम न घेता खरा पैसा तुम्ही कमवू शकता.

यात तोटेही आहेत. तुमची तब्येत चांगली नसेल, जबाबदारी नको असेल, जीवनाचा कंटाळा आला असेल, सोबत्याबरोबरचं नातं तुटू लागलंय असं असेल तर स्पर्धेत टिकणं फार अवघड. मग तुम्ही स्टार व्यवसायाकडे न वळलेलं बरं.

तुम्हाला कामात रस असेल आणि महत्त्वाकांक्षा असेल तर तुम्ही एखाद्या छोट्या स्टार व्यवसायात सामील व्हा. ह्या स्टारमध्ये काम करायचं का नाही हा

प्रश्न नसून स्टार कसा शोधायचा हा प्रश्न आहे.

तुम्ही काय शोधताय? एक नवा छोटा व्यवसाय, जो जेमतेम वीस कर्मचारी सामावून घेणारा असेल किंवा गुंतवणूकदार असाल तर मोठ्या गुंतवणूकदारांच्या नजरेस न खुणावणारा असा व्यवसाय.

★ वेगानं वाढणारा छोटा व्यवसाय – वेगानं वाढणारा कोणताही छोटा व्यवसाय हा बहुधा स्टार असतो. प्रत्येक स्टार व्यवसाय हा वेगानं वाढत असतो. यावरून 'वाढ' हेच स्टार व्यवसायाचे लक्षण ठरते.

★ मूळ नवी कल्पना. बाजारात स्वत:ची वाट शोधून जम बसविणारा असतो. वाव शोधून काढला जातो. आपला स्टार हा वेगळ्या प्रकारची सेवा देतो.

★ छोटा व्यवसाय नेतृत्व करतो. बाजारात या नव्या सेवेसाठी असलेल्या क्षेत्रात हा अग्रेसर असतो. त्याच्या जवळपास पोहोचणारे एक दोन व्यवसाय असतील, पण हा खास असतो.

★ या नव्या व्यवसायाचे ग्राहक विशेष असतात. ग्राहकांना अनेकदा इतर ठिकाणी मिळू न शकणारी आकर्षक सेवा या ठिकाणी मिळते.

★ वाढीला लागल्यावर अतिशय किफायतशीर ठरणारा तुमचा हा व्यवसाय जेव्हा भरभराटीला येईल तेव्हा त्यातून मिळणाऱ्या नफ्याला तशीच भक्कम अर्थशास्त्रीय कारणं असतील. एकतर पारंपरिक पद्धतीच्या व्यवसायाला येणाऱ्या खर्चापेक्षा या व्यवसायाला खर्च कमी येईल किंवा यातील मालाच्या किमती अधिक असतील. कदाचित या दोन्हीची सांगड तुमच्या व्यवसायात घातलेली असेल.

## तुमचा स्टार कसा शोधाल?

★ **रोज मनात स्टारचा विचार ठेवा.** सकाळी उठल्यावर मनाशी घोका, "आज मी स्टार शोधणार आहे."
'आज करायच्या कामाच्या यादीत' सर्वप्रथम 'स्टार शोधणे' हे लिहा.

★ **सतत जागरूक राहा.** दिवसातील प्रत्येक क्षण स्टार शोधण्यासाठी वापरा. तुम्ही जागरूकतेने स्टार निवडलात तर आश्चर्यकारकरित्या घटना घडू लागतील.

★ **खास खूण करा.** घरी, कामाच्या ठिकाणी सर्वत्र दिसेल अशी एखादी खास खूण करा जी 'माझा स्टार शोधा' असे सुचवेल. त्या खुणेकडे पाहून इतर तुम्हाला विचारतील 'हे काय आहे?' ते सुद्धा तुमच्यासाठी शोधू लागतील. (जर तुमच्या साहेबांनी विचारलं तर त्यांना सांगा मी नवी कल्पना किंवा मित्र शोधतोय. काळजी करू नका. तुम्ही अडचणीत येणार नाही.)

★ **वेबसाईट पाहा.** विस्मयकारक जादूमय सफर म्हणजे वेब. तुम्हाला छोट्या कंपन्या दिसतील तेव्हा त्यावर स्टारची चिन्हं दिसतात का ते पाहा.

★ **मित्रांना विचारा.** दर वेळी मित्र भेटल्यावर त्यांना विचारा, 'असा नवा व्यवसाय कधी पाहिलाय का?'

★ **स्टार युती निर्माण करा.** स्टार व्यवसाय करण्याच्या प्रवृत्तीने भारावलेले आणि ज्यांच्यावर तुमचा विश्वास आहे असे दोन, तीन मित्र जमवा. प्रगतीचा आढावा घेण्यासाठी वरचेवर भेटा.

## पुढे काय?

स्टार होऊ शकेल असा नवा व्यवसाय सापडल्यावर काय करायचे?

★ **संवाद साधा.** कंपनीमधील व आजूबाजूस भेटणाऱ्या प्रत्येकाशी या व्यवसायाबद्दल बोला. त्यातून नव्या गोष्टी शिका.

★ **त्यांना खूष करा.** शक्य असेल तर त्यांच्याकडून काही खरेदी करा. त्यांना इतर ग्राहक मिळवून द्या. त्यांच्या व्यवसाय वाढीबद्दल बोला.

★ **हा व्यवसाय स्टार असल्याची खात्री करा**. वर सुचविलेले मुद्दे विचारा. त्यांच्या अपेक्षा विचारात घ्या.

★ **त्यांना हवं असणारं काम निर्माण करा.**
त्यांनी कामासाठी तुमच्याकडे येण्याची वाट पाहत बसू नका. तुम्हीच त्यांच्याकडे जा. त्यांच्यासाठी तुम्ही काय काय करू शकता हे सांगा. त्यांना होणाऱ्या लाभांना महत्त्व द्या.

★ **स्वतःचा ठसा उमटवा.** तुम्ही त्या व्यवसायात सामील झाल्यावर पहिल्या महिन्यात असे काही खास काम करा जे मालकाच्या हिताचे असेल व तुम्ही ते केलेले त्यांच्या ध्यानात येईल.

★ **शिरकाव केल्यावर तो व्यवसाय स्टार आहे का याची खात्री पटवून घ्या.** व्यवसाय वेगाने वाढत नसेल, तुम्हाला तो योग्य वाटत नसेल, तर त्यात अडकून राहू नका. झटकन बाहेर पडा. परंतु तो स्टार आहे हे पक्के झाल्यास त्याच्या प्रगतीसाठी झोकून देऊन काम करा.

★ **कंपनीला महत्त्वाकांक्षी बनवा.** काही वेळा कंपनीच्या संस्थापकांना या स्टार व्यवसायास किती मोठा वाव आहे हे समजलेले नसते. त्यांच्या ते ध्यानात आणून द्या. असलेला वाव पाहून व्यवसायाचा विस्तार करा. परदेशात निर्यात करू शकता का ते पाहा. नवे अधिकृत विक्रेते निर्माण करा. वितरणाची अन्य प्रभावी माध्यमे वापरा. (उदा. फोन हे बेटफेअरसाठी प्रभावी माध्यम ठरले.)

★ **कंपनी खरेदीची शक्यता अजमावा.** संस्थापकांना जर खरंच व्यवसायाचा पुरेपूर लाभ घेणं जमत नसेल तर एक गट बनवा. कंपनीच्या खरेदीचे प्रयत्न करा. रे क्रॉकने मॅक्डोनाल्ड खरेदी केल्यावर किती प्रचंड नफा मिळविला हे तुम्ही वाचलेच आहे.

## सारांश

तुमचा स्टार प्राप्त होण्यास फार वेळ लागत नसतो. ते काम फार कठीणही नसते. त्यासाठी गरज आहे मनाचा निर्धार, कार्यरत राहणे आणि उत्साह यांची. प्रयत्नांच्या प्रमाणात पाहिले तर कितीतरी अधिक लाभ प्राप्त होतात. एकदा का स्टार प्राप्त झाला की मग तुमची प्रगती झालीच म्हणून समजा. पूर्वीसारखं राहण्याची वेळ तुमच्यावर पुन्हा कधीही येणार नाही.

माझ्या पंचतारांकित नव्या उद्योगात मी रमलो. त्यांनी मला खूप आनंद, पैसा आणि समाधान मिळवून दिले. वयाच्या तिसाव्या वर्षापासून माझ्या आयुष्यातील प्रत्येक अध्याय या स्टारने घडविला. तुम्ही एका स्टार व्यवसायाचा अनुभव घ्या. मग स्टार व्यवसायांची मालकीच तुम्ही निर्माण कराल. एकानंतर एक स्टार व्यवसाय काढाल. मोठे उद्योजक व्हाल किंवा एखाद्या स्टार व्यवसायात इतका प्रचंड पैसा कमवाल की प्रत्यक्ष काम करणे तुम्हाला थांबविता येईल. प्रत्यक्ष काम न करताही तुम्ही दुसऱ्या स्टार व्यवसायात गुंतवणूक करून त्या व्यवसायाचे वैभव, नफा आणि आव्हानांचे भागीदार होऊ शकाल.

# बनावट स्टार्स

*मुद्दाम संकटात अडकण्यापेक्षा वेळप्रसंगी त्याच्यापासून दूर पळालेलं चांगलं.*

***होमर (दि इलियड)***

**खू**प मोठ्या अपेक्षा बाळगून मार्क अलिन आणि रिचर्ड बुर्टन यांनी कॅप्स्टन हा प्रकाशन व्यवसाय सुरू केला. ते उत्कृष्ट संपादक होते, याची त्यांना जाण होती. या महान संपादकांनी यशाची अनेक शिखरे गाठली होती. लोकप्रियतेचा उच्चांक गाठणाऱ्या माझ्या ८०/२० प्रिन्सिपल या पुस्तकाची मूळ कल्पना त्यांचीच. कॅप्स्टन हा स्टार व्यवसाय आहे हे रिचर्ड आणि मार्कने जाणले होते. भीतिदायक, व्यावसायिक पुस्तकांच्या जगतात पुढे यायचं हे त्यांनी ठरविलं होतं. ही कल्पना व्यवहार्य असल्याचं त्यांनी मला पटवून दिलं. मी त्यांना आर्थिक पाठबळ दिलं. छापा पडो की काटा, कोणत्याही परिस्थितीत मीच जिंकणार होतो. एकतर त्यांचा व्यवसाय स्टार म्हणून यशस्वी होणार किंवा निदान काही मोठे, विजेते लेखक निवडून कॅप्स्टनला नफा होणार याची मला खात्री होती.

व्यवसायाची सुरुवात तर दमदार झाली. आकर्षक लिखाण करणाऱ्या लेखकांकडून त्यांनी चलती असणाऱ्या विषयांची पुस्तके लिहून घेतली. उत्कृष्ट सजावट, चित्रे यामुळे प्रत्येक पुस्तक देखणं झालं होतं. भरपूर नफा मिळेल अशी विक्रीची ध्येये मार्क आणि रिचर्ड यांनी डोळ्यांपुढे ठेवली होती. त्यांच्यामध्ये उत्साह, नव्या कल्पना व आत्मविश्वास होता.

परंतु ध्येय पूर्ण झाले नाही. विक्रीचे आकडे पाहिल्यावर पदरी निराशा पडे. मी पैसा पुरवित होतो व तो संपून जात होता. आमची अपेक्षा माफक होती. तेवढीसुद्धा विक्री होत नव्हती. हे असं का झालं तेच कळलं नाही. विक्रीव्यवस्था सबळ नव्हती हे तितकंसं प्रभावी कारण नव्हतं. शून्यातून फार मोठी यंत्रणा उभी

करणं अवघड होतं हे उघडच होतं. जोरदार चालावीत अशी पुस्तकं त्यांच्याकडे नव्हती हे त्यांचं दुर्दैवच होय. कारण काहीही असो, आर्थिकदृष्ट्या कॅप्स्टन काळिमा फासणारं ठरलं.

व्यवसाय सुरू केल्यावर साधारण तीन वर्षांनी रिचमंड येथे माझ्या घरी काही कठोर निर्णय घेण्यासाठी बैठक आयोजित केली होती. रिचर्ड आणि मार्क यांनी पुढील पुस्तकांसाठी जादा कर्जाची मागणी केली. नकार देण्याशिवाय माझ्याजवळ पर्याय नव्हता. सत्यस्थिती पुढे दिसत होती. कॅप्स्टन काही स्टार झाला नव्हता. 'भीतिदायकच' हे क्षेत्र प्रस्थापित झालं नव्हतं. व्यावसायिक पुस्तकांच्या बाबतीत कॅप्स्टन मागे पडला होता. स्टार बनवण्यासाठी कॅप्स्टनला कोणतेच आर्थिक निकष लागू पडत नव्हते. जो कुत्र्याप्रमाणे दिसतो, वागतो व भुंकतो, मग तो कुत्राच असण्याची अधिक शक्यता असते.

नवीन क्षेत्र निवडून कॅप्स्टनला स्टार बनवावे का? आम्ही बराच काळ गंभीरपणे विचार केला. तरीही मनाजोगती कल्पना सुचत नव्हती.

कॅप्स्टनचे तात्पुरते अध्यक्षपद रॉबिन फिल्ड, ज्यांनी फिलोफॅक्स जोमानं चालविली होती, यांनी स्वीकारावे अशी आम्ही त्यांना विनंती केली. त्यांनी आमचं समस्यांचं निदान बरोबर असल्याचं सांगितलं. त्यांनी अधिकाधिक पैसे साठविण्याचा सल्ला दिला. खेळते भांडवल कमी ठेवून पुस्तके कमी संख्येने प्रकाशित करण्यास सांगितले. नंतर व्यवसाय विकण्याचा सल्ला दिला.

विकण्यासारखं आमच्याकडे नक्कीच थोडं काही होतं. आमचा व्यवसाय जरी स्टार नव्हता तरी रिचर्ड आणि मार्क यांनी कंपनीचं नाव केलं होतं. ब्रँड तयार झाला होता. ते त्याचं मूल्य होतं. एका आंतरराष्ट्रीय प्रकाशकाला, जॉन विले यास असं वाटलं. त्याला कॅप्स्टन कंपनी विकली. विले गटाचा एक घटक म्हणून कॅप्स्टन अस्तित्वात आहे. मी गुंतवलेल्या भांडवलावर मला जवळजवळ नऊपट रक्कम मुद्दल व व्याजासह मिळाली. मार्क आणि रिचर्डनी नव्या मालकाच्या अधिपत्याखाली कॅप्स्टन आनंदाने चालविली.

पुढे रिचर्डने इन्फिनीट आयडियाज हा नवा स्टार व्यवसाय सुरू केला. हा व्यवसाय विशेष, लाभदायी, वेगाने वाढणारा होता. आयुष्य सुखी करण्यासाठी 'How to' हे सांगणारी ही पुस्तके होती. उदा. 'पाठीचं दुखणं कसं कमी करावं', 'मुलांना कोणता आहार द्यावा' इ. निरनिराळ्या कंपन्यांसाठी करार करून या पुस्तकातील मजकुरात आवश्यकतेनुसार फेरफार करण्यात आले. उदा. टेटलीच्या सौम्य चहावरच्या छोट्या पुस्तकाच्या ६०,००० प्रती त्या कंपनीस दिल्या. वाईन टुरिंग कंपनी – ग्रेप एस्केप्स यांना सीक्रेट्स ऑफ वाईन हे पुस्तक विकण्यात आलं. या खास कल्पनांचे कॉपी राईट स्वत:जवळ ठेवले होते. त्यामुळे पुन्हा पुन्हा त्यांच्या

प्रती काढून त्यावर भरपूर नफा मिळविता येत होता.

कॅप्स्टन कथा अद्वितीय आहे. सकारात्मक आशावादी कसं व्हावं हे या कथेतून समजलं. आर्थिक संकटाच्या खाईत आम्ही कोसळलो नव्हतो. तरीही, पैसा जवळ असण्याचं महत्त्व ह्या कथेमुळे जाणवलं. तसंच व्यवसायाच्या प्रमुखपदी अर्थतज्ज्ञ असावा हेही तिने विशद केले. मोठ्या अधिकाऱ्यांना घेऊन काढलेली कंपनीसुद्धा अडचणीत येऊ शकते. स्टार व्यवसाय नसेल तर नवीन कंपनीत पैसे टाकण्यापेक्षा ती विकून टाकणे परवडते. मात्र स्टार नसलेला व्यवसाय उद्योजकतेचे कठीण धडे मिळतात हेही खरे.

मला या प्रकरणातून एकच सल्ला द्यायचाय. स्टार होतील असे वाटणारे सर्व व्यवसाय स्टार होतातच असे नाही. मग खोटा स्टार कसा ओळखायचा? तुमचा स्टार प्रगती करीत नाही तेव्हा काय करायचं?

## बनावट स्टारची लक्षणे

नवीन खास क्षेत्रातील व्यवसाय हा किफायतशीर नाही हे सांगणारी व्याख्या उपलब्ध नाही. (उदा. 'फंकी बिझिनेस बुक्स' हे क्षेत्र) बाजारात एखाद्या व्यवसायाला वाव असू शकेल परंतु या भावी मागणीमध्ये नफा असेलच असे नाही.

यामध्ये कोणताही कमीपणा मानायचं कारण नाही. तुम्ही तुमची व्यवसायाची कल्पना बाजारात आणता. प्रत्यक्षात व्यवसाय सुरू केल्यावर काय होणार हे आधी माहीत नसते. अशा कितीतरी आश्चर्यकारक कल्पना व शोध आहेत की ज्या बाजारात फारशा व्यवसाय करू शकल्या नाहीत. बेल्गो फंकी रेस्टॉरंट चालतील आणि कॅप्स्टन फंकी बुक्स चालणार नाहीत हे कोणास ठाऊक होतं? असं ओळखण्याचा मंत्र माझ्याकडे नाही. अन्य कोणाकडे असेल असं वाटत नाही.

बनावट स्टार ओळखणं सुरुवातीस तर अशक्य आहे. व्यवसाय सुरू होऊन काही दिवस झाल्यावर मात्र ते जाणता येतं.

★ मुख्य बाजारात नवीन व्यवसायाचं खास वेगळेपण दिसून येत नाही.

★ मुख्य बाजारात आपलं वेगळेपण दाखविणारे उत्साही ग्राहक दिसून येत नाहीत.

★ नवा व्यवसाय वेगाने वाढत नाही. बनावट स्टारची दुसरी कोणी नक्कल करीत नाही. सुरुवातीस या व्यवसायाची गाडी पंक्चर झाल्यावर हा व्यवसाय दरमहा वाढत नाही.

★ हा व्यवसाय खूप नफा देणारा नसतो. वास्तविक कोणताच व्यवसाय पहिल्या दिवसापासून नफा देणारा नसतो, परंतु भविष्यात ना नफा ना तोटा ही स्थिती येण्यास बनावट स्टार व्यवसायास अधिकाधिक वेळ लागायला

लागतो. विक्री वाढवायचा प्रयत्न करूनही नफा मिळत नाही. मुख्य बाजारातील खर्चाच्या प्रमाणापेक्षा बनावट स्टार व्यवसायाचा खर्च कमी नसतो. त्याच्या किमतीही जादा नसतात.

## तुम्ही बनावट स्टारमध्ये नोकरीस असाल तर...

आपला व्यवसाय ओझं वाहणारं गाढव आहे का असा प्रश्न तुम्हाला पडला, तर त्याच्या स्टारपणाबद्दल विचार करा. (प्रकरण १४ पाहा.)

संस्थापकांना समजावून सांगा की सध्याची कार्यपद्धती बरोबर नाही. यशासाठी नवा मार्ग विकसित करा.

संस्थापक ऐकत नसतील किंवा प्रयत्नांना यश देत नसेल, तर खऱ्या स्टार व्यवसायात नोकरी शोधा. तुम्हाला एकनिष्ठेने काम करणाऱ्यांचा संच आढळेल. काही न करता बसणं चुकीचं आहे; त्यापेक्षा तुम्ही स्टार व्यवसायात काम करून तुमच्या शक्तीचा व श्रमांचा परिणामकारक वापर करू शकाल. जिथं खूप काही चांगलं होणार आहे, आपण हुशारीने वळलो तर त्यात काहीच चूक नाही.

## बनावट स्टारमध्ये गुंतवणूक केली असल्यास...

तुमचा व्यवसाय खऱ्या अर्थाने स्टार होण्यासाठी कष्टाची पराकाष्ठा करा. जरी त्याक्षणी बनावट स्टारला फारशी किंमत नसली तरी तुम्ही खास नवीन व्यवसाय निवडलात व तो वेगाने वाहू लागला तर तो तुम्हाला श्रीमंत बनवेल.

वस्तुस्थितीचं भान ठेवा. व्यवसायासाठी नवी योग्य कल्पना सुचली नाही किंवा तुम्ही व्यवसाय सुरू केलात व अयशस्वी झालात तर त्यावर एकच उपाय आहे. तो म्हणजे धंदा विकून टाका. त्यास वाव आहे असे वाटत असेल तरीही, धंदा चालत नाही ना, मग विका.

सुदैवाने भावी खरेदीदार संभाव्य व्यवसायाचा विचार स्टार, बनावट स्टार, स्टार नसलेला अशा विश्लेषणातून करीत नाहीत. तुमचा बलाढ्य विरोधक तुमचा बनावट स्टार पाहिल्यावर त्यात सुधारणा करण्याचा प्रयत्न करेल. खरेदीदाराची शक्तिस्थाने त्यासाठी वापरेल. (उदा. त्याची बाजारातील ताकद, विक्री यंत्रणा, संशोधन व विकास उत्पादन यंत्रणा) कॅप्स्टनने स्वतंत्रपणे पुस्तके विकण्यापेक्षा विलेने त्यांची विक्री यंत्रणा पाठीशी उभी केली त्यामुळे विक्री वाढली व कॅप्स्टनच्या व्यवसाय खर्चातही कपात झाली. संभाव्य खरेदीदाराला हा व्यवसाय खरेदी करावा असं वाटलं पाहिजे असं वातावरण निर्माण करा, विक्री करा, पैसे घ्या आणि मोकळे व्हा.

बनावट स्टार विकला जात नसेल तर तो फक्त रोख विक्रीवर चालू ठेवा. त्यात अधिक भांडवल घालू नका. तुम्ही सापळ्यात अडकाल. मग कधीच सुटका

व्हायची नाही. (कॅश ट्रॅप ही म्हण यावरूनच पडली) व्यवसायातून रोख रक्कम बाहेर काढा, त्यामुळे व्यवसाय बुडला तरी पर्वा करू नका.

खरा स्टार व्यवसाय घेण्यासाठी रोख रकमेचा वापर करा. आजारी, बनावट स्टारच्या नादी लागू नका.

## स्टार नसलेले

बनावट स्टार हे स्टारच्या जवळपास देखील नसतात. त्यांची बीसीजी मॅट्रिक्समध्ये कुत्रा, प्रश्नचिन्ह, रोख गाय यापैकी एखादी स्थिती असते.

एखाद्या व्यवसायात 'रोख गाय' ही नेतृत्व करीत असते. परंतु व्यवसाय वेगाने वाढत नसतो. मी १९९३ पासून झोला हॉटेल्सचा मालक आहे. तो व्यवसाय 'रोख गाय' प्रकारातील आहे. दोन हॉटेल व्यावसायिक ते हॉटेल चालवितात. त्या हॉटेलचा व्यवसाय खास व किफायतशीर आहे. चांगली न चालणारी हॉटेल झोला विकत घेतो. त्यात चांगल्या बेडरूम्स बांधतो व पुन्हा ती हॉटेल्स विकतो. झोला हा चांगला किफायतशीर व्यवसाय आहे. झोलामधील माझी गुंतवणूक ४ पटीने वाढली.

**आकृती १२.१ तुलनात्मक मार्केट शेअर**

परंतु बाजार तुलनेने लहान आहे. दोघांच्या नेतृत्वाच्या त्यास मर्यादा आहेत.

'रोख गाय' व्यवसायाचे तुम्ही मालक असाल तर तुमचं राहणीमान चांगलं असतं. परंतु तुम्ही गब्बर होण्याची शक्यता कमी असते. त्यातील कर्मचारी मध्यमवर्गीय या स्थितीपर्यंत पोहोचू शकतात.

वेगाने वाढणाऱ्या बाजारात 'प्रश्नचिन्ह' काम करीत असतात. पण ते नेते नसतात. नेत्याला मागे टाकले तर त्यांच्या व्यवसायाची किंमत वाढते. कॅप्स्टनसारखे अशक्त प्रश्नचिन्ह पुढे येण्याची शक्यता असते. परंतु हे प्रश्नचिन्ह नेत्याच्या थोडेसेच पाठीमागे असेल व वेगाने वाढत असेल तर मात्र स्टार बनू शकेल. हे प्रश्नचिन्ह स्टार बनण्यास योग्य नसेल, तर गुंतवणूकदार व कर्मचाऱ्यांचा वेळ वाया घालवण्यात अर्थ नसतो.

अनेक व्यवसायांतील गोष्टी एकत्र करून नवीन स्टार व्यवसाय होतोच असे नाही. तो व्यवसाय ना कर्मचाऱ्यांच्या कामास येतो ना गुंतवणूकदारांच्या.

## सारांश

कागदी आकडे आणि व्यवहार यात फार फरक असतो. नव्या कल्पना असणारे सर्व व्यवसाय यशस्वी होतातच असे नाही. तुमच्या स्टार व्यवसायाची प्रगती होत नसेल तर तो बनावट स्टार असेल. तुम्ही मालक असा वा कर्मचारी, नेहमी सत्याला सामोरे जा. वेगळी कल्पना काढून वेगळा स्टार व्यवसाय सुरू करा. तो चालला नाही तर विका आणि मोकळे व्हा.

आपली शक्ती खऱ्या स्टारमागे लावली पाहिजे. उद्योजकाच्या हातून फक्त दोन मोठ्या चुका होऊ शकतात. एकतर मागे पडण्याची कारणे शोधून त्यावर बोलत राहणे आणि दुसरी मोठी चूक म्हणजे स्टारमधील व्यवसायाच्या अमर्याद क्षमतेची जाणीव न होणे.

# भाग ३
# ‘स्टार’ला जोपासा

# स्टारचे यशस्वी उड्डाण

*पश्चिमेकडे व्यवस्थापक हा नायक मानला जातो. हे तितकंसं खरं नाही. व्यवस्थापनाच्या कल्पनेमध्ये फार मोठा फरक पडलाय. कंपनी ही व्यापारी तत्त्वावर चालणारी, उद्योजकतेवर आधारित, एका क्षेत्रातील विशेष ज्ञान असणाऱ्या लोकांच्या सहाय्याने चालते, इथे त्यामानाने व्यवस्थापनाची बाजू कमी महत्त्वाची ठरते. प्रत्येक व्यवसायाकरिता खास ज्ञान असलेले लोक लागतात. सामान्य व्यवस्थापकांपेक्षा विशेषज्ञाची गरज असते.*

***अँड्रयु कँपबेल***

**तु**मच्या कल्पनेतील स्टार व्यवसाय तुम्ही सुरू केलात. आता महत्त्वाचे म्हणजे त्या स्टारचे यशस्वी उड्डाण व्हायला हवे. त्यासाठी तुम्ही आणि तुमच्या सर्व कर्मचाऱ्यांनी स्टार कल्पनेचे व्यवसायात रूपांतर करायला हवे. त्यासाठी व्यवहारी बना. व्यवसायाचा विस्तार करा. व्यवसायाचे उड्डाण करणे म्हणजे प्रयत्न करीत राहणे. दोन पावले पुढे जाणे तसेच एक पाऊल मागे घेण्याची तयारी ठेवणे. सर्वांचे सहकार्य घेऊन पुढे जाणे. कधी एखाद्या नवशिक्या कर्मचाऱ्याकडून चूक व्हायचीच. त्याची पर्वा नको. सर्वांना बरोबर घ्या.

व्यवसायाचे उड्डाण करताना अनेक उद्योजकांची अनेक डोकी एकत्रितपणे कार्यरत असतात. संस्थापक व पहिले वीस कर्मचारी यशस्वी उड्डाणानंतर नियमित गती कशी मिळेल याचा प्रयत्न करीत असतात.

प्रत्येक यशस्वी व्यावसायिक मागे वळून पाहतो. त्याला यशाचा अभिमान असतो. किती अडथळे दूर केले याचे त्यालाच आश्चर्य वाटते. केलेल्या सुधारणा, कंपनीला नफ्यात आणण्याचा क्षण, आलेल्या संकटावर मात केल्याने कंपनीचे झालेले नाव, रात्रीचा दिवस करून केलेले काम, मोठ्या ग्राहकाकडून काम

मिळवण्यासाठी आखलेल्या योजना, त्याच्याकडे मारलेल्या खेपा, त्या खातेदारासाठी उत्पादित केलेला पहिला माल, त्याला ठरल्या वेळेस माल देण्यासाठी केलेली धडपड, अडथळ्यांवर केलेली मात, कितीतरी गोष्टी आठवतात. हे सारं ठरवून केलेलं नसतं. प्रत्येक अनुभव हा पहिला असतो; त्यामध्ये स्वत:ला झोकून देण्याची उर्मी असते. सिंहावलोकन करताना या गोष्टी युद्धस्य रम्य कथा वाटतात.

अनेक यशस्वी व्यवसायांकडे पाहता यशस्वी उड्डाण करण्याची एक पद्धती दिसून येते. ती पद्धती समजावून घ्या म्हणजे तुमचा स्टार सुरू केल्यावर तुम्हाला नैराश्य येणार नाही. प्रत्येक यशस्वी व्यवसायाची यशाची चतु:सूत्री दिसून येते. थोड्याफार फरकाने साऱ्यांनीच एक-एक सूत्र शोधून त्याची वहिवाट केली, ती रुजवली आणि कायम केली.

१. **ग्राहकाला आकर्षित करण्याचे तंत्र :** ग्राहक मोठ्या संख्येने पुन:पुन्हा आपल्याकडे यावेत, त्यांनी अधिकाधिक खरेदी करावी यासाठी काय करावे हे सांगणारे तंत्र.

२. **व्यापारी तंत्र :** भरपूर नफा कसा मिळवावा याचे तंत्र.

३. **सेवा देण्याचे तंत्र :** सातत्याने व वाढती मागणी पुरविणारे गुणवत्तापूर्ण उत्पादन कसं करावं हे सांगणारा मार्ग.

४. **नाविन्य राखण्याचे तंत्र :** कामात नाविन्य कसे आणावयाचे, सातत्याने सुधारणा कशा करायच्या व प्रतिस्पर्ध्यांना मागे कसे टाकायचे याचा मार्ग.

वरील चारही सूत्रांमध्ये एकात्मता हवी. ती एकजीव, एकसंघ व्हावीत. ती राबविताना मनापासून काम व्हायला हवे. त्यामध्ये सातत्य हवे. सेवेची खात्री हवी. आपला व्यवसाय स्टार होण्यासाठी असामान्य व अधिक चांगला व्हावयास हवा. बाजारातील तंत्रापेक्षा आपलं तंत्र अधिक परिणामकारक हवं. आपण निवडलेल्या नाविन्यपूर्ण व्यवसायात जर कोणी स्पर्धक निर्माण झाला असेल, तर त्याच्यापेक्षाही आपलं सूत्रं प्रभावी हवं. आपलं स्टारपद अबाधित ठेवण्यासाठी अत्याधुनिक तंत्राची कास धरायला हवी. प्रतिस्पर्ध्यांना त्याचं पूर्ण आकलन होऊ शकणार नाही, इतकं ते सखोल हवं. ते त्याची नक्कल करू शकणार नाही. त्याजागी वरचढ तंत्र त्यांच्याकडे नसावे म्हणजे काय, हे प्रत्येकाच्या मतावर अवलंबून आहे. बाजारात ग्राहकाचे काय मत आहे हे देखील महत्त्वाचे आहे. प्रतिस्पर्ध्याच्या तुलनेत अधिक वेगाने वाढ, अधिक नफा, बाजारात अधिक हिस्सा मिळवणारे तंत्र अत्याधुनिक व वरचढ मानावे.

**१. ग्राहकाला आकर्षित करणारे तंत्र :**

किफायतशीर व्यवसाय सातत्याने वाढविण्याचा मार्ग हे तंत्र दाखविते. ग्राहकाला आकर्षित करणाऱ्या या तंत्राचे दोन भाग आहेत.

★ नवीन उत्पादन आणि व्यवसायाचा प्रकार हा आगळावेगळा वाटला पाहिजे. भावी खातेदारांना त्यांनी आकृष्ट केले पाहिजे.

★ वार्षिक १०% या किमान गतीने व्यवसायातील वाढ सातत्यपूर्वक असावी अर्थात ती जितकी जास्त तितके चांगले त्यासाठी मोठा जनसंपर्क हवा व विक्रीकलाही उत्तमरित्या अवगत असावी. आपल्या उत्पादनाची माहिती सातत्याने ग्राहकांपर्यंत जायला हवी. तरच भरभराटीचा योग आहे.

यशाकडे नेणारी पहिली पायरी उत्पादन आहे. ते आगळेवेगळे, आकर्षक, भावणारे हवे. मुख्य बाजारात मिळणार नाही असं काही खास वेगळं हवं. नव्या उत्पादनाची रचना व्यववस्थितपणे केली, प्रकार नाविन्यपूर्ण असला तर ग्राहकांना त्याचे मूल्य व नाविन्य जाणवल्याशिवाय राहणार नाही.

★ बेटफेअर : फार मोठे मूल्य

★ कोक : अद्वितीय, उत्साहदायी चव, अस्सल माल.

★ फिलोफॅक्स : वैयक्तिक संघटन

★ प्लायमाऊथ जीन : सौम्य व वेगळी चव, अधिक शक्तिवान.

★ बेन अँड कं : बेन-सीईओ संबंध.

★ बेल्गो : बेल्जिअमची खान-पान-धमाल.

★ स्टारबक्स : दर्जेदार मान्यताप्राप्त कॉफी.

★ मॅकडोनाल्ड : स्वस्त, सत्वर हॅंबर्गर्स.

★ क्वीकन : सुलभतेने आर्थिक व्यवहार

★ डेल : खास तुमच्यासाठी बनविलेला पीसी

या खास तंत्रामुळे लोहचुंबकाप्रमाणे ग्राहक आपल्याकडे खेचले जातात व व्यवसायवृद्धी होते. फक्त त्यासाठी आपला माल ग्राहकांना आकर्षित करणारा हवा. त्याच बाजारात सादरीकरण प्रभावी हवं. सामान्य उत्पादनाच्या बाबतीत मात्र यशप्राप्ती अवघडच. याउलट बेटफेअरची योजना ग्राहकांना १०% ते २०% अधिक मूल्य देऊन गेली व वेगाने सर्वदूर पसरली.

मूल्य वाढणारी क्रांतिकारक योजना म्हणजे बेटफेअर, हा संदेश संभाव्य ग्राहकांमध्ये पसरला. मूल्य हा विषय सर्व प्रकारच्या साहाय्यभूत गोष्टीतून जोराने मांडला होता. त्याशिवाय बुकमेकर्सवर राग काढायची संधीही या योजनेतून ग्राहकांना प्राप्त होत होती.

तरीही बेटफेअरमागे जनसंपर्क प्रतिनिधींचा ताफा होताच. अँड्र्यू ब्लॅक आणि जनसंपर्काचा अनुभव नसलेला कनिष्ठ कर्मचारी मार्क डेव्हिस यांनी जीव ओतून प्रचाराचे काम केले. ते रेसच्या पत्रकारांशी बोलले. वृत्तपत्र प्रतिनिधी, रेडिओ, टी.व्ही. यांच्याशी संपर्क ठेवला. आम्ही मार्कला 'मॅनेजिंग डायरेक्टर' लिहिलेले बिझिनेस कार्ड दिले. वास्तविक सुरुवातीस कंपनीत तो एकटाच होता.

हळूहळू इंग्लंडमधील सर्व गॅंबलरांपर्यंत संदेश पोहोचला. सुरुवातीस थोड्याच पण बड्या गॅंबलरांकडून प्रतिसाद मिळाला. हे सारे बडे एकतर नादिष्ट होते किंवा अभ्यासक होते. अँड्र्यू व मार्क यांनी या 'रेसिंग पोस्ट' मध्ये व टीव्हीच्या चॅनेल ४ वर या गॅंबलर्सच्या सहभागाला वारेमाप प्रसिद्धी दिली. त्यामुळे हजारो गॅंबलर्सना ही नवी पद्धत कळली. बेटफेअरचे मुख्य अधिकारी एड रे यांनाही या यशाचे श्रेय द्यायला हवं. मार्क डेव्हिस दिसायला चांगला होता. त्याला रेसचं चांगलं ज्ञान होतं. तो बुद्धिमान होता. त्यामुळे तो टीव्हीचे संपादक व निर्मात्यांमध्ये लोकप्रिय झाला. एड रे यांनी स्वत: पडद्याआड राहून त्याला सर्वतोपरी सहकार्य केले. मार्क्सला T.V. वर झळकत ठेवलं.

मला बऱ्याच स्टार कंपन्या माहिती आहेत. काहींचा मी अभ्यास केलाय. प्रभावी जनसंपर्क या सर्वांच्या बाबतीत ग्राहक तंत्र यशस्वी होण्याचं कारण जनसंपर्कानेच बेल्गो, फिलोफॅक्स, बेटफेअर, कोकाकोला, सर्क ड्यू सोलील, स्टारबक्स आणि कर्व्हज यांचे बाजारात पदार्पण झाले होते. जनसंपर्क अधिकाऱ्यांनी काही ग्राहकांना पटविल्यावर तोंडी प्रसिद्धी सुरू झाली व ग्राहकांच्या झुंडी येऊ लागल्या. जनसंपर्क विभागाने अशा प्रसिद्धीवर अधिकच जोर दिला. बेल्गो रेस्टॉरंटच्या उद्घाटनानंतर त्यांच्या दोन्ही संस्थापकांनी दोन वर्षे त्यांचा निम्म्याहून अधिक वेळ प्रचारासाठी दिला. तसंही आम्हाला जाहिरात खर्च परवडणारा नव्हता. शिवाय हा खर्च वायाच गेला असता. आपले मित्र काय म्हणतात ते ऐकून, खाद्यपदार्थांच्या तज्ज्ञांची स्वतंत्रपणे मांडलेली मते जाणून व पत्रकारांची विधाने ध्यानात घेऊन आपण आपल्याला त्या आनंददायी वाटतील अशा जागा निवडतो. लंडनच्या वर्दळीत, धकाधकीत आपल्या कंपनीचा आवाज सर्वांपर्यंत पोहोचावा म्हणून अँड्रे आणि डेनिसने अथक परिश्रम घेतले, जोरदार प्रचार केला.

काहींच्या रक्तातच जनसंपर्क भिनलेला असतो. व्यस्त आणि लहरी माणसांशी संपर्क कसा साधावा हे साऱ्यांनाच उमजत नाही. काहींना तयार करून दिलेले तेवढे बोलता येते, परंतु स्वतंत्र छोटे व्याख्यान देता येत नाही. जनसंपर्क कलेत रस असलेली एक-दोन माणसं जरी तुमच्याकडे असतील तर त्यात चमकण्याची त्यांना संधी द्या. या विभागात ज्येष्ठता क्रमास महत्त्व नाही. तुमच्याकडे जनसंपर्कात आवड असलेली व्यक्ती नसेल तर ती बाहेरून घ्या. मात्र त्याला उत्पादनाबद्दल

आणि ग्राहकाबद्दल आत्मीयता हवी. ही सर्वसामान्य जनसंपर्काच्या अनुभवाहून लाख मोलाची आहे.

कानोकानी शब्द पोहोचणे आणि जनसंपर्क, या आपोआप होणाऱ्या क्रिया आहेत असा काहींचा समज आहे. जनसंपर्काचं काम होत राहील, आपण मागे थांबून मोफत जाहिरातीचे लाभ घ्यावे अशी त्यांची प्रवृत्ती असते. पण हे खरं नाही! वृत्तपत्रकारांचा कल काय आहे हे जाणून प्रसार करणारी माणसं हवीत. त्यासाठी एक मुख्य आराखडा लिहून काढा आणि समोरच्या पत्रकाराच्या मानसिकतेप्रमाणे तो लागू करा. मग ती एखाद्या पत्रकारासाठी लागू करा.

प्लायमाऊथ जीन तयार करताना आम्ही जशी त्याची गुणवत्ता पाहिली तसेच त्याला वैभवशाली परंपरेची साथ दिली. मद्यनिर्मितीची जगातील सुरुवात, मठामध्ये येणारे धार्मिक यात्रेकरू, संन्याशी यांच्याशी त्याचा मेळ घालणे इ. विषयांचा वापर केला. त्यामुळे प्रतिष्ठित वृत्तपत्र आणि अंकांमध्ये त्यावर रकाने प्रसिद्ध होऊ लागले. रेडिओ व टीव्हीवर खान-पान कार्यक्रमात प्रसिद्धी मिळू लागली. आम्ही दारू विकत नसून 'Arc of the Covenant' किंवा 'Holy Grail' चा प्रचार करतो आहोत अशी आमची मनोभूमिका झाली.

प्रतिमेला फार महत्त्व असतं. भूतकाळ हा वर्तमानकाळ घडविण्यास मदत करतो. प्लायमाऊथ जीनच्या भावी ग्राहकांना स्पष्ट संदेश देण्यात आला – ही जीन वेगळी, चविष्ट आणि अद्वितीय इतिहास असलेली आहे. दुसरी कोणतीही जीन त्याच्या जवळपास येऊ शकत नाही. कारण हा प्रेरणादायी इतिहास कुणालाच लाभलेला नव्हता. या ब्रँडला जो इतिहासाचा रंग आम्ही चढविला तो आगळंवेगळं ध्येय पूर्ण करणारा असं दाखवितो. हे कार्य जनसंपर्कात करायला हवं. त्यावेळी बाजारात गॉर्डन्स जीन होती. ती कमी मद्यार्काची म्हणून प्रसिद्ध होती. त्यावेळी अधिक मद्यार्क असा वेगळा ठसा उमटवायचं प्लायमाऊथनं ठरविलं. त्यात ४१.२% मद्यार्क ठेवला. प्लायमाऊथची खास चव निर्माण केली. २० व्या शतकातील पहिली २५ वर्षे प्लायमाऊथनं बाजारात नेतृत्व केलं. जनसंपर्क व प्रसिद्धीचा परिणाम होण्यास मुळात मालात गुण होते. उत्कृष्ट चव आणि दर्जा याबाबत खात्री होती.

तोंडी जाहिरातीचे कौशल्य ही दैवी देणगी आहे असं वाटेल, पण तसं नाही. त्यासाठी भरपूर तयारी हवी. ग्राहकहिताची आस हवी. मौखिक जाहिरात जेवढी लवकर आत्मसात होते तेवढी लवकर विरते हे ध्यानात ठेवा. 'न्यूयॉर्कर'चा स्तंभलेखक आणि एक उत्तम लेखक असलेला माल्कम ग्लॅडवेल सांगतो की– कधीकधी मौखिक जाहिरात अशी उंची गाठते की तद्नंतर तिची फक्त प्रगती आणि प्रगतीच होते. या प्रगतीला कुठेही खीळ पडत नाही. अशा उंचीवर आपली मौखिक जाहिरात पोहोचविणं हे उद्योजकाचं खरं कौशल्य.

निरनिराळ्या योजनांचा आराखडा आखण्यासाठी सल्ला देणारी अमेरिकास्थित बेन अँड कंपनी यांनी त्यांच्या सर्व अधिकाऱ्यांना, विशेषत: नव्याने आलेल्या अधिकाऱ्यांना मोलाचा सल्ला दिला.

तुमच्या कंपनीची पत वाढवण्यासाठी आम्ही मदत करू. आम्ही तुमच्याशी एकनिष्ठ राहू. जगाच्या कानाकोपऱ्यात काय घडतंय ते आम्ही सांगू. तुमच्या नव्या योजनेचं या जगातील महत्त्व विशद करू. कठीण निर्णय घेताना, मोठे बदल करताना, सर्व प्रकारची संबंधित माहिती त्याच्या विश्लेषणासह तुम्हाला देऊ. आम्ही तुमच्या स्पर्धकांना मदत करणार नाही. आम्ही फक्त तुमच्यासाठीच काम करू.

संदेश मूलभूत व आकर्षित होता, परंतु अमेरिकेबाहेर कुणी तो ऐकून घेणं हे सुरुवातीच्या काळात अवघड होतं. आमच्या कंपनीची ओळख युरोपमध्ये कुणाला नव्हती. आमच्या या नवखेपणामुळे आमची महागडी सेवा घेण्याचं धारिष्ट्य कुणी CEO दाखवत नव्हते.

मी बेन अँड कंपनी लंडनमध्ये नोकरीस लागलो होतो तेव्हा सर्व वरिष्ठ अधिकाऱ्यांना मेकॅन्सी माहिती होती, पण या व्यवसायाबाहेरील कोणालाही बेन अँड कंपनी माहिती नव्हती. आम्ही प्रमुख अधिकाऱ्यांना भेटलो. आमच्या विरोधकांकडे जा व त्यांना एक प्रश्न विचारा असं आम्ही त्यांना सुचवलं. तसं विचारण्यासाठी त्यांना प्रवृत्त केल. एका अधिकाऱ्याला विरोधकाने प्रश्न विचारला, "जर काही कारणास्तव तुम्ही आमच्याबरोबर काम करू शकला नाही, तर सल्लागार म्हणून आम्ही कोणाला नेमू?" मग खात्रीनं उत्तर येई. 'बीसीजी किंवा बेन अँड कंपनी'. ते त्यांचे अमेरिकेतील मुख्य प्रतिस्पर्धी होते. आमच्या बेन आणि कंपनीचे खातेदार असलेल्या लंडनमधील अधिकाऱ्यांनी असे सांगितले की, "त्यांना आमच्या प्रतिस्पर्ध्याकडून शिफारस मिळाली." त्यामुळे आम्ही जगातील नामवंत कंपन्यांमध्ये समाविष्ट झालो. तोंडी प्रचार घडवून आणण्यात आम्ही यशस्वी झालो. आम्ही अधिकाऱ्यांना योग्य ते प्रश्न विचारण्यास प्रवृत्त केलं.

ग्राहक आकर्षित करण्याचे खालील तंत्र बेनने यशस्वीपणे हाताळले.

★ मोठ्या कंपन्यांत नेमलेले मुख्य अधिकारी हेरा.
★ कंपन्यांवर संशोधन करा. त्याचं मूल्य कसं वाढेल याची योजना आखा.
★ अधिकाऱ्यांबरोबर बैठक घ्या.
★ अधिकाऱ्याला बोलायला प्रवृत्त करा. त्यासाठी आपल्या संशोधनाचा वापर करा. नवी कंपनी कशी वाटली यावर त्यांना बोलू द्या.
★ बेनचे भागीदार अधिकारी आणि बेन यांच्यामध्ये बेन करार घडवून आणतील.
★ मुख्य अधिकाऱ्याला ओळखणारा बेनचा खातेदार आणा. त्याला मिळालेल्या

चांगल्या सेवेची माहिती त्यांच्याकडून अधिकाऱ्यास ऐकू द्या.

★ बेन अधिक चांगली सेवा कशी देईल हे पाहा. (त्यामुळे विक्रीही वाढेल) ग्राहक संघ खूष व्हायला हवा.

विक्री कशी वाढवावी हा पहिला अडथळा एव्हाना तुम्ही पार केलाय. तुम्हाला अजून तीन अडथळे पार करावयाचे आहेत.

## २. व्यापारी तंत्र :

नफ्यात वाढ कशी करायची (स्वर्गप्राप्तीसाठी सात पावले, यातील पाचवे पाऊल) याबद्दल विचार पक्के असतील तर व्यापारी तंत्र अमलात आणणे सोपे जाते. वाईनचा आस्वाद घेत, शांतपणे, बाजारातील इतरांपेक्षा तुमचा व्यवसाय अधिक नफा कसा कमवेल याचा विचार करणं ही एक गोष्ट आहे; पण आपल्या नफ्याच्या आकड्यावर लक्ष ठेवून काही महिन्यांत नफा वाढू लागला आहे की नाही हे पाहणं दुसरी गोष्ट आहे.

बेल्गो कंपनीत आम्ही असंच केलं. बेल्गो आमचा मुख्य मेनू होता. मुसेल्स, फ्राईट्स व बेल्जिअन मोनॅस्ट्री बिअर या तिन्ही गोष्टी आम्हाला सरासरी ७०% नफा देतील. त्यावर आम्ही लक्ष केंद्रित केलं. (प्रत्येक खाद्याच्या वा पेयाच्या १०० पेन्सच्या किमतीमागे खर्चाचा भाग ३० पेन्स होता.) त्यामुळे उत्पन्न वाढत गेले. आमचा भांडवली खर्चही वसूल झाला. निव्वळ नफा सुरू झाला. पण प्रश्नही होते. आमचा सर्वांत महत्त्वाचा प्रश्न होता तो म्हणजे उत्कृष्ट प्रतीचा कच्चा माल उपलब्ध नव्हता. कालांतराने ब्रिटनकडून कच्चा माल खरेदी करणारे आम्ही सर्वांत मोठे खरेदीदार झालो. आमच्या सततच्या मागणीमुळे किमतीही वाढल्या.

एक दिवस सकाळीच आंद्रे आणि डेनिस हे बेल्गोचे खंदे कार्यकर्ते चिंताग्रस्त चेहऱ्याने आले. कपाळावर आठ्यांचे जाळे पसरले होते. मुसेल्सचा अचानक तुटवडा पडला होता. एका रात्रीत त्यांची किंमत किलोला २० पेन्सने वाढली. ढोबळ नफा ७०% च्या आत आला. आता या परिस्थितीत काय करावे?

"एका पौंडाने किंमत वाढवा," मी सांगितले.

"त्यामुळे मागणी कमी होईल." अँड्र्यू म्हणाला.

"प्रयत्न तर करून पाहू. आपण एक दिवस किंमत वाढवू. ती कल्पना चालते वाटल्यास अजून एक दिवस किंमत वाढवून पाहू. जर मागणी घटली नाही तर वाढलेली किंमत तशीच ठेवू." मी म्हणालो. "जर ग्राहक दुसरा माल घेऊ लागले किंवा येईनासे झाले तर आपण किंमत केव्हाही कमी करू शकतो. आपण नवे पदार्थ सादर करणार आहोतच. आपल्या सर्वोत्कृष्ट तीन बिअरच्या किमती वाढवू शकतो."

खरंतर त्यांना ते पसंत पडले नाही. परंतु किंमत वाढवूनही आमच्या विक्रीवर परिणाम झाला नाही. उलट ढोबळ नफा वाढून ७२-७३ टक्क्यांपर्यंत वाढला. ते या व्यवसायातील सर्वाधिक प्रमाण होते. दीड वर्षात आम्ही क्षमता दुप्पट केली. भागधारकांचे पैसे परत करण्यास सुरुवात केली.

बेटफेअर कंपनीतही नफा वाढीच्या कल्पनेने जोर धरला होता. (बुकमेकर पारंपरिक बाजाराच्या हे विरुद्ध होते.) येथे व्यापारी तंत्र सविस्तरपणे मांडावे लागले. मी गुंतवणूक केल्यावर काही महिन्यांत विक्री वाढत असल्याचे दिसू लागले. व्यवसाय लवकरच किफायतशीर व नफा मिळवणार असल्याचे हे द्योतक होते.

प्लायमाऊथ जीनच्या सुधारित किमतीने मिळवून दिलेल्या नफ्यापेक्षा आमची जीन आम्ही बऱ्याच वाढीव किमतीला विकू शकू असा आम्हाला विश्वास वाटला. (अन्य उच्च प्रतीच्या जीनप्रमाणे) शिवाय आमचा उत्पादन खर्च कमी होता. जाहिरात खर्च नव्हता. किंमत वाढ शक्य होती, परंतु पहिल्या तीन वर्षांत आमचं जनसंपर्काचं काम होऊ शकलं नाही. त्यामुळे मालाला मागणी वाढली नाही. मोठ्या दुकानांतून आमच्या मालाचं नाव दिसेना. मग चार्ल्स रोल्स या आमच्या मुख्य अधिकाऱ्यांनी लक्ष घातले. जीनमधील मद्यार्क वाढवला आणि आश्चर्यकारक परिणाम दिसून आला.

फिलोफॅक्सच्या बाबतीत नफा वाढवायचं तंत्र म्हणजे दैनंदिनी अथवा सुटे कागद यांच्या तुलनेत पर्सनल ऑर्गनायझरचा वापर वाढवणे. तसे केले आणि परिणामतः नफा मोठ्या प्रमाणावर वाढला.

आम्ही लेक कंपनी सुरू केली त्यावेळी वाढीव नफ्याचं तंत्र आम्हाला माहिती नव्हतं. सातत्याने ग्राहक मिळाले, तर 'योजना कशी आखावी' याचा सल्ला देणारं केंद्र यशस्वी ठरेल हे आम्हाला माहीत होतं, पण आमच्याकडे सातत्याने येणारा ग्राहक वर्ग नव्हता.

आम्ही एमबीए झालेले सल्लागार घेऊ शकलो नाही. पण खरंतर त्यामुळे आम्ही वाचलो. आम्ही एकवीस वर्षांचे पदवीधर घेतले. व्यवसायाची माहिती नसलेल्या तरुणांचा ताफा आमच्याकडे होता. ग्राहकांकडे त्यांना पाठविण्याचे आमचे धाडस होत नव्हते. आम्ही त्यांना संगणक घेऊन दिले. ग्राहकांच्या स्पर्धकांची माहिती जमविण्याचे प्रशिक्षण त्यांना दिले. आर्थिक आणि बाजारपेठ यांचे विश्लेषण करण्यास शिकविले. बाजारात जाऊन बोलायचं तंत्र सांगितलं.

ग्राहकाला त्याच्या स्पर्धकाची माहिती कशासाठी लागेल? मायक्रोफाईल विरुद्ध फिलोफॅक्स यांच्याबाबतीत माहिती मिळाल्यास ते खर्च कमी करणे व बाजारातील हिस्सा शेअर्सच्या रूपात वाढविणे हे शिकू शकतात. आम्ही एक नवीन तंत्र तयार केलं– तुलनात्मक खर्च स्थिती. आमच्या ग्राहकाचे आणि त्यांच्या स्पर्धकाचे सर्व प्रकारचे खर्च तुलनात्मक पद्धतीने मांडले. उत्पादन खर्च, विपणन,

विक्री, वितरण या साऱ्याचा विचार केला. ज्या विभागात स्पर्धकांचा खर्च कमी होता त्या विभागात आमच्या ग्राहकाचे खर्च कसे कमी होतील हे पाहिले. जेव्हा ग्राहकाच्या स्पर्धकाचे खर्च अधिक होते तेव्हा आपल्या उत्पादनाची किंमत वाढविण्याचा विचार केला. खर्चाचा तुलनात्मक अभ्यास, हे तंत्र आम्ही आमच्या सर्व ग्राहकांना विकलं. त्यांना ते आवडलं. मग अन्य ग्राहकांना ते विकताना आमचा आत्मविश्वास अधिक वाढला.

आम्हाला एक प्रश्न भेडसावत होता. अनुभव नसलेल्या पण पृथक्करण करू शकणाऱ्या लोकांचा आमच्याकडे भरणा होता. त्यांचा कौशल्याने वापर करायचा असे आम्ही ठरविले. आम्ही हे नवे उत्पादन शोधून काढले. चुका होतील, पण सुधारत राहायच्या असे ठरविले.

लेक कंपनीस ते खूप फायदेशीर ठरले. ही तरुण मुलं कमी खर्चात प्राप्त झाली होती. ओव्हरटाईम न घेता ते उशिरापर्यंत काम करीत. त्यांच्या कामाचा आम्ही ग्राहकाकडून चांगला मोबदला घेत होतो. आमच्या स्पर्धकाकडे असा स्वस्तातला स्टाफ नव्हता. ते आमची नक्कल कमी खर्चात करू शकत नव्हते.

आमच्या या होतकरू कर्मचाऱ्यांना प्रभावीपणे करता येईल असे विलिनीकरण व संपादन, माहिती मिळवून तिचं पृथक्करण करणे या नव्या उत्पादनावर लक्ष केंद्रित केलं. त्याचं फलित म्हणजे अधिक किंमत – खर्च कमी – अधिक नफा – अधिक वाढ हा बदल आम्हाला अतिशय लाभदायक ठरला.

## ३. पुरवठा तंत्र :

आता पुढचं तंत्र अभ्यासू. आपल्या मालाला मागणी चांगली आहे. नफा भरपूर आहे. मग पुढे काय? मालाचा पुरवठा करताना विश्वास, सातत्य, योग्य दर जपा. एकातून दुसरी अशी अखंड साखळी गुंफा.

आतापर्यंतचे तंत्र ग्राहकाकडून मालाला मागणी प्राप्त करा व उत्पादन तयार करून ते बाहेर पाठवा हे होते. पण व्यवसाय वृद्धीसाठी कोलमडून न पडणारं उत्पादन तंत्र हवं. जलदगतीने व गुणवत्ता जपत, स्वत:चा खास दर्जा, तंत्र राखत काम करणारं हे यंत्र हवं.

आपली कंपनी असं यंत्र व्हावी हे कुठल्याच संस्थापकाला आवडत नाही. परंतु किमान खर्च, उत्कृष्ट गुणवत्ता, सातत्य नसेल तर त्याचा दुष्परिणाम होणारच. त्यामुळे तुम्हाला अपेक्षित नफ्यापेक्षा कमी नफा मिळणार आहे. शक्यतेपेक्षा २५ ते ५०% हा नफा कमी असेल. एक धोकाही आहे, तो म्हणजे तुमचा नजीकचा स्पर्धक तुम्हाला मागे टाकण्यास सरसावेल. फिलोफॅक्स आणि मायक्रोफाईलच्या बाबतीत हे घडलं.

नशिबानं थोडासा हात दिला तर नवा व्यवसाय सांभाळू शकणारा कुणीतरी आसपास भेटतोच. पायदळात काम केलेला जॉन कँबरलेज हा बेटफेअरला मिळाला होता. माझी पूर्वीची सचिव, जिनेट शँड हिने लेकला सावरले. ती अजूनही तिथे आहे. माझा भागीदार रॉबिन फिल्ड ह्याचा फिलोफॅक्स सावरण्यात हात होता. डिस्टीलरी व्यवस्थापक सीन हॅरिसन हा प्लायमाऊथ जीनमध्ये होता. अँद्रे प्लीसनिअर हे संस्थापक बेल्गोमध्ये होते. साऱ्यांनाच अनेकांनी साहाय्य केले व अनेक उद्योजक डोकी एकत्र येऊन व्यवसायाने उभार धरली. खालील गोष्टी सातत्याने घडल्या तर पुरवठा तंत्राला उपयुक्त असते.

★ उत्कृष्ट प्रतीचा माल सातत्याने वेळेवर दिला जाणे.
★ गतवर्षीच्या तुलनेत चालू वर्षीचे उत्पादन उत्कृष्ट असणे.
★ चालू वर्षीचा उत्पादन खर्च गतवर्षीच्या खर्चापेक्षा किमान ५% कमी असणे.
★ गुणवत्ता न घालविता चालू वर्षी उत्पादनात दुप्पट वाढ होणे.
★ सर्वांत तळाच्या माणसाला काम सांगणे व त्याने ते सक्षमरित्या पार पाडणे.
★ प्रत्येकाने आपल्या कौशल्यात दर वर्षी जाणविण्याइतपत वाढ करणे. अधिक चांगले व वेगाने काम करणे.
★ कामाच्या ठिकाणी शांतता व शिस्त असणे.
★ मापदंड व पद्धती ह्या लिखित स्वरूपात असणे. त्या नीट कळतील अशा स्पष्ट शब्दांत असणे. त्यांचे पालन केले जाणे.
★ बोधचिन्ह, रंग, आकृत्या ह्या आकर्षक असणे व त्यात सातत्य असणे.
★ ध्येये गाठली जाणे व ओलांडणे.
★ अपेक्षापेक्षा अधिक पैसा मिळणे.
★ एखाद्या उत्तम यंत्राप्रमाणे अलगद चालणारी, विश्वसनीय, सातत्य राखणारी, स्वयं व्यवस्थापन करणारी व स्वतःमध्ये सुधारणा करणारी कंपनी असणे.
★ कुणावाचून न अडणे व सर्वोत्तम माणसे सोडून गेली तरी नवीन नेत्यांनी जागा घेणे.

कदाचित, तुमच्या मनातील उद्यमशील व्यवसायाची ही कल्पना नसेल. तरीही हे लक्षात घ्या की प्रत्येक यशस्वी उड्डाण करणारा प्रत्येक स्टार व्यवसाय हे एक प्रचंड वेगानं चालणारं मशीन असतं. त्याला एक कार्यपद्धती व संघटना असते. ती एक यंत्रणा असते, जी ग्राहकांना, कर्मचाऱ्यांना व मालकांना दिलेले शब्द पाळते.

स्टार व्यवसाय स्वतःचं एक स्थान निर्माण करतात. परंतु आपल्या स्थानाला साजेशी सेवा ते देण्यात जर कमी पडले, तर त्यांना बाजूला सारून त्यांचे स्थान पटकावणारी दुसरी स्टार नव्याने उदयास येईल आणि मूळ स्टार अडगळीत जाईल अथवा नष्टच होईल.

## ४. नाविन्य तंत्र :

चांगले स्टार व्यावसायिक नवीनता कशी आणतात? मुख्य म्हणजे ते दुसऱ्या कोणत्या व्यवसायाकडे वळत नाहीत. मूळ योजनेपेक्षा वेगळं काही करीत नाहीत. पुढे पुढे मार्गक्रमण करत असताना नाविन्याचा शोध घेणे, स्वत:च्या प्रगतीचा आलेख उंचावत नेणे, सखोल ज्ञान प्राप्त करत व्यवसायाच्या कक्षा रुंदावणे, स्वत:ची शक्तिस्थाने बळकट करणे ही सगळी उत्तम व्यावसायिकतेची लक्षणे आहेत. या मार्गाने आपण ठरवलेले ध्येय गाठताना आपल्यातील व प्रतिस्पर्ध्यांतील अंतर वाढत जाते व स्टार व्यवसाय अधिक सक्षमतेने आपल्या ग्राहकाला सेवा देण्यास सज्ज होतो. मोठे स्टार ग्राहकांच्या विशिष्ट गरजा ओळखून त्या पुरवतात. विशिष्ट विभागात समाविष्ट करतात. त्या ग्राहकाच्या जीवनाचा एक भाग बनतात. स्वत:ची काम करण्याची शक्ती व इतर व्यवसायाची शक्ती यातील अंतर त्या वाढवित असतात. स्टार आपल्या ग्राहकाला सुखद धक्के देण्यात पटाईत असते. त्यामुळे ग्राहक दुसरीकडे जाण्याची शक्यता कमी होते. स्टारची जागा दुसरा घेऊ शकत नाही. बाजारातील नेतृत्वात बदल होणार नाही हे जाणण्याचे साधन म्हणजे बदल होय.

मौल्यवान स्टारच्या कामकाजाचा आढावा घेतल्यास नवीनतेचे तीन सुवर्ण नियम आढळतात.

१. एखादी गोष्ट उत्तम प्रकारे व वेगळेपणा जपत करणे ह्यावर नवीनता अवलंबून असते, मुख्यत: बाजारापेक्षा तुम्ही निवडलेल्या नवीन क्षेत्रामध्ये नाविन्य अधिक असतं आणि तुमच्या ग्राहकांना ते अधिक भावतं.

२. तुम्ही अमलात आणत असलेल्या अविरत नाविन्यपूर्ण कल्पना तुम्हाला सातत्याने पुढे पुढे नेतील. तुम्ही अफाट उंची गाठाल आणि प्रतिस्पर्ध्यांना तुम्हाला गाठणं कठीण होईल. इतकंच नाही तर उत्तरोत्तर तुमच्यातील व त्यांच्यातील दरी रुंदावत जाईल.

३. उत्कृष्ट नाविन्यपूर्ण कल्पनांमुळे अनेक उद्दिष्ट साध्य होतात. अधिकाधिक नाविन्य येते. होणारा बदल परिणामकारक व सकारात्मक होतो. ग्राहक खूष होतो, तुमचा व्यवसाय अधिक नफा मिळवतो.

नव्या कल्पना सुचणं सोपं नाही. त्यासाठी चांगली विचारशक्ती हवी. चाकोरी सोडून काही करण्याचा ध्यास हवा. वर उल्लेखलेले तीन सुवर्ण नियम पाळण्यात तुम्ही खूप कमी पडत असाल तर तुमचा अमूल्य वेळ या क्षेत्रावर खर्च न करण्यात शहाणपणा आहे.

महत्त्वाच्या नव्या कल्पनेचा पाठपुरावा करण्याने भाग्योदय होईल परंतु नवीन कल्पना वाईट असेल तर...? ती नक्कीच अहितकारक ठरेल हे लक्षात घ्या.

बेल्गोच्या खास ग्राहकांना आम्ही 'सर्वांत अधिक काय आवडले' हे विचारले. आम्हाला वाटले त्यांना खाद्यपदार्थ आणि आमची सेवा आवडली असेल. त्यांना बऱ्यापैकी गुण मिळाले, पण अधिक पसंती मिळाली ती मठातल्या पद्धतीची बिअर आणि मठातील युरोपिअन, उच्चभ्रू व आनंददायी वातावरण. बेल्गोची पहिली नाविन्यपूर्ण कल्पना होती ती म्हणजे छोट्या बेल्गो मठाची बिअरोड्रोम ही साखळी निर्माण करण्याची. बिअरवरही तोच छाप होता. खाद्यपदार्थापेक्षा बिअरसाठी जास्त जागा ठेवली. बिअरची विविधता ठेवली. इतर खाद्यपदार्थ यादीतून कमी केले. ग्राहकांनी बिअरसाठी गर्दी केली. बेल्गोचं नफ्याचं प्रमाण वाढलं. खाद्यपदार्थ तयार करीत बसण्यापेक्षा बिअरच्या बाटलीचं बूच उघडणं सोपं ठरलं. खर्च कमी झाला. भांडवलावर अधिक परतावा प्राप्त झाला. बिअरोड्रोमशी या दोन आघाड्यांवर स्पर्धा करणं स्पर्धकांना अवघड झालं.

बेटफेअर व्यवसाय सुरू केल्यावर वर्षाच्या आत त्यांनी दोन नव्या सुवर्ण कल्पना कार्यान्वित केल्या. त्यातील पहिली होती – खेळ चालू असताना बेट लावणे, (घोडा शर्यत, टेनिस स्पर्धा, गोल्फ स्पर्धा, निवडणूक इ.)

★ घोड्यांच्या शर्यतीसारख्या वेगवान खेळांमध्ये घटना व त्याचे परिणाम वेगाने घडतात, बदलतात. त्यामुळे In-play Betting कॉम्प्युटरच्या माध्यमातून विशिष्ट सॉफ्टवेअरद्वारा नियंत्रित करणं हाच सगळ्यात परिणामकारक मार्ग होता. सॉफ्टवेअरच्या स्वयंचलित सूत्रांनुसार बेटिंगवर नियंत्रण ठेवणं सहज सोपं होतं. एकाधिकार व्यवसाय असणाऱ्या बेटींगच्या विश्वात बुकमेकर अडथळे दूर करतात. पंटर्स ते मान्य करतात किंवा नाकारतात. या बदलत्या वातावरणात संथ गतीने प्रगती होते. पाच वर्षांपूर्वी बेटफेअरने घोड्याची शर्यत चालू असताना बेटिंग लावण्याची नाविन्यपूर्ण योजना अमलात आणली. अद्याप पारंपरिक बुकमेकरही ही सेवा देऊ शकत नाही.

★ खेळ चालू असताना बेट लावण्याचं आकर्षण मोठ्या, रुबाबदार गँबलरना असतं. खेळ चालू असताना बेट लावण्यासाठी तीक्ष्ण नजर व जबरदस्त इच्छाशक्ती लागते. तिथे सर्व कौशल्ये पणाला लावावी लागतात. शर्यत चालू असताना कोणत्याही टप्प्यावर गँबलर थांबू शकतो. बेटफेअरनी या प्रकारची सुरुवात केली व भरपूर नफा कमविला. अजून कोणीही बेटिंगच्या या प्रकाराच्या आसपासही फिरकू शकले नाही.

★ घटना चालू असतानाच्या या बेटिंग प्रकाराला भरपूर नफा आहे. बेटफेअर अजूनही यातून खूप मोठं उत्पन्न मिळवू शकते.

मी बेटफेअरमध्ये पैसे गुंतवल्यानंतर एक नवीनच कल्पना सुचविली. बेटफेअर व इतर बेटिंग कंपन्या फक्त ऑनलाईन बेटिंग घेत होते. त्यामध्ये टेलिफोनचा वापर करता येईल हे मला जाणवले. बेटसाठी येणारा प्रत्येक फोन ऑपरेटरमार्फत सत्त्वर बेटफेअर साईटला जोडणे सहज शक्य होते.

'टेलबेट' ही नवी कल्पना त्यामुळे उदयास आली. टेलिफोनच्या माध्यमातून व्यवहार वाढले. रेस चालू असताना त्या ठिकाणापासून, संगणकापासून दूर असणाऱ्यांनाही खेळता येऊ लागले. टेलबेटने क्रांती घडवली. बेटफेअरने बाकीच्या केंद्रांना मागे टाकले. उत्पन्न वाढले. भांडवलावरील परतावा वाढला. मार्केटिंग करण्याची शक्ती वाढली. आकर्षक बेटिंग योजना आखणे व साईटमध्ये सुधारणा करणे शक्य झाले.

★ एक्सेंज पोकर (पोकरची देवाणघेवाण) या अभिनव प्रकाराद्वारे बेटफेअर आपल्या नाविन्यपूर्ण कल्पना अमलात आणत राहिले. या खास एक्सेंजचे मूळ होते बेट लावणाऱ्या ५ खेळाडूंपैकी कोण जिंकणार याची बेट लावणे. २००६ साली अस्तित्वात आलेल्या 'बेटफेअर कसिनो' ही याची पुढची पायरी. यात अनेकविध नवीन खेळांचा समावेश होतो. याचा एक भाग झिरो लाऊंज हा अभिनव प्रकार होता. '०' काढून टाकलेला नवीन राऊलेट बसवला गेला. बेटिंगच्या मूल्याचा अधिकाधिक परतावा देणाऱ्या योजना आखल्या गेल्या. या साऱ्यातून पुन्हा एकदा प्रकर्षाने नवीनतेच्या तिन्ही सुवर्ण नियमांवर शिक्कामोर्तब झाले.

★ आपल्या नवनवीन खेळांमुळे बेटफेअरने पारंपरिक बुकमेकिंगच्या व्यवसायावर हल्ला चढवून त्यांना नेस्तनाबूत केले. online gambling मध्ये स्वत:चे श्रेष्ठत्व सिद्ध केले आणि प्रचंड लोकप्रियता मिळवली.

★ स्पर्धकांना अशक्य वाटणाऱ्या गोष्टीतही रस घ्यायला लावण्याची शक्ती बेटफेअरमध्ये आहे. या खेळातल्या सर्वांत उत्तम जागा बेटफेअरच्या कल्पकतेमुळे त्यांच्याच अधिपत्याखाली राहतात. त्यांची भ्रष्ट नक्कल करण्याच्या प्रयत्नाशिवाय प्रतिस्पर्ध्यांकडे कुठलाही पर्याय उरत नाही आणि चकाकतं ते सारं सोनं नसतं हे ग्राहकांनाही कळतं.

★ 'कॅसिनो' या नव्या खेळाच्या प्रकारात ग्राहकाला अधिक खेळण्याची इच्छा

होते. बेटफेअरचा व्यवसाय वाढतो. खेळात सुधारणा करण्याचा खर्च या वाढीव उत्पन्नातून वसूल होतो. ग्राहकाला चांगली सेवा मिळते. खरोखर नफा प्राप्त करण्याचे हे उत्कृष्ट उदाहरण आहे.

चार्ल्स श्वॅब ही कंपनी स्टार व्यवसायाचे उत्तम उदाहरण आहे. पारंपरिक शेअर्स ब्रोकर ज्या प्रमाणात कमिशन घ्यायचे त्यापेक्षा अतिशय कमी प्रमाणात कमिशन घेऊन दूरध्वनीद्वारे (फोनद्वारे) तत्पर सेवा देण्याचा अभिनव प्रकार ह्या कंपनीने अमलात आणला आणि स्टार व्यवसायाचा तुरा स्वत:च्या शिरपेचात खोचला.

★ ग्राहकाने केलेल्या व्यवहाराची नोंद घेणारे हे पहिले डिस्काऊंट ब्रोकर. व्यवहार सुरक्षित आहे का हा प्रश्न यापूर्वी नेहमी असायचा. तो या नव्या पद्धतीने सुटला. त्यावर ग्राहकांचा विश्वास बसला. किमतीबरोबरच सेवा (मूल्य) ही महत्त्वाची आहे हे चार्ल्स श्वॅबच्या ध्यानात आलं. ताबडतोब व्यवहारास मान्यता देण्याच्या पद्धतीमुळे डिस्काऊंट ब्रोकिंग आकर्षक बनले. ग्राहकांना सेवा पसंत पडली आणि कंपनीचा खर्च कमी झाला.

★ ऑनलाईन व्यवहार करण्यास ग्राहकांना प्रवृत्त करणारे आणि तत्पर माहिती पुरविणारे पहिले डिस्काऊंट ब्रोकर.

★ २४/७ सेवा देणारे पहिले डिस्काऊंट ब्रोकर.

★ खातेदाराच्या बँक खात्यातून पैसे घेण्याऐवजी 'कॅश मॅनेजमेंट अकाऊंट' सेवा देणारे पहिले डिस्काऊंट ब्रोकर. श्वाब कॅश मॅनेजमेंट अकाऊंट ही सेवा व्हिसा कार्डसमवेत ग्राहकास मिळते. ती ग्राहकांच्या सोयीची आहे. नेहमीच्या बँकातून पैसे काढणे अनेकदा अडचणीचे असते. बँक ठरावीक वेळातच उघडी असते. तत्परतेने ग्राहकसेवा देतेच असे नाही.

★ आपल्या गुंतवणूकीची स्थिती ग्राहकाला माहिती करून देणारे पहिले डिस्काऊंट ब्रोकर. ब्रोकरच्या माध्यमातून केलेले शेअर्सचे व्यवहार श्वॅबच्या वन सोर्सच्या मासिक स्टेटमेंटद्वारा कळतात.

## सोनेरी नियमांची ओळख त्यातून कशी आहे?

★ डिस्काऊंट ब्रोकिंग म्हणजे स्वस्तात उच्च सेवा हे सिद्ध झाले.

★ चार्ल्स श्वॅबच्या ठायी ग्राहकाची विश्वसनियता वाढली. व्यवहार सुलभतेने

झाले. हे डिस्काऊंट ब्रोकर्सच्या प्रतिस्पर्धांना मान्य करावे लागले. चार्ल्स श्वॅब सोडून दुसऱ्या डिस्काऊंट ब्रोकरकडे जायला ग्राहक नाखूष होता.

★ नवीन कल्पनेमुळे चार्ल्स श्वॅबला केवळ किमतीवर स्पर्धा करणे योग्य नाही हे पटले. त्याऐवजी सेवेत सुधारणा करावी आणि मग अधिक नफा कमवावा हे जाणवले.

नक्कीच हा नफा देणारा फायदेशीर बदल होता.

तुमच्या व्यवसायाने या नाविन्य तंत्रावर प्रभुत्व प्राप्त केलंय का? तुमचा व्यवसाय भरारी घेण्यास सज्ज आहे का? तुमचं उड्डाण यशस्वी होईल ना? का अधिक नवीन कल्पना लढविणारा प्रतिस्पर्धी तुम्हाला खाली खेचणार?

## सारांश – भरारी कशी घ्यावी?

परिकथेतील वाटेल असे पांढऱ्या शुभ्र उडत्या घोड्यावरचे हे उड्डाण आहे. ते जर जमले तर त्या व्यवसायाला सीमा नाही. उडणे जमले नाही तर तुम्ही आपटणार. तेव्हा तुमचं उड्डाण यशस्वी करण्यासाठी चार गट करा. प्रत्येक गटात एक संस्थापक, सदस्य व चार अन्य सेवक असतील. त्यांना भरारी घेण्याचे वेध लागलेले हवेत. ग्राहकांना आकर्षित करणे, भरपूर नफा प्राप्त करण्याचे तंत्र, पुरवठा व नवीन कल्पना याबाबत त्यांच्यामध्ये उत्साह हवा. त्यांच्या साप्ताहिक बैठका घ्या. दर सोमवारी सकाळी किंवा शुक्रवारी दुपारी जमा. प्रत्येक गटाला पाच मिनिटांत अहवाल सादर करायला लावा. अन्य गटांना त्यावर पाच मिनिटे बोलायला लावा. या प्रकरणातील मार्गदर्शक तत्त्वाप्रमाणे प्रगती होते की नाही हे तपासा. जर गट मार्गदर्शनाप्रमाणे काम करीत असेल तर उड्डाण शक्य आहे. ते सहजपणे व वेगाने होईल. फायदेशीर ठरेल. एकदा का उड्डाण केलेत की मग जग तुमच्या पायाशी आहे याची सुंदर अनुभूती तुम्हाला येईल.

# स्टारचा विकास करा

*मी काय करतो, समजावून घेतो*

***कन्फ्युशिअस***

**तु**मचा व्यवसाय छोटासा आहे का? सध्या तुमचा अडचणीचा काळ आहे का? आपला व्यवसाय स्टार नाही याची जाणीव हे पुस्तक वाचताना तुम्हाला प्रकर्षाने होते का? कदाचित तुम्ही नवीन क्षेत्र न निवडता मळलेल्या पायवाटेने गेलात किंवा तुम्ही नवीन प्रकारचा व्यवसाय निवडला, परंतु तो वेगाने वाढला नाही.

तुमच्या व्यवसायात स्टारपणाचे बीज नसेल तेच खरे आहे. साधारणत: २० व्यवसायांत एक स्टार असतो. आपण असा स्टार असतो तर बरं झालं असतं असं तुम्हाला वाटत राहतं. यावर उपाय कोणता?

मार्ग बदलून स्टार व्यवसाय सुरू करावा का? का सध्याचा व्यवसाय चालू ठेवून त्यात थोडी तरी सुधारणा होईल अशी आशा बाळगावी? का व्यवसाय विकून टाकावा, रोख रक्कम घ्यावी व नवा व्यवसाय पाहावा? हे प्रकरण वाचा. त्याच्यानंतर तुमची मतं बनवा.

या प्रकरणाच्या अखेरपर्यंत तुमचं मत बनलेलं असेल.

## अस्वस्थ होऊ नका

माझे केवळ २ व्यवसाय स्टार म्हणून जन्मले होते हे ध्यानात घ्या. अन्य तीन व्यवसायांनी ती पदवी नंतर प्राप्त केली.

तुमच्या व्यवसायाला स्टार बनवण्याचा ठाम निश्चय करा. हा तुमचा ठाम निश्चय तुम्हाला साऱ्यांहून पुढे घेऊन जाईल. स्टार काय आहे हे ज्यांना माहीत नाही

किंवा स्टारचे महत्त्व जाणून देखील स्वतःच्या व्यवसायाला स्टार बनवण्याची ज्यांची मानसिकता नाही, त्यांच्यापेक्षा कैकपटीने तुमची प्रगती होईल. तुमचा व्यवसाय स्टार बनविण्याचा तुमचा मानस, ही तुमची आकांक्षा तुम्हाला उंचावर नेऊन ठेवेल. कठोर निश्चयाची झालर तुमच्या कणखर स्वप्नांना चढवा. या पुस्तकातील तत्त्वे अनुसरा आणि बघाच... यशश्री तुमच्याच गळ्यात माळ घालेल.

तुम्ही स्टार झालात तर तुम्हाला चांगली सोबत मिळेल. केवळ माझे तीन स्टार नाही, तर अनेक स्टार तुमच्याबरोबर असतील. आमच्या अनेक मोठ्या स्टारची सुरुवात चांगली झालेली नव्हती.

## प्रसिद्ध स्टारचा उगम

कोकाकोला. जॉन पेंबरटन आणि त्याच्या तीन भागीदारांना १८८६ मध्ये बऱ्याच विचाराअंती हे नाव सुचले. कोकाकोलाचं पृथक्करण बरंच विस्तारित होतं. कोकाची पानं (कोकाईन असलेलं) आणि कोलाची फळं हे मुख्य घटक होते. परंतु पेंबरटनने १८६० पासून तयार केलेल्या पेयांपासूनच ते बनले. सतत २० वर्षे त्यांनी अनेक पेये तयार करून पाहिली. ग्लोब फ्लॉवर कफ सायरप, स्टीलींगियाचा अर्क, अन्य उत्तेजक पेये यांचा त्यात समावेश होता. १८८५ मध्ये त्याने पेंबरटन्स फ्रेंच वाईन कोला ही आपली पहिली स्टार कंपनी सुरू केली. बाजारात उत्पादन आणल्यावर पहिल्या शनिवारी ८८८ बाटल्या खपल्या. अटलांटा आणि फुल्टन देशात १८८६ मध्ये दारूबंदी सुरू झाली. त्यामुळे दारूविरहित कोकाकोला बाजारात आला.

आयबीएमची सुरुवात टॅब्युलेटींग मशीन कंपनीत आहे. ती १८९६ मध्ये पंचकार्ड व संख्यात्मक विश्लेषण यंत्रे पुरविणारी कंपनी होती. संगणक क्षेत्रात आयबीएम उशिरा आली. १९४६ मध्ये निकान इलेक्ट्रॉनिक न्युमेरिकल इंटिग्रेटर अँड कॉम्प्युटर हा पहिला संगणक पेनसिल्वानिया विद्यापीठात सुरू झाला. योजनेचा व्यापारी साहाय्यक म्हणून युनिवॅक उदयास आला. १९५० मध्ये रेमिंग्टन रँडने युनिवॅक विकत घेतली. संगणक जगतातील प्रधान कंपनी बनली. आयबीएमला अमेरिकेच्या एअर फोर्सचं मोठं काम मिळालं. मग खूप मेहनत घेऊन युनिवॅकची स्टार स्थिती आयबीएमने बळकावली.

डब्ल्यूपीपी ही जगातील प्रमुख संप्रेषण (कम्युनिकेशन) कंपनी आहे. त्यांनी वायर अँड प्लॅस्टिक प्रॉडक्ट्स या कंपनीद्वारा लागणाऱ्या सामान नेण्याच्या गाड्यांच्या उत्पादनाने सुरुवात केली. आता तिने जगातील अनेक स्टार व्यवसाय अंगिकृत केले आहेत. त्यात जाहिरात, जनसंपर्क, विपणन (मार्केटिंग), संशोधन विभाग यांचा समावेश आहे.

नोकिया कॉर्पोरेशनचा उदय अनेक अडीअडचणींनंतर झाला. ती १८६५ मध्ये फिनिश पल्प मिल म्हणून सुरू झाली. नंतर सुप्रसिद्ध वेलिंग्टन बूट, अन्य पादत्राणे यासारखी रबर उत्पादने ती करू लागली. कागद उत्पादने, सायकली, गाडीचे टायर, विजेच्या तारा, वीज, टीव्ही, पर्सनल कॉम्प्युटर या व्यवसायांना चालवण्याचा प्रयत्न केला. पण कोणताच व्यवसाय स्टारपदाला पोहोचणारा नव्हता. १९७० मध्ये त्यांनी मोबाइल फोनचा व्यवसाय सुरू केला. या वेगाने वाढणाऱ्या क्षेत्रातले नेतृत्व त्यांच्याकडे आले. मग नोकियाने अन्य सर्व व्यवसाय बंद केले. सध्या नोकियाचा ८०/८० नियम अमलात आहे. एकूण बाजारातील व्यवसायाच्या ८०% भाग त्यांच्याकडे आहे. त्याचं मूल्य ८० बिलियन डॉलर्स आहे. हजारो अयशस्वी प्रयत्नांनी जर तुम्ही खचून गेला असाल, स्टार बनवण्याची उमेद हरवून बसला असाल तर 'नोकिया' आठवा. तुमच्या अंगात नव्याने हत्तीचे बळ येईल.

विल्यम रिगलेने साबण कारखाना काढला. व्यवसाय वृद्धीसाठी त्यानी बेकिंग पावडर देण्यास सुरुवात केली. ग्राहकांना बेकिंग पावडर आवडली. मग रिगलेने बेकिंग पावडर उत्पादन सुरू केले. मग त्यांनी बेकिंग पावडरसमवेत च्युईंग गम देण्यास सुरुवात केली. ते लोकप्रिय झाले. मग बरेच दिवस च्युईंग गम बनविले. साबण व बेकिंग पावडरमध्ये रिगले हा त्या त्या व्यवसायाचा अनुयायी होता. पण च्युईंग गममध्ये तो स्टार झाला.

आता स्टारबक्स पाहू या. स्टारबक्सची माहिती आठवा. त्यांनी १९७१ मध्ये कॉफीच्या बिया व उपकरणे विकण्यास सुरुवात केली. १९८० पर्यंत त्यांनी पेये विकली नव्हती. हा व्यवसाय सुरू केल्यावर तब्बल २० वर्षांनी तो स्टार बनला.

## तुम्ही स्टारमध्ये प्रवेश करू शकता?

**बीसीजीचा प्रश्न – मोठ्या वाढीच्या बाजारात आपण क्रमांक २ वर आहात का? प्रश्न सोपा आहे. तुम्ही पहिल्या क्रमांकाला मागे टाकू शकता का? ही नामी संधी आहे.**

त्यासाठी पुढील गोष्टींची आवश्यकता आहे.

★ नेत्यापेक्षा तुमचा बाजारातील हिस्सा फार कमी असता कामा नये.

★ नेत्यापेक्षा तुमच्याकडे अधिक काही आहे.

★ नेत्याकडून अनपेक्षित घोटाळा होतोय.

★ बाजारातील हे खास क्षेत्र नव्यानेच सुरू झालंय.

★ बाजारातील स्थिती डळमळीत आहे. त्यांचे एक-दोन मोठे ग्राहक आपल्याकडे येऊ शकतात.

★ बाजार खूप वेगाने वाढतोय.
★ खास क्षेत्रातील ग्राहकांच्या गरजा तुम्हाला चांगल्या प्रकारे समजतात.
★ त्याच बाजारात असूनही तुमची वागण्याची पद्धत वेगळी आहे आणि ती ग्राहकांना अधिक आवडते.
★ तुमच्या कर्मचाऱ्यांना ग्राहकाप्रती अधिक आपुलकी आहे.
★ तुमच्या व्यवहारात नेत्यापेक्षा अधिक नफा आहे. दोघांचाही व्यवसाय सारखाच झाला तर तुमचा नफा अधिक होईल.
★ नेत्यापेक्षा तुमचं आर्थिक पाठबळ अधिक आहे.
★ निरीक्षकांच्या दृष्टीने तुमचं उत्पादन अधिक चांगलं आहे.
★ पुरवठा करण्याची यंत्रणा हे नेत्याचे शक्तिस्थान असते. ते तुम्ही हळूहळू प्राप्त करू शकता.
★ नेत्याकडील महत्त्वाचे अधिकारी तुमच्याकडे येऊ लागलेत.
★ तुमच्याकडून स्पर्धा होत आहे याची नेत्याला फक्त अंधूकशी कल्पना आहे.

फार आशावादापासून सावध राहा. दुसऱ्या क्रमांकावरील बहुतेक कंपन्या आपण क्रमांक एक वर येणारच या कल्पनेत असतात. बहुधा या क्रमांक दोन कंपन्यांना ते जमत नाही. क्रमांक एक ही बाजारात त्या जागी असते. कारण त्याचे स्थान उच्च अढळ असते. त्याचे नाव सर्वतोमुखी असते. ग्राहक संबंध, बाजाराचं ज्ञान, अधिक नफा यामुळे त्याचं नेतृत्व राहतं. त्याचे त्यांना वाजवीपेक्षा अधिक लाभ प्राप्त होतात. गेल्या ३० वर्षांतल्या अभ्यासात पेप्सीकोलाला कोकाकोलापेक्षा अधिक लाभ मिळालेत. परंतु अमेरिका आणि अन्य बऱ्याच बाजारात कोकची विक्री पेप्सीच्या दुप्पटीपेक्षा जास्त आहे.

एकंदरीत प्रस्थापित बाजारात दुसऱ्या क्रमांकावर असलेला पहिल्याला मागे टाकू शकत नाही. प्रथम क्रमांकाने मूर्खासारखी चूक केली तरच दुसरा जिंकतो. (उदा. फिलोफॅक्सने अवाजवी किमती ठेवल्या) दुसऱ्या क्रमांकाचे असल्याने तुम्ही भरपूर हुशार, नव्या कल्पनांचा शोध घेणारे असालही, परंतु नशीब हा एक भाग आहेच. तुम्ही जिंकण्यासाठी क्रमांक एकच्या नेत्याकडून चूक व्हायला हवी. तुम्ही यावर विसंबून राहू शकत नाही.

व्यावहारिकता हीच खरी कसोटी ठरेल. तुमचा बाजारातील हिस्सा वेगाने वाढत नसेल व क्रमांक एकचा हिस्सा कमी होत नसेल तर तुम्ही त्यांना गाठणं अवघडच.

तुम्ही त्याच त्याच गोष्टी करीत राहिलात तर जिंकणं अवघडच. त्याच गोष्टी

पूर्वीपेक्षा अधिक चांगल्या पद्धतीने केल्या, विरोधकापेक्षाही चांगल्या केल्यात तरी तुम्ही जिंकू शकणार नाही.

काहीतरी वेगळं करा. वेगळे मार्ग हाताळा. सध्याच्या व्यवसायात वेगळं करून काही यश येत नसेल तर व्यवसायाच्या बाहेर वेगळं काही करा. स्टार बनण्याचा प्रयत्न करा.

## तुम्ही खास क्षेत्रातील नेते आहात, पण बाजार वेगाने वाढत नाही?

तुम्ही तरुण आहात, व्यवसाय नवीन आहे कदाचित तुम्हीच हे क्षेत्र शोधलं आहे. आता प्रश्न स्पर्धकाचा नाही, तुमचा व्यवसाय वाढेल का हा आहे.

तुमची परिस्थिती कठीण आहे त्यातून सुटका नाही. तुमची परिस्थिती इतर घटकांवर अवलंबून आहे. तुमचा व्यवसाय वाढल्याशिवाय तुम्हाला नफा मिळणार नाही. बाजारवाढ झाल्याखेरीज तुमची वाढ होणार नाही. तुम्ही काही वेगळं केल्याशिवाय बाजार वाढू शकत नाही. काहीतरी अपूर्व असं करता यायला हवं; पण यासाठी लागणारा पैसा तुमच्याकडे नाही. तुम्ही गटांगळ्या खात आहात आणि वेळ पुढे पळतो आहे. तुम्ही हे असंच ढकलत राहिलात तर तुमच्याकडील पैसा संपून जाईल. तुम्ही अधिक पैसा खर्च कराल तर कदाचित तुमचा निकाल लागेल.

तुमचा मूळ प्रश्न आहे तो बाजारात तुमच्याबद्दल असलेली उदासीनता. तुम्ही जगलात किंवा मेलात याबद्दल कोणालाही चिंता नसते.

खास क्षेत्र किफायतशीर नाही. तुम्हाला तुमचा व्यवसाय स्टार आहे असं वाटलं होतं, पण तसं झालं नाही. कदाचित तुमच्याकडे व्यवसाय फक्त नावाला उरलाय. (व्यवसायात नफा होऊन रोख शिल्लक असेल तर तो अपवाद होय. अशा वेळी तुमचा छोटा व्यवसाय छोटाच राहणार. त्यात तुम्ही समाधानी आहात का?)

तुम्ही अस्वस्थ आहात. तुमच्या गाठीला काही पैसे उरले आहेत. भांडवलात तुमचे पैसे सर्वाधिक गुंतले आहेत. अशा वेळेस सरळ माघार घ्या. जास्तीतजास्त भांडवल परत मिळवण्याचा प्रयत्न करा.

## त्यात तुमचं काय नुकसान आहे?

थोडं यश मिळेल किंवा जास्त मिळेल. तुम्ही स्टार बनला नाहीत तरी प्रयत्नांचा लाभ होईल. काही उपयुक्त ग्राहक मिळतील. यातूनच एखाद्या अमूल्य व्यवसायाची बीजं सापडतील.

## स्टार बनण्यासाठी चार पावले

### १. तुमच्या मूळ कल्पनेपर्यंत मागे जा

तुमचा स्टार बनविण्याच्या प्रकरणाकडे (९ ते १०) परत जा. हे पुन्हा मागे जाणे वाटेल परंतु नव्या लोकांसमवेत पुन्हा पहिल्यापासून विचार करायला मिळेल. तुम्हाला ग्राहकांशी वागण्याचे तंत्र माहिती आहे, तुमच्यात बऱ्याच क्षमता आहेत, बाजाराची माहिती आहे. लेकच्या उदाहरणावरून असे लक्षात येते की, चुकीची पद्धती, महत्त्वाचे ग्राहक जाणे हे सुद्धा तुमच्या फायद्याचे ठरू शकते. तुम्ही आधीच बाजारात उतरलेले आहात. अनेक प्रसंगांना सामोरे गेलेले आहात. तुमच्या स्पर्धकांच्या बाबतीत काय घडतंय ते पाहा. त्यांच्यामुळे दुखावलेल्या ग्राहकांना चांगली सेवा द्या. तुमचा व्यवसाय वाढेल.

### २. उत्पादन बदल करा

स्पर्धकाचं विश्लेषण करण्याच्या नेहमीच्या पद्धतीत लेकला बदल करावा लागला. दुसऱ्याच्या तुलनेत आपला खर्च किती आहे आणि व्यवसाय ताब्यात घ्यायचा असेल तर काय स्थिती आहे हे पाहावं लागलं.

कुणी देत नसेल असे खास उत्पादन किंवा सेवा शोधून काढण्याचं तुमचं काम आहे. कच्चा माल इतरांसारखाच असणार आहे. उत्पादन मात्र दिलखेचक हवं. आदर्श उत्पादनाचे निकष असे असावेत–

★ तुम्ही आधी करत असलेलं किंवा जे तुम्हाला सर्वोत्कृष्ट जमत होतं त्याच्यासारखं उत्पादन तयार करा.

★ ग्राहकांना खात्रीने आवडणारी एखादी गोष्ट.

★ स्वयंचलित चालणारे उत्पादन किंवा नवी पद्धती वापरून कमी खर्चात केलेले (सेल्फ सर्व्हिस पद्धतीने खर्च कमी करणे), नवे माध्यम (फोन किंवा इंटरनेट), कमी पगारात मिळालेले नवे कर्मचारी (लेकमधील भारतातील उच्चशिक्षित युवक), नव्या पद्धतीचा कच्चा माल (स्वस्त रेझिन, इंटरनेटवर मिळालेली मोफत माहिती), संलग्न कारखान्याची अधिक क्षमता (उत्पादन क्षमता) नवीन तंत्रज्ञान किंवा नव्या कल्पना यांचा विचार व्हावा.

★ सारं काही उत्तम प्रकारे जुळवून आणणे. एकसंध प्रयत्न करणे.

★ संभाव्य ग्राहकांना आवडणारे व मौलिक उत्पादन असावे. त्यामुळे मोठा नफा होऊ शकतो.

★ प्रतिस्पर्ध्याला करता येणार नाही किंवा तो ते करू इच्छित नाही– स्वस्त व चांगलं उत्पादन.

तुम्ही आधीच व्यवसायात आहात, त्यामुळे तुम्ही उत्पादनात काही बदल करू शकता. नव्याने व्यवसायात आलेल्या उद्योजकाला हे शक्य नाही. काही वेळा यावरचा तोडगा अगदी जवळच असतो. फिलोफॅक्स पद्धतीत डेव्हिड कोलिश्चन फिल्ड ऑर्गनायझर हे उत्तम कागद असलेले वॉलेट बाजारात आणले. तुम्हीही असंच काही करू शकाल. साधं, कमी खर्चाचं, पण ग्राहकांना आकर्षून घेणारं.

काही वेगळं हवं का ते ग्राहकांना विचारा. नव्या कल्पना शोधा. चुकीच्या दिशेने कधीकधी नव्या गोष्टी सापडतात. कल्पनेचा योग्य वापर होत नसेल तर ती रेटू नका. नव्या कल्पनांच्या आधारावर तुम्ही जिंकेपर्यंत प्रयत्न चालू ठेवा.

परंतु त्याच वेळी...

## ३. तुमचा डीएनए दुसरीकडे न्या

आपल्या म्हणून काही खास मूलभूत गोष्टी असतात. त्यामुळे आपण बनलेले असतो. त्याला डीएनए म्हणतात. नव्या उत्पादनाला नव्या क्षमता हव्या असतात. कंपनीची वाढ आणि खास गुण यामुळे नवीन उत्पादन तयार होते. जसे दोन जीव सारखे नसतात तसेच दोन व्यवसायही सारखे नसतात. संस्थापक व सुरुवातीचे कर्मचारी यांचा गट सारखा असू शकतो. तुम्ही कराल त्याच पद्धतीने इतरांना काम करता येणार नाही. तुमची कंपनी जितकी अनोखी कराल तितकी चांगली, पण ते बुद्धी वापरून करा.

★ आपल्या भावी बाजाराला जाणून घेण्याची वृत्ती असलेल्या लोकांना नोकरीत घ्या. त्यांना बढती द्या.

★ सर्वांशी मिळून-मिसळून वागतील, खातेदार आणि सहकाऱ्यांना मदत करतील असे लोक कंपनीत घ्या.

★ हुशार असून ज्यांच्याकडे दुर्लक्ष झाले अशा तरुणांना, कमी खर्चात आपल्याकडे वळवा.

★ जोखीम पत्करायला तयार असलेले, प्रयोगशील, काही करावयास उत्सुक असलेले लोक आपल्याकडे वळवा.

★ प्रत्यक्ष कामावर प्रशिक्षण द्या. वरिष्ठांचे आदर्श दाखवा. कमी वेळात, कमी खर्चात पण ग्राहकांना आवडणाऱ्या निवडक गोष्टींवर लक्ष केंद्रित करा.

★ तुमचा व्यवसाय झगमगीत, नेत्रदीपक, सजीव, आनंददायी व समाधान देणारा, तरीही व्यापारी तत्त्वांची कास न सोडणारा असावा. ग्राहक खूश व्हायला हवेत, नफाही भरपूर व्हायला हवा.

सर्व पातळ्यांवर प्रयोगशील राहा. तुमच्या कंपनीच्या नेहमीच्या कामाचा तो एक भाग ठेवा. मग कालांतराने तुमचा स्टार उदयास येईल.

लेकमध्ये आम्ही आपला माल दुसरीकडे नेऊन सुरुवात केली नाही. आम्ही प्रथम त्याचा डीएनए नेला. मग त्वरित विकता येईल असा माल तयार केला.

परंतु त्याच वेळी...

## ४. भावी ग्राहकांचा पाया अन्यत्र न्या

प्रत्येक स्टार व्यवसायाला आपल्या ग्राहकांचा खास गट बनवावा वाटतो. हा गट त्या उत्पादनाला व डीएनएला जुळणारा असावा. तुम्हाला तुमच्या आदर्श ग्राहक गटाकडे जायचं असेल तर पुढील माहिती काढा.

★ तुम्हाला माहिती असलेले किंवा सहज भेटू शकणारे ग्राहक शोधणे.

★ सध्याच्या पुरवठादाराशी जमत नसलेल्या ग्राहकांची यादी तयार करा.

★ सध्या न मिळणारे पण तुम्ही पुरवू शकाल असे उत्पादन शोधा.

★ तुम्हाला आनंद देणारे ग्राहक.

★ किमतीची फार पर्वा न करणारे ग्राहक.

★ ज्या ग्राहकांना तुम्ही खूप मदत करू शकाल असे ग्राहक.

★ वेगाने वाढणाऱ्या कंपन्या.

★ मोठ्या व किफायतशीर कंपन्या.

★ ज्यांना पुरवठादार बदलणे आवडत नाही असे एकनिष्ठ ग्राहक.

★ ज्यांच्याशी घनिष्ट संबंध प्रस्थापित करता येतील असे ग्राहक.

★ मोठ्या खातेदारांना तुमच्या नावाची शिफारस करतील असे ग्राहक.

★ ज्यांच्यापर्यंत तुम्ही पोहोचू शकाल असे कंपनीतील वरिष्ठ अधिकारी.

## जोडलेले स्थलांतर

तुमचे उत्पादन, तुमचा डीएनए, तुमचे भावी ग्राहक हे तीन मिळून 'स्थलांतर त्रिमिती' तयार होते. सध्याच्या उत्पादनापासून डीएनए आणि ग्राहकापासून तुम्ही दूर गेल्यावर, दोन महत्त्वाच्या बाबी लक्षात घ्या.

★ तुमच्या स्पर्धकाचे उत्पादन, डीएनए आणि ग्राहक गट यापासून दूर राहा.

★ नवीन उत्पादन, डीएनए आणि ग्राहक यांची सांगड घाला.

स्थलांतरापूर्वीची स्थिती आकृती क्रमांक १४.१ मध्ये आहे. त्यावेळी तुमचे उत्पादन, डीएनए आणि ग्राहक हे तुमच्या स्पर्धकाप्रमाणे होते.

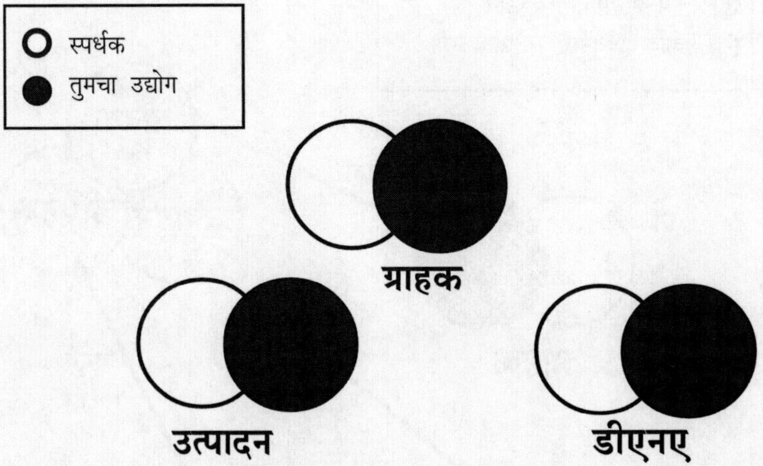


**आकृती १४.१ स्थलांतरापूर्वी**

स्थलांतराचा परिणाम आकृती १४.२ मध्ये दाखविला आहे. तुमचं उत्पादन, डीएनए व ग्राहक गट हलू लागतात.

* ज्यांच्यापासून सुरुवात केली त्यांचेपासून दूर.
* स्पर्धकाच्या उत्पादन, डीएनए आणि ग्राहक गट यांच्या क्षेत्रापासून दूर.
* शेवटी एकत्र.

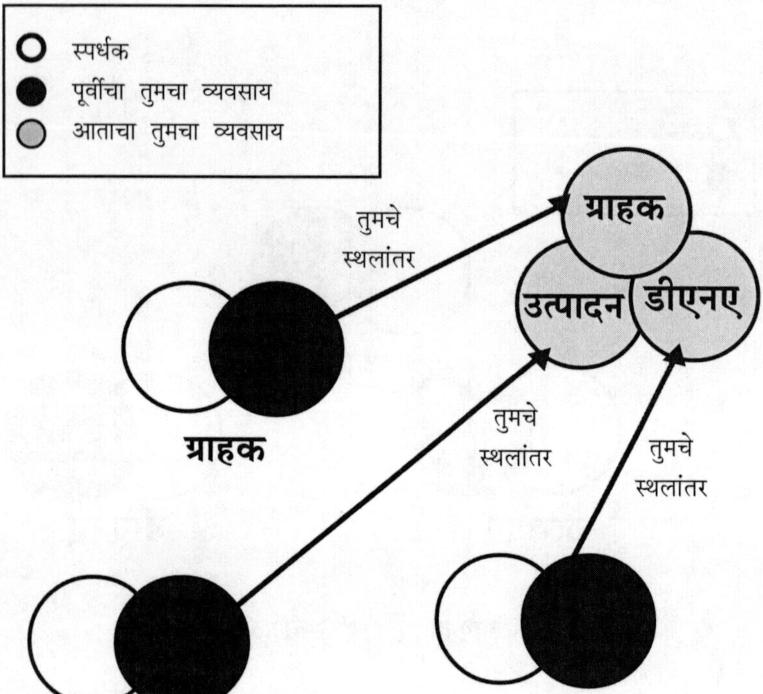


**आकृती १४.२ स्थलांतरानंतर.**

## सारांश

स्टार नसलेल्या व्यवसायाला स्टार बनवा. जगात नवे उद्योग पुढे येतात. तुमचं काहीही नुकसान होणार नाही. तुमची साखळी कार्यालये आणि हे सुंदर जग, जे तुम्ही जिंकणार आहात.

कसे? आतापर्यंत जिथे कोणी गेले नाही तिथे धाडसाने जाऊन अपरिचित उत्पादनाचा शोध लावा. चांगल्या ग्राहकांचा शोध घ्या. नव्या पद्धतीची कंपनी काढा.

ही उत्क्रांती आहे. सर्व प्रगतीचे हे मूळ आहे. विविधता, नवे उद्योग, नवी उत्पादने आणि नवी संपत्ती अगणित प्रमाणात निर्माण होणार, उद्योजकाचं यश कंपनीचे नवीन बीज तयार करण्यात आहे.

# मोठ्या अपेक्षांचे महत्त्व

*प्रत्येक गोष्टींची सुरुवात उच्च महत्त्वाकांक्षेत आहे.*

***सॅम वॉल्टन***

**स**र्वसाधारण आकर्षक उद्योगापासून वाजवी अपेक्षा योग्य ठरतात. उदा. तुमची नेहमीची रोख गाय. परंतु स्टार व्यवसाय असामान्यतः आकर्षक असतात. त्यांच्या अपेक्षा अवाजवी असतात. त्या पूर्ण झाल्या तर होणारा प्रचंड खर्च अनाठायी ठरतो.

सर्व व्यवसायांमध्ये स्टार व्यवसायाचा वाटा ५% असतो. परंतु दीर्घ काळाचा विचार करता त्याच मूल्यामधील योगदान ९५% असते. जमा झालेला गल्ला १२०% असतो. बारमधील पियानोवादक हा महोत्सवातील पियानोवादकाएवढा मोठा नसतो. स्थानिक क्लबमध्ये टेनिस खेळणाऱ्या खेळाडूची तुलना विंबल्डन खेळाडूशी होऊ शकत नाही. त्याचप्रमाणे स्टार व्यवसायाची महानता नेहमीच्या सामान्य व्यवसायाच्या तुलनेत जोखू नका. स्टार हे असामान्य असतात. ते असामान्यपणे हाताळावे लागतात.

स्टार व्यवसायाची दीर्घकालीन किंमत कशाने ठरते? मुख्यत्वे वाढीवरून नफ्याचं प्रमाणही महत्त्वाचं. नफा दुप्पट झाला तरी अधिक महत्त्व हे विक्रीमुळे होणाऱ्या वाढीच्या प्रमाणाला आहे. स्टारचे ९०% मूल्य हे विक्रीमुळे निर्माण झालेले असते. मॅक्डोनाल्ड, कोकाकोला यासारख्या दीर्घ काळात खूप मोठे झालेल्या व्यवसायाबाबत हे प्रमाण ९९% असते.

स्टारचं वाढीचं प्रमाण हे बहुसंख्य लोकांच्या विचारशक्तीच्या बाहेर असतं. यांच्या विचारशक्तीच्या १००-२००% नाहीतर १००० ते १००००% नी ते जास्त असतं. यावर विश्वास बसत नसेल तर मॅक्डोनाल्डचा विचार करा. मॅक

आणि डिकने मॅक्डोनाल्ड १९६१ मध्ये २.७ मिलियन डॉलर्सना विकली. आता ती कंपनी ४८ बिलियन डॉलर्सची झाली आहे. ही १७,७७,००० पटीने अधिक आहे. आताच्या मूल्याच्या प्रमाणात त्यांना ०.००१% रक्कम मिळाली. ९९.९% रक्कम गेली. आपल्याला ४६ वर्षांनी वाढलेल्या किमतीचा विचार करायला हवा. आपली कंपनी किती पुढे जाईल याची कल्पना त्या बंधूंना आली नाही हेच खरं.

त्यांच्याच बाबतीत हे घडलंय असं नाही. स्टार व्यवसायाच्या संस्थापकांनी त्यांच्या व्यवसायाची वाढ व किंमत कमी धरली. दोन गोष्टी ध्यानात ठेवा. स्टार व्यवसाय विकू नका (जोपर्यंत तो स्टार आहे तोपर्यंत तरी) खूप मोठी वाढ होणार हे लक्षात ठेवा.

## वाढीचा दर कितपत असावा?

माझा स्टार व्यवसाय किती वेगाने वाढला?

बेल्गो पहिल्या दशकात २०-३०% वार्षिक विक्री वाढ दाखवित होती. प्लायमाऊथ जीन २० ते ४०% वार्षिक दराने वाढली. त्यावेळी मी त्यात होतो. १९९० ते १९९७ या काळात दरसाल २०% वाढ फिलोफॅक्सने केली. त्याआधी १९८२ ते १९८७ या काळात वार्षिक वृद्धी १११% होती. माझ्या कार्यकाळात लेक वर्षाला १००% ने वाढली. बेटफेअरची पहिल्या ३ वर्षातील वाढ १०० ते ३००% होती. त्यानंतर ती वार्षिक ३०-५०% इतकी मंदावली.

अमेरिकेतील नामवंत कंपन्या फोर्ड, जीई, मॅक्डोनाल्ड, आयबीएम, झेरॉक्स, डिस्ने, मार्स आणि इंटेल या कित्येक दशके २० ते ५०% ने वाढल्या. शंभर वर्षांहून अधिक काळ कोकाकोला दरसाल १०% ने वाढला. त्यामानाने नवीन असलेल्या मायक्रोसॉफ्ट, स्टारबक्स, ॲमेझॉन आणि गुगल वार्षिक २०-५०% ने वाढल्या.

तुमच्या स्टारची दरसाल वाढ २०-३०% करण्याचा निश्चय करा. पहिल्या शतकात ती ५०-१००% असा होईल. दुसरा मार्ग म्हणजे सध्याचा वाढीचा दर पाहा. तो दुप्पट करायचे ध्येय ठेवा.

## स्टार वाढ वेगाने होण्यासाठी सात मार्ग

सर्वांत महत्त्वाच्या मार्गापासून सुरुवात करू या.

### १. वाढीच्या दराचे ध्येय वाढवा

तुमचं सध्याचं ध्येय हे कमी असणार. वाढीच्या बाजारात स्टारना महत्त्वाचं स्थान असतं. वाढीसाठी त्यांना अनुकूल स्थिती असते. ते बाजारातील वाढीस

चालना देऊ शकतात. त्यांच्या व्यवसायातील इतर स्पर्धकांपेक्षा त्यांची वाढ कधीही कमी असता कामा नये.

### २. भौगोलिक विस्तार करा

१९ व्या शतकात ब्रिटिश व्यावसायिकांनी हेच केले. अमेरिका, जपान, कोरिया येथील कंपन्यांनी गेल्या शतकात तसं केलं. स्टार व्यवसायानी जगाला जिंकण्याचं ध्येय ठेवायला हवं.

### ३. नाविन्यपूर्ण मूल्य

आतापर्यंत दुर्लक्षित अशा ग्राहकांपर्यंत पोहोचलो नव्हतो. त्यांना नवीन प्रकारचे उत्पादन दाखवा. त्यामुळे त्यांना होणारे लाभ सांगा. कित्येक स्टार व्यवसाय वर्षानुवर्षे नवीन प्रकारचे उत्पादन तयार करीत नाहीत. बेटफेअरची असामान्य वाढ झाली त्याचं कारण इन रनिंग बेटिंग हा पूर्वी कधीही न खेळला गेलेला प्रकार त्यांनी आणला. ग्राहकांशी संबंध वाढविणे, त्यांना अधिकाधिक उत्कृष्ट सेवा देणे यामुळेच व्यवसायात वाढ होते.

### ४. नाविन्यपूर्ण उत्पादन

नव्या उत्पादनाचा मंत्र आहे – 'मोजके, मार्मिक आणि ठळक' अनेक छोटे उत्पादन प्रकार असल्यावर प्रयत्न व नफ्यावर वाईट परिणाम होण्याची शक्यता असते. अधिकाधिक खास ग्राहकांना ठळक माल विकणे किफायतशीर असते. विसाव्या शतकात कोकाकोलाने केवळ दोन नव्या उत्पादनाने विक्री वाढविली – फँटा (आश्चर्य म्हणजे नाझी जर्मनीमध्ये त्याचा शोध लागला.) आणि टॅब / डायट कोक.

### ५. नाविन्यपूर्ण माध्यम

बेटफेअर कंपनीने फोन व इंटरनेटचा वापर केला. नव्या माध्यमामुळे प्रचंड प्रमाणात विक्री होऊ शकते हे लक्षात ठेवा.

### ६. नाविन्यपूर्ण ग्राहक

तुम्ही निर्माण केलेल्या खास ग्राहकांच्या गटाबाहेर तुम्हाला शोध घ्यावा लागेल. यात धोका आहे. नवे ग्राहक तुमच्या मालामध्ये बदल सुचविण्याची शक्यता आहे. ते केल्यास तुमच्या व्यवसायाचे शक्तिस्थान कदाचित कमी होईल. यावर मार्ग म्हणजे आधीच्या ग्राहकांच्या प्रवृत्तीशी मिळतेजुळते नवे ग्राहक शोधणे होय. यातून मार्ग काढण्यासाठी बाजारात थोडे वरच्या लोकांसाठी वा थोडे खालच्या

लोकांसाठी उत्पादन तयार करावे. हिरो होंडाची सुरुवात ही स्कूटर्स व छोट्या बाईकसाठी झाली. मग या परंपरागत बाजारात त्यांनी हळूहळू मोटार सायकली आणल्या.

**७. दुसरे उद्योग ताब्यात घेणे**

हा सर्वांत जास्त धोक्याचा मार्ग आहे. तो तुम्हाला तुमच्या खास व्यवसायापासून दूर नेतो. तुमचं एक विशेष त्रिकूट जमलं आहे – डीएनए, उत्पादन आणि खातेदार, त्यामुळे तुमचा स्टार यशस्वी झालाय. दुसरा उद्योग ताब्यात घेताना आपल्याच यशस्वी त्रिसूत्रीकडे कदाचित तुमचे दुर्लक्ष होऊ शकते. सध्याच्या व्यवसायाशी मिळताजुळता असा छोटासा उद्योग ताब्यात घ्यावा. फिलोफॅक्समध्ये १९९० मध्ये खास व्यवसाय केल्यावर आम्ही अनेक कंपन्या ताब्यात घेतल्या. आमच्या व्यवसायाशी जुळणारी, फिलोफॅक्सची अनेक देशातील वितरण व्यवस्था ताब्यात घेतली. ती यशस्वी झाली. फिलोफॅक्सशी मिळतीजुळती नसणारी ग्रीटिंग कार्ड्स तयार करणारी कंपनी ताब्यात घेऊनही आम्ही यश मिळवू शकलो नाही. अशा परिस्थितीत आमच्या चाकोरीत नसणाऱ्या व्यवसायाचा ताबा घेण्यापेक्षा आम्ही मूळ व्यवसायात कल्पकता आणली असती तर अधिक लाभ झाला असता.

## स्टार व्यवसाय न वाढण्याची चार कारणे

१. **विकेंद्रीकरण** – तुमच्या खास व्यवसायाबाहेर जाऊ नका.
२. **संबंध नसलेल्या कंपन्या ताब्यात घेणे** – कधीही करू नका.
३. **तुमच्या खास सेवेबाहेर व खास ग्राहकाबाहेर जाऊ नका** – फक्त शिस्तीत राहावं एवढीच माफक अपेक्षा फिलोफॅक्सच्या खास ग्राहकांची होती. त्यांच्यावर फॅशनचा मारा केला. मूळ ग्राहक नाराज झाले.
४. **असंबंधित माल तयार करणे** – कोकाकोलाने संत्र्याचा रस व आरोग्यवर्धक पेये सुरू केली. त्यामुळे त्यांचा नफा कमी झाला.

## गुंतवा, गुंतवा, गुंतवा?

'गुंतवा, गुंतवा, गुंतवा.' या सूत्रावर स्टार व्यवसाय उभारला जातो आणि वेगाने वाढू शकतो. आजही हा विचार लागू पडतो का? पैसे मिळविण्याच्या माझ्या विचाराशी तो जुळतो का? ही गुंतवणूक कशा प्रकारची हवी?

पूर्वी कारखाना, उत्पादन व अन्य व्यवहारासाठी गुंतवणूक करावी लागे. आता ती तितकी लागत नाही. सन १९६० मध्ये मोठा व्यवसाय करताना BCG पारंपरिक दृष्टीने विचार करत होती. (वास्तविक त्या काळीदेखील हा विचार जुना

झाला होता.) त्यासाठी प्रत्यक्ष इमारत, मशिनरी अशा संपत्तीमध्ये गुंतवणूक आवश्यक होती. ही जुनी गोष्ट आहे. त्यामुळे तुम्ही विचलित होण्याची आवश्यकता नाही.[१६] महत्त्वाची गोष्ट म्हणजे शक्य तितकी कामे बाहेरून करून घ्या. ज्या गोष्टी केवळ तुम्हीच चांगल्या करू शकता तेवढ्याच तुम्ही करा. दुसऱ्यांना तुमच्यासाठी काम करू द्या.

तुम्ही इमारत, कार्यालय अशामध्ये पैसे गुंतविणार नसल्याने फक्त खर्चासाठी पैसे लागतील. कर्मचाऱ्यांचे पगार व मार्केटिंगचा खर्च हे महत्त्वाचे घटक होत. स्टार व्यवसायाची खासियत अशी आहे की त्यांना त्यासाठी फार थोडा खर्च येतो. त्यामुळे  ना नफा ना तोटा ही पातळी सत्वर गाठली जाते. त्यानंतरची गुंतवणूक स्टारच्या नफ्यातून केली जाते.

बेटफेअरची आजची किंमत किमान १.५४ बिलियन डॉलर्स आहे. पण ना नफा ना तोटा या पातळीवर पोहोचण्यासाठी फक्त २.५ मिलियन डॉलर्स लागले. (ती रक्कम मीच दिली.) पुढील वाढीसाठी लागणारे पैसे नफ्यातून मिळाले.[१७] २.५ मिलियन डॉलर्स गुंतवणूक व १.५४ बिलियन डॉलर्स मिळवणे हा ६०० पटींहून अधिक नफा आहे.

बाजारातील आपलं स्थान भक्कम करण्यासाठी कमी नफ्यावर काम करा. तुम्हाला तोटा होत नाहीये ना मग कंपनीचं मूल्य दीर्घकाल वाढण्यासाठी अल्पकालीन नफ्याकडे फारसे लक्ष देऊ नका. उत्कृष्ट माल व सेवा याकडे लक्ष द्या. मार्गात असलेल्या स्पर्धकांच्या पुढे जा.

स्टार व्यवसाय स्वत:च्या वाढीमध्ये गुंतवणूक करतो. ग्राहकांचं समाधान वाढीच्या रूपात दिसतं. वाढ ही यशाकडे नेते व ती यशाचा पुरावाही आहे. स्टारचं यश, वेगळेपण, नाविन्यपूर्णता व वाढीमध्ये आहे. यात सर्वांत महत्त्वाची 'वाढ' होय.

---

**१६.** आपल्या आर्थिक वाटचालीचा गेल्या ५० वर्षांचा इतिहास वाचण्यात कोणाला रस असेल तर त्यांनी रिचर्ड कापेच अँड क्रीस स्मिथ यांचं स्युसाईड ऑफ द वेस्ट (२००६) यातील मत वाचावं. सुसाईड ऑफ द वेस्ट (लंडन कॉंटिनिअम) प्रकरण ५

**१७.** सॉफ्ट बँकेला एप्रिल २००६ मध्ये नवीन शेअर्सपैकी ३% शेअर्स दिले होते हे खरे आहे. याचे कारण म्हणजे सॉफ्ट बँकेला हवे असलेले शेअर्स बेटफेअरचे शेअर होल्डर्स देऊ शकत नव्हते. त्यांच्याकडे पुरेसे शेअर्स नव्हते. त्यावेळी बेटफेअरकडे खूप रोख रक्कम होती. (ती नेहमीच असते) व त्यांना पैशाची गरज नव्हती.

## स्टार व्यक्ती स्टार व्यवसायाला भूषणावह असतात

सामान्य व्यवसायात सामान्य माणसांनी काम केलं तर फारसं काही बिघडत नाही. परंतु स्टार व्यवसायात स्टार माणसंच हवीत. मार्केटिंग, तंत्रज्ञान, संशोधन, नवीन उत्पादन सुधारणा, विक्री, रोजचे व्यवहार, अर्थ व सर्व प्रकारांसाठी नव्या कल्पना या साऱ्यासाठी स्टार कर्मचारी हवेत. सामान्य माणसांच्या मदतीनेही स्टार व्यवसाय करता येतो हे खरं आहे. कारण या व्यवसायाची कल्पना हेच खरं शक्तिस्थान असतं. इथे मिळणारा माल व सेवा हीच खास असते. परंतु सामान्य माणसांच्या मदतीने केलेला स्टार व्यवसाय व स्टार माणसांच्या साहाय्याने केलेला स्टार व्यवसाय यातील फरक मनोरंजक आहे. ई-बे आणि गुगल या स्टार कल्पना फार चांगल्या राबविल्या आहेत. असामान्य लोकांना कामावर घेतल्यामुळे आलेला जादा खर्च स्टार व्यवसायाचे लाभ पाहता नगण्य आहे.

पण एक प्रश्न आहे. तुमच्या स्टार व्यवसायाला चांगली माणसं मिळणं सोपं नाही. तुमच्याकडे पैसे असणं हे पुरेसं नाही. तुम्ही लोकांकडे जायला हवं. ठरावीक पद्धतीचे लोक शोधायला हवेत.

★ वेगानं वाढणाऱ्या कंपनीत काम केलेले लोक घ्या. ते स्टार व्यवसायातील असतील तर उत्तमच. वेगानं वाढण्यासाठी काम करावं लागतं हे त्यांचं त्यांना ठाऊक असतं. वाढीचे मापदंड ते वाढते ठेवतील. तुम्हीही त्यात हातभार लावाल.

★ व्यवसायाचा डीएनए ज्यांच्याशी जुळेल त्या व्यक्तींना घ्या. ते व्यवसायात सामावले गेले पाहिजेत. मी मोठ्या माणसांना व्यवसायात घेण्याची चूक केलीय. त्यांना वाढ माहिती नव्हती. त्यांना कंपनीच्या वातावरणाबद्दल आदर नव्हता. ते कामावर रुजू झाले. त्यांना रागवावे लागले. ते फार गैरसोईचं होतं. मी यातून चांगलाच धडा शिकलो. माझ्यावर विश्वास ठेवा. कंपनीबद्दल प्रेम नसणाऱ्या त्या वातावरणाशी जुळवून न घेऊ शकणाऱ्याला कंपनीत घेऊ नका.

★ कर्मचारी घेण्यावर तुमचं नियंत्रण ठेवा. निर्णय घेताना सहकाऱ्यांना विश्वासात घ्या. नुसती खोगीरभरती करू नका. नव्या लोकांमध्ये तरुण कर्मचारीही असावेत. येणाऱ्या उमेदवारांना कंपनीतील कनिष्ठ कर्मचाऱ्यांसकट साऱ्याची कल्पना द्या. सर्व उमेदवारांच्या मुलाखती झाल्याशिवाय कुठल्याही उमेदवाराबद्दलचे मत कोणत्याही मुलाखत घेणाऱ्याने आधीच देऊ नये.

नाहीतर त्याचे ऐकून बाकीचे निर्णय घ्यायचे. एखादा उमेदवार निवडताना पराकोटीचा मतभेद झाला तर त्याला घेऊ नका.

★ सरासरी वाढविण्यासाठी नवे लोक घ्या. प्रत्येक नवीन कर्मचारी हा सांप्रतच्या कर्मचाऱ्यांच्या गटातील वरच्या १०% च्या तोडीचा असावा. कंपनी वाढत राहील तसं हे आवश्यक आहे.

भरतीसाठी पुरेसा वेळ द्या, म्हणजे महागात पाडणाऱ्या चुकांपासून सुटका होईल. (माझ्या हातून बऱ्याच चुका झाल्यात.) तुम्ही पेराल तसे उगवेल.

## वादाचे महत्त्व

स्टार व्यवसायाचे मालक व कार्यपालक यांच्यामधील चांगले वाद व तणाव हे उपयुक्त असतात. अवास्तव अपेक्षा या कार्यपालकांच्या पाठपुराव्याशिवाय निर्माण होत नाहीत. कंपनीचे भागधारक मोठ्या संख्येने असतात. परंतु निर्णय घेताना कार्यपालक हे या मालकांच्या बाजूने न राहता व्यवस्थापनाची बाजू घेताना दिसतात. मालकांमध्ये तेही असतात. मी काही मानसशास्त्रज्ञ नाही. त्यामुळे हा असा प्रवाह का आहे हे मी सांगू शकत नाही. पण आहे हे सत्य आहे. स्टार व्यवसायाच्या यशस्वितेमध्ये असलेल्या अडथळ्यांपैकी हा एक आहे. कार्यपालकांना खूप वेगानं व्यवसाय वाढवायचा असेल. तेवढी व्यवसायाची ध्येये आखून ठेवायला ते काही परमेश्वरी अवतार नाहीत. असं असूनही स्टार व्यवसायाला असामान्य अशी ध्येये आखावी लागतात. कोकाकोला, मॅक्डोनाल्ड, आयबीएम आणि मायक्रोसॉफ्ट यांच्याकडे पाहा. दीर्घकालात त्यांनी एवढा प्रचंड व्यवसाय केला की त्यांनी आखलेली ध्येये ही कमीच होती.

जे संस्थापक कार्यपालक असतात ते मालकांऐवजी व्यवस्थापकांची जास्त बाजू घेत असूनही त्यांना हलविता येत नाही. मात्र सर्व संस्थापक असेच असतात असे नाही. बिल गेट्स आणि जेफ बेझोसे हे चांगल्यापैकी अपवाद होते. स्टार व्यवसायाची ही अटच आहे की संस्थापकांनी मालकाचीच बाजू घ्यायला हवी. भागधारक हे मालक असतात. जेव्हा मालकांची बाजू घेऊन काम करता येणार नाही तेव्हा संस्थापकांनी व्यवसायातून सन्मानाने बाजूस होणे योग्य. तुम्ही स्टार व्यवसायात असाल तर तुमच्या संस्थापकांची काय स्थिती आहे?

कंपनी व्यवहारामध्ये एक मोठा दोष असतो. तो म्हणजे भागधारकांचे म्हणजेच मालकांचे प्रतिनिधींचे संचालक मंडळातील प्रमाण कमी असते. इंग्लंडमध्ये तर भागधारकांचे प्रतिनिधी संचालक मंडळावर घेणं टाळलं जातं. ते स्वतंत्रपणे विचार करणारे नसतात असा तिथे समज आहे. हा वेडेपणा आहे. ॲडम स्मिथच्या

शब्दात सांगायचं तर जे मालक नाहीत ते मनापासून मालकाचं हित बघण्याची शक्यता कमी. मग ते संचालक मंडळात कार्यपालक असोत वा कार्यपालकाशिवाय अन्य हुद्याचे असोत. परिणामत: म्हणून फक्त मालकांचेच नुकसान होते असे नाही. तर कर्मचाऱ्यांचेही होते. जिथे मालकाचा पूर्ण सहभाग नाही तिथे व्यवसायास असलेला वाव पूर्णपणे वापरण्याची इच्छाशक्ती राहत नाही. स्टार व्यवसायाने पोटापुरता व्यवसाय करणे व स्टार व्यवसाय भरभराटीस येणं यात लाखोपटीने फरक पडतो.

## एकत्रीकरणाचे मूल्य : संस्थापकांच्या भूमिकेत बदल करणे

मालक आणि संस्थापकामधील मतभेदाला महत्त्व आहे. तसंच दोन व्यवसाय एकत्र आणण्यालाही महत्त्व आहे. तुम्ही मोठे भागधारक आहात. तुम्हाला व्यवसायाची एक ठरावीक वाढ अपेक्षित आहे. ती संस्थापकांकडून होत नसेल तर तुम्ही काय कराल? संस्थापकांनी दूर होण्यासाठी त्यांचे मन वळविण्याचे प्रयत्न कराल. त्याने ऐकले नाही तर तुम्ही अन्य संचालकांकरवी संस्थापकांना समज द्याल. नाहीतर संस्थापकांच्या कामामध्ये टप्प्याटप्प्याने बदल घडवून आणाल. दुसऱ्या कोणास व्यवसायवृद्धीचे अधिकार दिले असतील तर संस्थापकांना दूर करावे लागत नाही.

या बाबतीत बेल्गोचे उदाहरण चांगले आहे. त्यावेळी माझ्या ते ध्यानात आले नाही. तीन वर्षे सातत्याने आम्हाला देदिप्यमान यश मिळत होते. याचा फायदा करून घेऊन धडाधड नवीन शाखा सुरू करायला हव्या होत्या. पण नवीन शाखांसाठी एक आराखडा ठरल्यासारखा झाला होता. सहकाऱ्याने जागा शोधायची, आम्ही ती पाहायची. जागेचा आकार, तिथे मिळणारा वाव, लागणारा खर्च ह्यांचा ताळमेळ बसवायचा, पण पुढे काहीच होत नसे. त्या जागेबद्दल किंवा पूर्ण योजनेबद्दल कुणीतरी साशंकता दाखवी त्यानंतर आंद्रे किंवा डेनिस ती जागा सोयीची नाही असे घोषित करत आणि आमची हरिदासाची कथा मूळ पदाला येई. या सगळ्यामुळे मी अतिशय उद्विग्न झालो होतो.

मी इतका निराश झालो की आता हा धंदाच विकून टाकायचा असे आम्ही ठरवले. व्यवसाय वाढीच्या अपेक्षा पूर्ण होत नव्हत्या. (माझ्या अपेक्षा ठाम व अवास्तव असत.) मला वाटलं होतं तेवढा काळ आम्ही तग धरू शकणार नव्हतो. आमच्यापेक्षा अधिक वेगाने दुसरा दुकानाची साखळी वाढवू शकला असता. परंतु व्यवसाय वाढीला वाव असतानाही आमच्या बेल्गो स्टारचा विस्तार झाला नाही

याची खंत मला आजही आहे. हा व्यवसाय विकून आम्ही आर्थिकदृष्ट्या फायद्यातच राहिलो.

पण सत्य काय आहे हे नंतर माझ्या ध्यानात आलं. एक नवे रेस्टॉरंट काढायचे म्हणजे प्रचंड काम होते. जागा शोधणे, त्याच्या अंतर्गत सजावटीचे नकाशे बनविणे व रेस्टॉरंट काढणे म्हणजे कठीण होते. सध्या असलेली रेस्टॉरंट चालविणे त्यांना आनंददायी वाटत होते. स्फूर्तिदायी परंतु नवीन शाखा काढून ती व्यवस्थित चालवण्यासाठी लोकांना तिथे येण्याचा रोमांचकारी आनंद देण्यासाठी खरं वातावरण निर्माण करणे, कर्मचाऱ्यांना शिक्षण देणे, प्रत्येक ठिकाणी एकनिष्ठ ग्राहकांचा समूह निर्माण करणे, पुराण वस्तूंची मांडणी करणे, प्रसिद्धी देणे इतकी काम करणे त्यांच्या क्षमतेच्या बाहेर होते. मग ते का सांगत नव्हते? माझ्या ते लक्षात न येण्याचा मूर्खपणा मी का करीत होतो? बेल्गोची नवी शाखा काढायचं काम मी बाहेर का देत नव्हतो? संस्थापकांना आनंदात राहता आलं असतं. अधिक चांगला व्यवसाय करून जादू घडविता आली असती. ते कंपनीत अधिक काळ राहिले असते आणि मला अपेक्षित वाढ मिळाली.

## सारांश

प्रगतीमध्ये सारं काही आहे. पहिल्या दशकात स्टार व्यवसाय २०-५०% वाढायला हवा. बहुतांशी लोकांना या अवाजवी अपेक्षा वाटतात. त्यांचे मत बदलण्यासाठी फार मोठे प्रयत्न करायला हवेत. बर्नार्ड शॉ म्हणतो की, मोठी प्रगती ही असामान्य माणसांकडूनच होते. हे सत्य स्टार व्यवसायातील प्रत्येक कर्मचारी व मालकाच्या हृदयामध्ये कोरले जायला हवे.

# मावळता स्टार

*तुमच्या हातून निसटेपर्यंत तुमच्याकडे काय होतं याची जाणीव तुम्हाला होत नाही.*

***जोनी मिचेल***

**ज**र तुमचा स्टार फिका होऊ लागला तर? स्टार व्यवसायाच्या तत्त्वाप्रमाणे ही फार चिंतेची बाब आहे. स्टार व्यवसाय हा फार मौल्यवान असतो. तो स्टार राहिला नाही तर त्याची किंमत धाडकन कोसळते.

हे कसे होते? हे फार कठोर तत्त्व आहे. विक्रीचा दर २५% वरून ५% पर्यंत घसरला तर स्टार अक्षरश: कोसळतो. स्वीकारायला कठीण वाटलं तरी हे खरं आहे की विक्री दर जरी कोसळला नाही आणि व्यावसायिक नेतृत्व कोसळले तरी फार मोठा अनर्थ ओढवतो. स्टार पदाचा ऱ्हास कागदोपत्रीच नाही तर प्रत्यक्षात देखील व्यावसायिक शोकांतिका ठरते, ह्याचे पुरावे देखील देता येतील.

**तत्त्व**

स्टार व्यवसायामध्ये चार गुण असल्याने ते फार मौल्यवान आहे.

१. प्रचंड वाढीच्या बाजारात स्टार व्यवसाय कार्यरत असतो. तो त्याचा बाजारातील हिस्सा टिकवितो व त्या कालावधीत विक्रीत प्रचंड वाढ करतो.

२. तो बाजाराचे नेतृत्व करीत असतो. प्रतिस्पर्ध्यापेक्षा खर्च कमी असल्यामुळे (मोठ्या उलाढालीमुळे स्थिर खर्च विभागला जातो.) किंवा माल लोकप्रिय झाल्यामुळे किमतीत वाढ केल्यामुळे किंवा दोन्हीमुळे या व्यवसायात नफा भरपूर असतो.

३. प्रतिस्पर्ध्यापेक्षा याचा अनुभव अधिक असतो. विक्रीच्या प्रमाणात खर्च कमी

कमी होत असतो. त्यामुळे विक्रीच्या प्रमाणात नफा अधिक होतो. प्रतिस्पर्ध्याच्या नफ्याच्या प्रमाणापेक्षा याच्या नफ्याचे प्रमाण जास्त असते. बाजारातील वाढीमुळे हा नफा वाढत असतो. परंतु विक्रीपेक्षा नफा अधिक वेगाने वाढला पाहिजे. नेहमीच्या बाजारात स्पर्धेमुळे नफा वाढीवर बंधन येतात. स्टार मार्केटमधील नफा ग्राहक किती पैसे देतात यावर अवलंबून असतो.

४. नफ्याचे प्रमाण उच्च व वाढते असल्याने व तुमचे प्रतिस्पर्धी तुम्हाला गुंतवणूक करण्याची जबरदस्ती करू शकत नसल्याने स्टार तुमच्याकडे भरपूर पैसे निर्माण करण्याची शक्यता आहे. वाढत्या व्यवसायास लागणारे पैसे त्यांच्याच व्यवसायातून मिळत असतात. नवे भाग भांडवल काढून मालकाचे समभाग कमी केले जात नाहीत. सर्व वाढीचे लाभ पूर्वीच्या भागधारकांना मिळतात. नव्याने येणाऱ्यांना लाभ होत नाहीत.

फायद्याचं एकत्रीकरण किती आश्चर्यकारक झालंय हे समजणं जरा अवघडच. आपण काही आकडेवारी पाहू या.

अ ही स्टार कंपनी असून २५% वाढीनं चालणाऱ्या बाजारात ती नेतृत्व करीत आहे. १० मिलियन डॉलर्स विक्रीने या कंपनीची सुरुवात झाली. विक्रीवर २०% नफा होत होता. तो २ मिलियन डॉलर्स होता. त्यावर ३०% कर लावल्यावर नफा १.४ मिलियन डॉलर्स होता. व्यवसाय वाढ वेगाने होत असल्यामुळे त्याची किंमत करा. नंतरच्या नफ्याच्या २५ पट होती. (अर्थशास्त्राप्रमाणे किंमत व प्राप्तीचे प्रमाण) याप्रमाणे कंपनीची किंमत ३५ मिलियन डॉलर्स होते.

आता दुसरी कंपनी ब पाहा. ही दुसऱ्या बाजारात आहे. अ कंपनी ज्या वातावरणात, स्थितीत सुरू झाली त्याच स्थितीत ही सुरू झाली. हिची किंमत ३५ मिलियन डॉलर्स होती. परंतु कंपनी ब हा मावळता स्टार आहे. त्याची बाजारातील वाढ दरसाल ५% ने कमी होत आहे. या कंपनीचा बाजारातील हिस्सा कमी होत नाही. पण ती 'रोख गाय' होते.

दहा वर्षांत कंपनी 'अ' ने चक्रवाढीने विक्रीचा ९३ मिलियन डॉलर्स हा जादूमय आकडा गाठला. गाढा अनुभव, खर्चाची विभागणी व परिणामकारक स्पर्धेचा अभाव यामुळे १० वर्षांत विक्रीवरील नफा ४०% झाला. कर पूर्व नफा ३७.३ मिलियन डॉलर्स व करपश्चात नफा २६.१ मिलियन डॉलर्स आहे. किंमत उत्पन्नाचे २५% प्रमाण घटले तर व्यवसायाची सध्याची किंमत ६५२ मिलियन डॉलर्स होते. पूर्वीपेक्षा ती १९ पटीने वाढते.

ब कंपनी, रोख गायमध्ये विक्री १६.३ मिलियन डॉलर्सने वाढली. त्यांच्या विक्रीवर २०% नफा होतो. करपूर्व नफा ३.३ मिलियन डॉलर्स तर करपश्चात नफा

२.३ मिलियन डॉलर्स होतो. उत्पन्नात कमी वाढ झाल्यामुळे किंमत उत्पन्न प्रमाण १२.५ इतके कमी झाले. पूर्वीपेक्षा अर्धे झाले. कंपनी ब ची किंमत २८.५ मिलियन डॉलर्स आहे. दहा वर्षांपूर्वीच्या किमतीपेक्षा कमी आहे. त्यावेळी स्टारमुळे अधिक मूल्य झाले होते. कंपनी ब ची किंमत अ पेक्षा २० पटीने कमी झाली. बाजार वाढ कमी झाल्यामुळे हे सर्व काही झाले.

क ही कंपनी सुरू होताना अ आणि ब सारखीच स्थिती होती. (ती अ आणि ब पेक्षा वेगळ्या बाजारात कार्यरत होती.) क कंपनीला स्पर्धेला तोंड द्यावे लागले व स्टार दर्जा गेला. सुरुवातीला क कडे बाजारातील ४०% हिस्सा होता. त्याच्या जवळच्या प्रतिस्पर्ध्याकडे तो २०% होता. दहा वर्षांत परिस्थिती उलटी झाली कंपनी क चा व्यवसाय म्हणजे एक मोठे प्रश्नचिन्ह झाले. बाजार दरवर्षी २५% ने वाढत गेला. फक्त बाजारातील हिस्सा बदलत गेला. त्यांचे वाईट परिणाम होत गेले. विक्रीवरील नफा १०% पर्यंत खाली आला किंमत उत्पन्न प्रमाण १२.५ पट झाले. क कंपनी रोख कमाविणारी होती ती गमावणारी झाली. त्यामुळे व्यवसाय वाढीसाठी रोखीची गरज भासू लागली. कंपनीला मूळ भागधारकाकडून पैसे उभारावे लागणार आहेत. त्यांनी ते दिले नाहीत तर त्यांचे भाग निम्म्यावर खाली येतील.

दहा वर्षाने गणित पाहिले तर कंपनीची विक्री ४६.६ मिलियन डॉलर्स असते. करपूर्व नफा ४.७ मिलियन डॉलर्स व करपश्चात नफा ३.३ मिलियन डॉलर्स होतो. ३.३ मिलियन डॉलर्सला १२.५ ने गुणा. कंपनीची किंमत ४१.३ मिलियन डॉलर्स होते. पण यातील अर्धीच रक्कम भागधारकांना मिळते. त्यांची किंमत २०.६ मिलियन डॉलर्स होते. ती दहा वर्षांपूर्वीपेक्षाही कमी आहे. अ या स्टार कंपनीच्या १/३० आहे.

मूळ भागधारकाची स्थिती पुन्हा पाहा.

| **कंपनी** | **मूळ किंमत** | **१० वर्षांनी किंमत** | **सुरू होताना** | **संपताना** |
|---|---|---|---|---|
| अ | ३५ मि. | ६५२ मि. | स्टार | स्टार |
| ब | ३५ मि. | २८.५ मि. | स्टार | कॅश काऊ |
| क | ३५ मि. | २०.६ मि. | स्टार | प्रश्न चिन्ह |

सुरुवातीशी तुलना करता १० वर्षांनी स्थिती अशी झाली.

| कंपनी | | |
|---|---|---|
| अ | स्टार | १८६३% सुरुवातीच्या स्थितीच्या |
| ब | कॅश काऊ | ८१% सुरुवातीच्या स्थितीच्या |
| क | प्रश्न चिन्ह | ५९% सुरुवातीच्या स्थितीच्या |

अ कंपनीच्या किमतीशी तुलना करता १० वर्षांनी भागधारकाला मिळणारी किंमत.

| | कंपनी | |
|---|---|---|
| अ | स्टार | १००% |
| ब | कॅश काऊ | ४% |
| क | प्रश्न चिन्ह | ३% |

इथे वाइटात वाईट परिस्थितीचा विचार केलेला नाही. खरं तर आपल्या स्टारला अशा परिस्थितीमध्ये कवडीचे मोलही मिळणार नाही.

**व्यवहार :**

जी कंपनी गुणाकाराच्या पटीत तिचे मूल्य वाढविते ती स्टार असते. स्टार व्यवसाय नाट्यमय रितीने वाढण्याची डझनभर उदाहरणे आपण पाहिली. नैसर्गिक साधनसंपत्ती, तेल व जमीन सोडून अशी प्रचंड वाढ झालेले व समव्यवसायांच्या तुलनेत अफाट नफा मिळवणारे हे सारे स्टार आहेत. व्यवसाय पाहिलेत? ते सर्व स्टार आहेत. याउलट अशी अनेक उदाहरणे आहेत की ज्यांची स्टार स्थिती गेली व धंदा खाली आला. सन १९२० मध्ये फोर्ड मोटार कॉर्पोरेशन ही अतिशय नफा कमावणारी व श्रीमंत कंपनी होती. नंतर तिची स्टार स्थिती गेली व ती आर्थिक संकटात आली.

उच्च तंत्रज्ञानातील ब्रिटिश कंपनी आयसीएल (संगणक), वैद्यकीय इलेक्ट्रॉनिक्समधील थॉर्न-इएमआय, इलेक्ट्रॉनिक ऑर्गनायझरमधील प्सिऑन हा एके काळी मौल्यवान स्टार व्यवसाय होता. त्यांचे त्या क्षेत्रातले नेतृत्व जाताच त्यांची किमती कमी झाली. अमेरिका आणि जपान कंपन्यांनी स्टार स्थिती हिसकावून घेतल्यावर ब्रिटिश मोटर सायकल उद्योग कोसळला. कार टायर बनविणाऱ्या फायर

स्टोन कंपनीची स्टार स्थिती १९७० मध्ये गेली व त्याचे मूल्य ढासळले.

झेरॉक्स कॉर्पोरेशनची कथा पारच दुर्दैवी आहे. १९६० ते १९७० या काळात झेरॉक्स ही जगातील महान कंपनी होती. प्रती तयार करणारे मशीन विकणे हा व्यवसाय फार वेगानं वाढत होता. झेरॉक्सने कोऱ्या कागदावर प्रत तयार करण्याचं तंत्र १९५९ मध्ये शोधून काढलं. सन १९६५ पर्यंत त्याचं उत्पन्न ५०० मिलियन डॉलर्सपेक्षा अधिक झालं. त्याची आजची किंमत ३ बिलियन डॉलर्स होते. परंतु झेरॉक्स स्टार फिका पडू लागला. १९८२ ला त्याचं नेतृत्व कॅननकडे आलं. १९७६ ते १९८२ या काळात कॅननने प्रती काढण्याची ९० नवीन यंत्रे बाजारात आणली. रंगीत प्रती काढण्याच्या क्षेत्रातील नेतृत्व कॅननने झेरॉक्सकडून हिसकावून घेतले.

स्थिती आणखी वाईट झाली. पालो अल्टो, कॅलिफोर्निया येथे १९७० मध्ये झेरॉक्सने पीएआरसी संशोधन केंद्र उघडले. त्यांनी नव्या तंत्रज्ञानाच्या साहाय्याने चांगले शोध लावले. या शोधाच्या साहाय्याने झेरॉक्स पुन्हा जगातील महान कंपनी झाली असती. तीन वर्षांत पीएआरसीने झेरॉक्स अल्टो नावाचा छोटा संगणक तयार केला. तो पर्सनल कॉम्प्युटरच्या दर्जाचा होता. पण झेरॉक्सच्या वरिष्ठांना याला मागणी येईल असं वाटलं नाही. झेरॉक्स पीएआरसीने विंडोजसारखं सॉफ्टवेअर, माऊस, लेसर प्रिंटर, कागदाविना कार्यालय, इंटरनेट असे शोध लावले. हे सर्व भावी स्टार व्यवसाय होते. परंतु झेरॉक्सने ते बाजारात आणण्याचा प्रयत्नच केला नाही.

सन १९७९ मध्ये ॲपल कॉम्प्युटरचे प्रमुख, स्टीव्ह जॉब्स यांनी झेरॉक्स पीएआरसीला भेट दिली. पीसी आणि माऊसला किती मोठा वाव आहे हे जॉब्सच्या लक्षात आलं. आता झेरॉक्स ही संथ गतीने वाढणारी कंपनी आहे.

सध्या तिची बाजारातील किंमत फक्त १४ बिलियन डॉलर्स आहे. त्यांच्या शोधाचा लाभ घेऊन चालणाऱ्या कंपन्यांशी तुलना करता तो फारच कमी आहे. ॲपल कंपनी ६५ बिलियन डॉलर्सची म्हणजे झेरॉक्सच्या पाचपट आहे.

## फिलोफॅक्स फिकट झाला – दोनदा!

फिलोफॅक्सची स्टार स्थिती दोन वेळा गेली. प्रथम १९८० साली व दुसऱ्यांना दहा वर्षांनी. किमतीमध्ये प्रतिस्पर्ध्यांनी बाजारातील नेतृत्वाला कसे आव्हान दिले व त्यावर आपण कशी मात केली हे आपण पाहिले आहे. चार वर्षांच्या अवधीत त्याच्या शेअरची किंमत २७९ इतकी वर गेली. एके काळी ती फक्त १३ होती. त्याच्या २१ पट वाढ झाली.

पुढे १९९० पर्यंत बाजारातील वाढीचा दर १०-२० टक्क्यांवरून दरसाल ५% पर्यंत खाली आला. फिलोफॅक्स अजूनही नफा कमवित होती. ती कॅशकाऊ

झाली होती. परंतु तिचे मूल्य पूर्वीप्रमाणे राहिले नाही. आम्ही १९९८ मध्ये २१० प्रति शेअरप्रमाणे व्यवसाय विकला. तेवढी किंमत मिळाली हे आमचं नशीब.

बाजारातील नेतृत्व टिकून असेतोपर्यंत स्टार व्यवसायाकडून कॅश काऊ हे स्थित्यंतर इतकं वाईट नव्हतं. स्टारकडून प्रश्नचिन्ह या प्रकाराकडे जाण्याइतकी वाईट स्थिती नव्हती. तरीही बाजारातील घसरण थांबवणं अवघड होतं. त्यासाठी प्रतिस्पर्ध्यांचा धोका लवकर ओळखावा लागतो, नेत्यांना व्यवसाय करण्याच्या पद्धतीत बदल करावा लागतो. मग स्टार हे स्टार राहू शकतात. बाजारातील वाढ कमी झाली तर ती वाढविणं फार अवघड जातं.

फिलोफॅक्स बाजारातील वाढ पुन्हा प्राप्त करू शकली असती का? स्वीडन, स्वित्झर्लंड अशा काही देशात ऑर्गनायझर्सला, विशेष करून फिलोफॅक्सला प्रचंड मागणी होती. काही संचालकांनी असं सुचविलं की अन्य देशामध्ये फिलोफॅक्सची उत्पादने विकली तर आपलं स्थान पुन्हा प्राप्त करता येईल. अन्य संचालकांनी सांगितलं की स्वीडन आणि स्वित्झर्लंडमध्ये प्रत्येक व्यक्तीमागे ऑर्गनायझरचा वापर जास्त असला तरी तेथील वाव आता संपला आहे. अन्य देशाप्रमाणेच इथेही स्थिती आहे.

मी शक्यतो बाजारात पुन्हा उठाव करण्याचा प्रयत्न करतो. कारण कॅश काऊपेक्षा स्टार हा अधिक मौल्यवान असतो. याबाबतीत मात्र पुनरुज्जीवन जवळजवळ अशक्य होतं. १९९० पासून फिलोफॅक्स ग्राहक मोबाइल वापरू लागले. (काही प्रमाणात इलेक्ट्रॉनिक ऑर्गनायझर) फोन क्रमांक, पत्ते हे मोबाइलमध्ये साठवू लागले. तिथून इलेक्ट्रॉनिक डायऱ्यांचा वापर सुरू झाला.

फिकट झालेला पण पुन्हा नेतृत्व पटकावू शकणारा स्टार कधीही विकू नका. मात्र आपलं स्टार पद गमावलेला व्यवसाय ताबडतोब विका अन्यथा भिकेचे डोहाळे लागतील.

## बेटफेअर धोक्यात

आता बेटफेअर चांगल्या स्थितीत आहे. पण सुरुवातीच्या काळात त्यांना अनंत अडचणींना तोंड द्यावे लागले. इंग्लंडमधील पारंपरिक बुकमेकर्सनी स्वत:चा एक गट तयार केला व बेटिंग विनिमय बेकायदेशीर ठरविण्याचा प्रयत्न केला. यामध्ये यश आले नाही. तेव्हा विनिमयावर व त्याचा खेळ खेळण्यावर कर लादण्याचा प्रयत्न केला. हे सर्व प्रयत्न निष्फळ ठरले. पण सर्वांत मोठा धोका होता तो त्यांचे प्रतिस्पर्धी फ्लटर यांचा.

मी एप्रिल २००१ मध्ये याबाबतीत शोध घेतला. बेटफेअरने फ्लटरला १०:१ इतके मागे टाकले होते. फ्लटरकडे खेळण्यासाठी ४५ मिलियन डॉलर्स

इतके भांडवल होते. बेटफेअरकडे सुरुवातीला काहीच नव्हतं. मीच प्रथम १.५ मिलियन डॉलर्स गुंतविले होते. बऱ्याच निरीक्षकांच्या मते फ्लटरचं तंत्रज्ञान हे बेटफेअरपेक्षा चांगलं होतं. डेव्हिड यू हे अमेरिकन तंत्रज्ञ फ्लटरचे मुख्य तंत्रज्ञान अधिकारी होते. ते बेटफेअरचा व्यवसाय हळूहळू काबीज करीत होते. बेटफेअर हे बाजारातील हिस्सा गमावत असल्याची मला शंका आली. परंतु बेटफेअरच्या व्यवस्थापनाने हे अमान्य केले. पण नंतर सारे उघड झाले. बाजारातील हिस्सा कमी होणे हे मला वाटत होते त्यापेक्षाही अधिक गंभीर होते. २००१ च्या सुरुवातीला बेटफेअर फ्लटरपेक्षा १० पटीने मोठी होती. तर २००१ च्या शेवटी ती आता केवळ ३ पट मोठी राहिली. या वेगाने एव्हाना फ्लटरने बेटफेअरला मागे टाकले असावे.

हे जे घडत होतं ते बेटफेअरच्या कसं लक्षात येत नव्हतं? वास्तविक बेटफेअर महिना ३०% ने वाढत होती. ती दर तिमाहीला दुप्पट होत होती. एखाद्या कंपनीने किती वेगात वाढावे? ती किती वेगात वाढू शकेल? बाजारात आपण आपल्या स्पर्धकांपेक्षा बलवान होतो, अशीच बेटफेअरच्या नेत्यांची कल्पना होती. इतर नवीन व्यवसायांप्रमाणेच या व्यवसायाच्या बाजारातील हिश्शाबद्दल कुठलीही माहिती उपलब्ध नव्हती. बेटफेअरच्या हे ध्यानात कसे आले नाही?

आपली स्टार स्थिती अढळ असावी ही माझी इच्छा होती. पण ती कशी राखणार? फ्लटरला पुन्हा मागे खेचायला खूप पैसे लागणार होते. ते आमच्याकडे नव्हते. ते जरी उभे केले असते तरी भांडवल पुरविणाऱ्याला त्यातील बरीच रक्कम गेली असती. मग आमच्यापुढे एकच सोपा मार्ग होता. दोन कंपन्यांचे विलिनीकरण करणे. ते आम्ही डिसेंबर २००१ मध्ये केले.

अर्थातच यातून दोन्ही कंपन्यांना लाभ झाला. खरं सांगायचं तर बेटफेअरला अधिक फायदा झाला. बेटफेअरने ७०% व फ्लटरने ३०% भाग उचलले. बेटफेअरचा तंत्रज्ञान विभागाचा प्रमुख डेव्हिड यू झाला. तसाच तो प्रमुख कार्यपालकही झाला. मी सुटकेचा निःश्वास टाकला.

snowball effect a thing that grows rapidly in size, intensity and importance.'स्नो बॉल' हे नाव विलिनीकरणानंतर देण्यात आले. दोघांच्या विलिनीकरणानंतर अस्तित्वात येणारी कंपनी सातत्याने, वेगाने वाढत जाईल ही आमची अटकळ खरी ठरली. बेटफेअरचं मासिक उत्पन्न ३०% वरून ६५% वर गेले. मला सर्वांत आनंद झाला तो पडत्या स्टारकडून बेटफेअर महत्त्वाचा स्टार बनले. प्रतिस्पर्धापेक्षा तीन पटीने मोठी असलेली कंपनी दहा पटीने मोठी झाली आणि आजही हे स्थान अबाधित आहे.

### तुमचा स्टार फिका होऊ लागला तर?

जर तुमच्या प्रतिस्पर्ध्याकडून आव्हान असेल तर डाव उलटविण्याचा प्रयत्न करा व पुढे पुढे वाटचाल चालू ठेवा.

प्रतिस्पर्धी पुढे का जातोय ते जाणा. स्पर्धेपासून कोणकोणते त्रास उद्भवत आहेत ते पाहा. त्यावर मात करा. सध्याच्या व्यवसायाच्या आसपास असलेला कोणता नवा स्टार व्यवसाय होण्यासारखा आहे हे पाहा. तुम्हाला आव्हान देणारा एकच स्पर्धक असेल तर विलिनीकरणाचा विचार करा. दीर्घकालीन विचार करता तुमच्याकडे सातत्याने नाविन्याचा वेध घेण्याचा ध्यास हवा. आपल्या खास ग्राहकांना चांगलं समाधान देण्याची तुमची क्षमता हवी.

बाजारवाढ कमी होण्याचा प्रश्न असेल तर तुमच्यापुढे पर्याय आहेत. बाजारात मंदी येणारच असेल तर ती शानदारपणे स्वीकारा. गरज भासली तर व्यवसाय विकून टाका. जर बाजारातील वाढ पुन्हा १०% वर राहील असं वाटत असेल तर प्रगतीसाठी पावले उचला.

### सारांश

स्टार व्यवसायाचं मूल्य खूप वाढतं. स्टार स्थिती गेली तर फार मोठी संधी जाते. हे लक्षात घेऊन स्टार स्थान अबाधित ठेवण्यासाठी आकाशपाताळ एक करा.

# सारांश

## आपण काय पाहिलं?

*लहान गुपितांना संरक्षणाची गरज असते. जनतेचा अविश्वास मोठ्या शोधांच्या संरक्षणास  कारणीभूत होतो.*

***मार्शल मॅक्लुहान***

### यशस्वी कसे व्हाल?

- ★ तुमचा गर्व बाजूला ठेवा. तो बाळगणे ही तुमची क्षमता नसावी.
- ★ कर्मठपणा बाजूला सारा. तुम्ही किती कष्ट करता यावरच तुमची धर्मनिष्ठा अवलंबून नसते.
- ★ सामाजिक प्रतिष्ठेच्या मागे लागू नका. तुम्ही ज्या वर्तुळात काम करता ते वर्तुळ म्हणजे तुमची सामाजिक प्रतिष्ठा असे नाही.

तुम्हाला कशामुळे यश मिळेल हे योग्य जागा मिळण्यावर अवलंबून आहे. काम करण्यासाठी किंवा गुंतवणुकीसाठी योग्य जागा मिळायला हवी. एखादा अनोखा व्यवसाय हाती लागायला हवा. तुम्ही काय शोधत आहात याची तुम्हाला जाण असेल तर तो मिळेल.

स्टार व्यवसाय सापडायला हवा. मग तो नव्याने शोधलेला असेल किंवा त्यामध्ये तुम्ही कर्मचारी किंवा गुंतवणूकदार म्हणून सामील झालेला असाल. कोठे पाहायचे हे ज्याला कळते त्याला मोफत भोजन प्राप्त होते. नशिबाने आलेले अनुभव घेत व चुकांची दुरुस्ती करीत स्टार व्यवसाय किती आश्चर्यकारक असतात व ते कसे शोधावे हे मला समजले.

## स्टार व्यवसाय म्हणजे नक्की काय?

मी २५ वर्षांचा असताना स्टार कल्पना समजावून घ्यायचा प्रयत्न करीत होतो. स्टार कल्पनेचा शोध बोस्टन कन्सल्टिंग ग्रुपचे संस्थापक ब्रूस हेंडरसन यांनी लावला. मी त्या कंपनीत कामाला जाण्यापूर्वी काही दिवस आधी हे घडले.

ब्रूसने सांगितले होते की, स्टार व्यवसायामध्ये दोन गुण असतात.

★ त्याच्या खास बाजारात तो व्यवसाय नेता असावा.

★ हा खास बाजार वेगाने वाढणारा असावा.

सुरुवातीच्या काळात असा व्यवसाय फारसा स्पष्ट नसेल व तो छोटाही असेल. परंतु एकदा का वरील दोन अटी त्या व्यवसायाने पूर्ण केल्या की मग खात्रीनं तो व्यवसाय खूप मोठा व मौल्यवान होणार. या व्याख्येच्या पार्श्वभूमीवर तुम्ही एक स्टार व्यवसाय निर्माण करायला सज्ज व्हा.

## स्टार कल्पनेचे सामर्थ्य

ब्रूस हेंडरसनकडून मी स्टार व्यवसायाची गुपितं जाणून घेतली. तेव्हापासून मी स्टार व्यवसायात काम करायला व पैसे गुंतवायला सुरुवात केली. माझं आयुष्य त्यात गेलं. गेली ३० वर्षे मी ५ स्टार व्यवसायात व्यस्त होतो. मी गुंतविलेल्या रकमेच्या सरासरी १० पट मला पैसे मिळाले. त्यातील एकात आतापर्यंतची सर्वाधिक रक्कम म्हणजे ५३ पटीने मिळाली.

स्टार फॉर्म्युला चांगला चालतो. हा केवळ माझाच अनुभव नाही. असं आढळून आलंय की प्रत्येक जोराने चालणारा व्यवसाय हा भूतकाळात अथवा वर्तमानकाळात स्टार असतो.

व्यवसाय प्राथमिक अवस्थेत असताना तो स्टार आहे हे ओळखता आलं पाहिजे. तो खास व्यवसायात नेतृत्व करणारा असावा. स्टारमध्ये जा, काम सुरू करा किंवा त्यात पैसे गुंतवा. नाहीतर स्वत:चा स्टार शोधा.

एकदा का तुम्हाला स्टारची शक्ती कळली की मग तुमचे जीवन बदललंच म्हणून समजा. स्टार कल्पनेवर श्रद्धा ठेवा. त्यावर काम करा. तुम्ही यशस्वी व्हाल.

## स्टार सर्वांसाठी

फक्त उद्योजक होऊ इच्छिणाऱ्यांसाठी स्टार नाही. काम करण्याची धमक असणाऱ्या प्रत्येकासाठी स्टार आहे. तुम्ही स्टार व्यवसायात काम करीत नसाल तर आजूबाजूला पाहा. एक तरी स्टार शोधून काढा. नुकताच सुरू झालेला, कमी कर्मचारी असलेला परंतु वेगाने वाढणारा व्यवसाय हा चांगला स्टार व्यवसाय असतो.

स्टारमध्ये काम करणे फार आनंददायी असते. तुम्ही खूप गोष्टी शिकाल. तुम्ही नवी कौशल्ये विकसित कराल. तुम्ही असामान्य व्हाल. तुम्हाला भराभर बढती मिळेल. तुम्हाला फार लवकर जास्त पैसे मिळतील. भरपूर बोनस मिळण्याची शक्यता असेल. अधिकारी म्हणून शेअर्सही दिले जातील. तुम्ही लवकरच श्रीमंत व्हाल.

उद्योजकांबद्दल एक गोष्ट बोलली जाते. ते एकांडे शिलेदार असतात, एकटेच मार्गक्रमण करतात, त्यांना दूरदृष्टी असते. त्यांच्या यशाचे तेच मानकरी असतात. एका अर्थी हे खरं आहे. त्यामुळे व्यवसायाला उधाण येते. बऱ्याच जणांना वाटतं त्यापेक्षा अधिक आनंद आणि गंमत व्यवसायात असते. व्यवसायाला भरभराट आणणारी प्रत्येक गोष्ट चांगलीच असते.

उद्योजकाबद्दल सांगितल्या जाणाऱ्या गोष्टीत फक्त एक घोडचूक आहे. हे सारं खरं नाहीये. वेगाने भरभराट होणारा व्यवसाय कुणा एका व्यक्तीच्या जिवावर मोठा होत नसतो. संस्थापकांनी व्यक्तिगत सुरू केलेला उद्योग सोडला तर व्यवसाय एक- दोघा व्यक्तींकडून घडत नसतो. सुरुवातीचे किमान डझनभर लोक तरी त्यामध्ये आपले विचार मांडत असतात. कंपनीचा डीएनए (गुणवैशिष्ट्ये) हा सुरुवातीचे कर्मचारी, त्यांच्या कल्पना, त्याचं काम यामुळे बनत असतो. केवळ संस्थापकांमुळे नव्हे.

सुरुवातीचे हे कर्मचारी वास्तविक उद्योजकच असतात. त्यांनी स्वतःचा व्यवसाय काढण्याचे ठरविले नाही तरीही ते उद्योजकच असतात. एकटा उद्योजक ही केवळ कल्पना आहे. अनेक लोकांचा उद्योजक हे खरं सत्य आहे.

तुम्ही उद्योग काढण्याचा विचार केला नाहीत, उद्योजक होण्याचा विचार केला नाहीत, तरीही तुम्ही उद्योजक होऊ शकता. उद्योगाच्या सुरुवातीच्या कर्मचाऱ्यांपैकी एक होऊन तुम्ही उद्योगाला गतिमान करू शकता. ते करताना होणारा आनंद खरा असतो. त्यामुळे तुम्ही प्रगल्भ होता. तुम्ही मोठं यश प्राप्त केलंत तर ते केवळ नशीब नाही, तर ते तुमच्यामध्ये झालेल्या बदलामुळे आहे. स्टार व्यवसायात काम केल्याचा अनुभव तुमच्यामध्ये परिवर्तन घडवेल.

## स्टार निर्माण करण्याची कला

तुम्ही स्टार व्यवसाय शोधा, याचा अर्थ केवळ तुम्ही अतिशय यशस्वी व्यवसाय सुरू करा असा आहे का? नाही.

स्टार कल्पना असाधारण आहे, ती विशिष्ट आहे, ती तुमचा वेळ वाया जाऊ देणार नाही.

आपल्या व्यवसायाच्या खास क्षेत्राकडे अनेक व्यावसायिकांचे लक्ष जात नाही. फक्त काही ठरावीक व्यवसाय वर्षाला १०% ने वाढतात.

नव्या व्यवसायातील ९५ ते ९९% स्टार व्यवसाय नसतात. तुम्हाला सुचणाऱ्या वीस कल्पनांपैकी १९ कल्पना या वगळाव्या लागतात. कारण त्या स्टार नसतात. त्यामुळे प्रचंड पैसा, कष्ट, घाम, अश्रू वाचतात. स्टार व्यवसाय दुर्मीळ असतात. ते जमवणं अवघड असतं. तरीही मी असं का म्हणतोय की चांगला स्टार व्यवसाय सुरू करणे शक्य आहे?

तुम्हाला काय शोधायचं हे समजून तुम्ही कामाला सुरुवात करा. मी स्टार व्यवसाय शोधताना काय पाहायचं व काय पाहायचं नाही याचा अनुभव घेतलाय. यावरून स्टार कसा शोधायचा याचं तंत्र तयार केलंय, ते तुम्हाला सांगितलंय. त्यामुळे आता तुम्ही स्टार निर्माण करू शकाल.

## जन्मजात स्टार व लादलेले स्टार

माझ्या ५ स्टार कंपन्यांपैकी बेल्गो आणि बेटफेअर या प्रथमपासूनच स्टार कंपन्या होत्या. त्यांनी खास व्यवसाय निर्माण केले व वेगाने वाढल्या. माझ्या अन्य तीन कंपन्यांनी काही वर्षांनंतर स्टार पद प्राप्त केले.

१९७० पर्यंत फिलोफॅक्स स्टार बनली नव्हती. सुरू झाल्यावर ती सुमारे पन्नास वर्षांनी स्टार झाली. डेव्हिड कोलिश्चनने पर्सनल ऑर्गनायझरला फॅशन ॲक्सेसरीची, नव्या पैलूची जोड दिली. उत्पादन तत्त्व आचरणात आणून कॅश काऊचं रूपांतर स्टारमध्ये कसं करायचं हे डेव्हिडने दाखविलं.

सन १९९० मध्ये मी फिलोफॅक्सला मदत केली, तेव्हा त्या कंपनीची वाढ इतकी घटली होती की, त्यांच्यापेक्षा कमी किमतीत माल विकणाऱ्या प्रतिस्पर्ध्याने मात केली होती. ही कंपनी माजी स्टार व्यवसाय होण्यापूर्वी आम्ही वाचविली. मोठ्या फॅशन व्यापाराला मागे टाकलं इतका ऑर्गनायझर व्यापार पसरला होता. ही कल्पना लोकांना भावली. फिलोफॅक्स स्वतःच्या यशाची बळी बनली होती. ती भूतकाळात रुतून बसली होती. पृथ्वीकडे झेप घेणारा तारा आपल्याला आकर्षून घेतो. मात्र त्याला पुन्हा तारा बनविणे तुम्हाला ठाऊक असायला हवे.

आम्ही १९९६ मध्ये प्लायमाऊथ जीन खरेदी केली. तेव्हा तिची स्थिती माजी स्टारहून खालावली होती. पण दशकांपूर्वी ती स्टार होती. जीन मार्केटमध्ये पुन्हा स्टार निर्माण करण्याची संधी आम्ही उचलली. त्यावेळी जीन मार्केट लाभदायक होते. त्याला वाव होता पण त्यात औदासिन्य होते. आश्चर्य म्हणजे संपूर्ण जगात जीनच्या फक्त ४ कंपन्या होत्या. आम्ही पाचवी कंपनी काढली. अधिक चांगली, सुपर जीन देऊ लागलो. त्या क्षेत्रातलं नेतृत्व प्राप्त केलं. सुरुवातीस आम्ही इंग्लंडमध्ये आणि मग जगभर विस्तार केला. जेमतेम १.५ मिलियन पाऊंड भांडवलावर सुरू केलेली ही कल्पना प्रथम वेडगळ व फार महत्त्वाकांक्षी वाटली.

आमच्या उत्पादनाच्या नावाला असलेल्या परंपरेच्या वारशाचं महत्त्व सगळ्यांच्या लक्षात आणून दिलं. आम्ही वाटचाल सुरू केली. प्लायमाऊथ ही वेगळीच जीन होती व तिची चवही खास होती याची मला कल्पना होती. तज्ज्ञांनी त्या चवीची खूप स्तुती केली होती. आम्हाला जीनमधील मद्यार्क वाढवायचा होता. त्याला आगळी चव द्यायची होती. ही कल्पना कल्पनेपलीकडे यशस्वी झाली.

या उदाहरणावरून असं लक्षात येतं की, बाजारात तुम्हाला शिरकाव करण्यासाठी आश्चर्यकारकरित्या जागा सापडतेच. जीनसारख्या प्रस्थापित व आघाडीच्या बाजारातही ते घडतं. स्वत:चं खास क्षेत्र निर्माण करण्यासाठी ग्राहकाला न मिळणारी गोष्ट पुरवा.

लेक कन्सल्टिंग हा माझा पाचवा स्टार व्यवसाय. त्यावर स्टारपद बाहेरून लादलं गेलं होतं. आमच्या एक गोष्ट ध्यानात आली की, नक्कल करून स्टार बनता येत नाही. आपल्यामधील शक्ती, डीएनए पाहून आपण आपला स्टार बनवायला हवा. बाजाराचा आवाज आपल्याला ऐकता आला पाहिजे. आत्यंतिक तळमळीने तयार केलेलं उत्पादन लोकांच्या अपेक्षेशी जुळेल यावर मदार ठेवली पाहिजे.

स्टार बनण्याच्या तत्त्वाकडे मी लक्ष दिलं हे आता मला माझ्या स्टार कंपन्यांकडे पाहताना ध्यानात येतं.

## स्टार व्यवसाय कसा निर्माण करायचा

प्रथम तुमच्याकडे स्टार कल्पना हवी. स्टार कल्पना कशी निर्माण करायची हे आपण सविस्तरपणे पाहिले, पण त्यामागची प्रेरणा कशी असावी?

★ नवे खास क्षेत्र शोधा – त्यासाठी सध्याच्या बाजाराची विभागणी करा. एक जुना पारंपरिक बाजार व एक नवा बाजार.

स्टार व्यवसायाचा पाया होण्यासाठी नव्या बाजाराची :

★ वाढ वेगाने व्हायला हवी.
★ ग्राहकांच्या खास वर्गाकडे लक्ष केंद्रित केले पाहिजे किंवा या खास वर्गाच्या खास आवडींकडे लक्ष दिले पाहिजे.
★ सध्या बाजारात मिळत नाही असं काहीतरी खास तुम्हाला ग्राहकाला देता आले पाहिजे. बाजारात मिळत असणाऱ्या सेवा तुम्ही टाळल्या पाहिजेत.
★ ग्राहकाला चांगली वस्तू देऊन उत्पादनाच्या किमती आणि पर्यायाने तुमचा नफा वाढला पाहिजे.
★ खास क्षेत्राची ओळख पटेल असं व्यवसाय क्षेत्राचं नाव हवं.
★ क्षेत्राच्या नावाला साजेसं उत्पादनाचं नाव हवं.

**★ नवीन खास क्षेत्र निवडण्यासाठी काही निवडक विश्वासू मित्र एकत्र आणा**

कल्पनांवर भरपूर चर्चा करा. प्रकरण ९ प्रमाणे विचारमंथन होऊ दे. शक्य वाटणाऱ्या कल्पनांची एक यादी बनवा. त्यातून सर्वांत चांगली कल्पना कोणती याचे परीक्षण करा.

## दुसऱ्या स्टारचा लाभ घ्या

एक नवीन व्यवसाय निर्माण करूनच स्टारपदाला जाता येतं असं नाही. त्याऐवजी एखादा छोटा नवीन स्टार पाहा. त्यात काम करा किंवा पैसे गुंतवा. बेटफेअर हा माझा सर्वाधिक नफा देणारा स्टार आहे. परंतु ती माझी कल्पना नव्हती किंवा मी सुरुवातीपासून त्यात पैसेही गुंतविले नव्हते. आधीच सुरू झालेला छोटा स्टार मला मिळाला. तो स्टार असल्याचे मला जाणवले आणि मी त्यात शक्य तितके जास्त भांडवल गुंतवत गेलो.

तुमच्याकडे फारसे पैसे नसतील तर छोट्या स्टारमध्ये काम करून भरपूर लाभ मिळवू शकता. तुमच्याकडे महत्त्वाकांक्षा हवी, कामात रस घेण्याची वृत्ती हवी. मग तुम्ही खूप धनवान आणि सुखी बनाल.

स्टार दुर्मीळ असतात, पण तुम्हाला काय हवंय हे स्पष्ट असेल तर मग स्टार प्राप्तीसाठी फार वेळ लागणार नाही. त्यासाठी उत्साह व निर्धार हवा.

## बनावट स्टार व स्टार नसणे

स्टार असतील असे मला वाटलेले सर्वच व्यवहार स्टार नव्हते. स्टार कल्पनेच्या पायरीवरच चूक होऊ शकते. परंतु व्यवसाय सुरू झाल्यावर काही महिन्यांत बनावट स्टार ओळखता येतो. तो बाजारापेक्षा वेगळा नसतो, खास क्षेत्र वेगाने वाढत नसते. तो व्यवसाय एकनिष्ठ ग्राहकांचा गट देखील बनवू शकत नाही. हा व्यवसाय नफा देऊ शकत नाही. पुढेही नफ्यात येईल असे वाटत नाही.

बनावट स्टारमध्ये तुम्ही काम करीत असाल किंवा त्यात गुंतवणूक केली असेल तर त्यातून बाहेर पडा व खरा स्टार शोधा. काही मोठा बदल घडून हा व्यवसाय स्टारमध्ये रूपांतरित होईल असा तुम्हाला विश्वास असेल तर गोष्ट वेगळी. खऱ्या स्टारसाठी तुमची शक्ती आणि पैसे साठवा.

## स्टारची गगनभरारी

छोट्या नव्या स्टारला उड्डाण करावयाचे असेल तर स्टार कल्पनेचे रूपांतर

व्यावहारिक व व्यावसायिक आराखड्यात करावयास हवे. इथे सुरुवातीचे २० कर्मचारी एकत्रितपणे उद्यमशीलता दाखवितात. खालील चार तंत्रं अवगत केली की उड्डाण सोपे होईल.

१. **ग्राहकाला आकर्षित करणारे तंत्र :** अनेक निष्ठावान ग्राहक प्राप्त करण्याचा यशस्वी ठरलेला मार्ग.
२. **व्यापारी तंत्र :** खूप नफा मिळविण्याची दृष्टी.
३. **वितरण तंत्र :** ग्राहकाला उच्च प्रतीचा माल मोठ्या प्रमाणावर सातत्याने मिळण्याची यंत्रणा निर्माण करणे.
४. **नाविन्य तंत्र :** नवीनता हे जीवनाचे एक अंग बनून स्पर्धकापेक्षा तुमचे उत्पादन खूप पुढे राहणे. चार छोटे गट करा. प्रत्येक तंत्र व्यवहार्य व विकसित करायच्या विचाराने प्रभावित झालेले प्रत्येकी एक संस्थापक व दोन कर्मचारी यांचा समावेश प्रत्येक गटात समावेश प्रत्येक गटात असू द्या.

एकदा का स्टारने उड्डाण केले की मग फारशी भीती नाही. फार मोठं संकट आलं किंवा प्रतिस्पर्ध्याने नवीन कल्पना लढविली, तरच प्रश्न निर्माण होईल. नाहीतर आपण खूप उंची गाठणार हे नक्की.

## स्टारमध्ये सामील व्हा

तुमचा व्यवसाय स्टार नसेल तर ते वाईट आहे, पण निराश होऊ नका. त्याला स्टार बनवायचा प्रयत्न करा. तुमचा त्यात काहीच तोटा नाही, मात्र जिंकण्यासाठी सारं जग आहे.

★ तुमच्या क्षमतेच्या किंवा सध्याच्या व्यवसायाच्या जवळपास असणाऱ्या स्टार कल्पनांवर विचार करा.

★ उत्पादनात बदल करा. त्याला वेगळं रूप द्या. तुमच्या ग्राहकांना आवडेल अशी सेवा निवडा. ती कमी खर्चात तयार व्हायला हवी. सर्वांना एकत्र आणून त्यात एकजीवता निर्माण करण्याचे त्यात सामर्थ्य असावयास हवे. तुम्ही केंद्रस्थानी राहून ग्राहक सेवा, पुरवठादाराशी संबंध, पैशाचे व्यवहार यावर लक्ष द्यावे; पण अन्य कामे अधिकाधिक दुसऱ्यावर सोपवावी. असं उत्पादन तयार करा जे पुरविणं तुमच्या प्रतिस्पर्ध्याला सहज शक्य होणार नाही.

★ तुमच्या डीएनएमध्येही बदल करा. तुमची कंपनी साऱ्यांहून वेगळी करा. अंतर्गत विविधता व वैशिष्ट्ये दिसू देत. खास ग्राहकांचा समूह करा. त्यांना

सेवा देणाऱ्या हुशार सेवकांना तयार करा. आपण खास ग्राहकांशी व्यवहार करीत आहोत याची त्यांना जाण द्या. बुद्धीवर आधारित प्रयोगांना सर्व स्तरावर सदैव प्रोत्साहन द्या. हे जीवनाचे एक अंग बनू द्या. अगदी आगळीवेगळी कंपनी निर्माण करा.

★ ग्राहक समूहात बदल करा. तुमच्या उत्पादनाला आणि डीएनएला साजेसा ग्राहक समूह निवडा किंवा अशा ग्राहकांना प्राधान्य द्या.

★ उत्क्रांती ही आश्चर्यकारक असते. ती सर्व प्रगतीचे मूळ असते. नव्या पद्धतीची कंपनी तयार करता येणं हा उद्योजकांच्या दृष्टीने सर्वांत मोठा पुरस्कार आहे.

## मावळता स्टार

स्टारचं मोल फार फार मोठं असतं. व्यवसाय 'स्टार' पदापासून ढळला की त्याचं मूल्य ढासळतं. स्टार व्यवसाय भूतकाळात जाणे ही शोकांतिका आहे.

स्टार मावळण्याची शक्यता फार कमी जणांना येते. आपला स्टार दर्जा जाऊ शकतो व त्यामुळे आपलं भयंकर नुकसान होऊ शकतं याचा गांभीर्याने विचार करणारे फार कमी स्टार व्यावसायिक असतात. फिलोफॅक्सने त्यांचा स्टार दर्जा दोनदा घालविला. त्यावेळी त्यांची किंमत खाली आली. बेटफेअरनेही स्टार दर्जा जवळजवळ घालविलाच होता. त्यामुळे भागधारकांचे बिलियन पाऊंडचे नुकसान झाले.

स्पर्धकामुळे बाजारातील हिस्सा कमी होतोय का ते पाहा. काय घडतंय याची छाननी करा. काही महत्त्वाच्या गोष्टी बऱ्याच व्यवस्थापकांच्या वेळीच ध्यानात येत नाहीत. जेव्हा लक्षात येतात तेव्हा खूप उशीर झालेला असतो. आपल्या स्पर्धकाची प्रगती का होतेय याचा अभ्यास करा. मग त्यांना मागे टाका.

बाजारातील वाढ कमी होत असेल तर सर्व वाढ पूर्ववत होण्यासाठी सर्व मार्गांचा वापर करा. वाढीची घसरण थांबविता येत नसेल तर व्यवसाय विकून टाका.

स्टार व्यवसायाचं मूल्य वेगाने वाढतं. त्या कंपनीने स्टार दर्जा गमावला तर प्रचंड नुकसान होते. तुमचा स्टार झळकता ठेवण्यासाठी आकाशपातळ एक करा.

## मोठ्या अपेक्षांचे महत्त्व

स्टार हे अन्य व्यवसायासारखे नसतात. सर्व व्यवसायात ५% हून कमी स्टार व्यवसाय असतात. परंतु दीर्घकालीन किमतीत त्यांचा हिस्सा ९५% असतो. अन्य व्यवसायाकडून साधारण अपेक्षा ठीक वाटतात. हे कॅश काऊचे विचार असतात.

परंतु स्टार व्यवसायाकडून अवास्तव अपेक्षा ठेवाव्या लागतात. नाहीतर पैशाच्या राशींना तुम्ही मुकता.

वाढीचा दर आणि किती वर्षे वाढ होत आहे यावर स्टारचे मूल्य ठरत असते. परंतु स्टारच्या वाढीच्या क्षमतेविषयी बहुतेकांचे अंदाज चुकतात. वेगाने आणि सातत्याने वाढणारी स्टारची किंमतही त्यांच्या अचूक लक्षात येत नाही.

दोन गोष्टी पाळा. व्यवसाय स्टार असताना कधीही विकू नका व सध्याच्या योजनेपेक्षा तो वेगाने वाढेल हे पाहा.

बहुतेक स्टार व्यवसाय त्यांच्या पहिल्या १० वर्षांत दरसाल ५०-१००% ने वाढतात. त्यानंतर त्यांचा वाढीचा वेग दरसाल २०-३०% असतो. नव्या स्टारला क्वचितच बाजाराचा आकार किंवा स्पर्धा यांचा अडथळा येतो. कल्पकता व महत्त्वाकांक्षा नसेल तर मात्र व्यवसाय मंदावतो. अवाजवी अपेक्षा ठेवल्या नाहीत तर तो चालत नाही.

तुमचा स्टार व्यवसाय वेगाने वाढविण्याचे ७ मार्ग आहेत. उतरत्या क्रमाने ते दिले आहेत.

**१.** वाढीचे ध्येय वाढवा. ढोबळमानानं सांगायचं तर दुप्पट करा.

**२.** विरोधकांनी उचल खाण्यापूर्वी भौगोलिकदृष्ट्या विस्तार करा.

**३.** सध्याच्या उत्पादनात अधिक लाभ देत नाविन्य आणा.

**४.** सध्याच्या ग्राहकांनी मान्य केलेला नवा माल नाविन्यपूर्ण द्या.

**५.** ग्राहकांना माल देण्याची नाविन्यपूर्ण आधुनिक वितरण व्यवस्था निर्माण करा.

**६.** सध्याच्या खास ग्राहकांसारखे नाविन्याची आवड असलेले नवे ग्राहक शोधा.

**७.** ज्यामुळे तुमच्या ग्राहकांना अधिक लाभ मिळतील अशी विलिनीकरण अंगिकारा.

स्टार व्यवसाय स्टार लोकांसाठी असतात. वेगाने वाढणाऱ्या व्यवसायातील लोक कामावर घ्या. आजच्या काळात वेगानं वाढण्याला किती महत्त्व आहे याची त्यांना जाण हवी. कंपनीचा डीएनए जाणणाऱ्या लोकांना घ्या. ते कंपनीमध्ये नीटपणे रुळले पाहिजेत. आताच्या लोकांपेक्षा आपली प्रतिमा उंचावणारे लोक घ्या. नोकरभरतीसाठी खूप वेळ द्या. भरपूर कष्ट करा.

मालक व व्यवस्थापक यांच्यातील वादामुळे विचलित होऊ नका. मालकांचे हितसंबंध व्यवस्थापक मनापासून जपत नाहीत. हुशार मालकांचा दृष्टिकोन हा अधिकाधिक वाढ करण्याचा असतो. हुशार व्यवस्थापकांचा दृष्टिकोन हा वास्तव ध्येय ठेवण्याचा असतो. त्यामुळे व्यवस्थापकांचं काम चांगलं वाटेल. एखादा

व्यवसाय यशस्वीप्रमाणे उभारून तो खूप यशस्वी केल्यावर मालकांना आता त्यात सतत लक्ष घालावं वाटत नाही. त्यांना दिवस आनंदात घालवावे वाटतात. त्यांचंही बरोबर असतं. ते आता व्यवसायाचे प्रमुख नसतात किंवा शक्य तेवढी व्यवसायाची वाढ त्यांनी केलेली असते.

वाढीमध्ये सर्व काही आहे. असामान्य अपेक्षा ठेवणाऱ्या असामान्य माणसांकडून वाढ होत असते. स्टार व्यवसायाला असामान्य लोकांची, वाढीसाठी आतुर झालेल्यांची फार गरज असते. अब्जावधीची क्षमता असताना करोडोंवर समाधान मानू नका.  क्रांती घडवण्याची क्षमता तुमच्यात आहे, तेव्हा फुटकळ बदल करण्यावर तृप्त होऊ नका.

■ ■ ■

आकाशात असंख्य तारे आहेत. त्यांच्यामधील अंतर अगणित आहे. काही वेळा आकाशाच्या काही भागात ताऱ्यांचं अस्तित्व जाणवत नाही, परंतु आकाश स्वच्छ असताना रात्री शहरापासून दूर जा. तुम्हाला आणखी तारे दिसू शकतात.

व्यवसायातही तसंच आहे. स्टार हे दुर्मीळ असतात, पण तुम्हाला ते सापडू शकतात.

तुम्ही कर्मचारी, व्यवसाय प्रमुख वा गुंतवणूकदार कोणीही असा, स्टार व्यवसाय तुम्हाला नवीन वैभवशाली जीवनाकडे नेणार आहे. चला तर, कामाला लागू या!

■ ■ ■ ■ ■

# मंत्र श्रीमंतीचा

## श्याम भुर्के

या पुस्तकात दडलाय श्रीमंत होण्याचा मंत्र!
प्रा. बुद्धिवंत म्हणतात, ''खूप अभ्यास कर. गुणवत्ता यादीत ये,''
तर त्यांचेच मित्र धनेश्वर सांगतात, ''परीक्षेत उत्तीर्ण होण्याइतपत
अभ्यास पुरेसा आहे. लवकरात लवकर पैसे कमविण्याची कला शिक.
पैसे मिळविण्यापेक्षाही पैसे कमविण्याची कला प्राप्त होणे हे महत्त्वाचे.''
मनोहरनं ही कला कशी प्राप्त केली, येणारा प्रत्येक रुपया
पुढील रुपया कमवायला कसा वापरला, हे इथं उलगडून दाखवलंय.
हे पुस्तक वाचेल त्याला आपण श्रीमंत व्हावे असे वाटेल.
तो गरिबीत जन्माला आला असेल तरीही श्रीमंतीचा मार्ग धरेल.
जर हे पुस्तक श्रीमंतानेच वाचले तर आपण अधिक श्रीमंत होण्यासाठी
कोणते मार्ग चोखाळायला हवेत, याचे त्याला ज्ञान होईल.
जे नोकरीच्या चक्रात अडकले आहेत. त्यांनाही आहे या परिस्थितीत
श्रीमंत कसे व्हावे, याचा मार्ग सापडेल. नोकरी न मिळाल्यामुळे हताश
झालेल्या युवकामध्ये उद्योजकता निर्माण होईल.
यशस्वी उद्योजकांच्या कथा वाचताना त्याच्या अणूरेणूत चैतन्य सळसळेल.
तो श्रीमंतीच्या वाटेकडे आकर्षित होईल.
सर्वदूर उद्योजकांची मांदियाळी दिसू लागेल.